புனைவின்

சாத்தியப்பாடுகள்

சா. தேவதாஸ்

பரிசல் புத்தக நிலையம்

புனைவின் சாத்தியப்பாடுகள்

ஆசிரியர் : சா.தேவதாஸ்

முதல் பதிப்பு : பிப்ரவரி 2023

வெளியீடு : பரிசல் புத்தக நிலையம்

235, P-பிளாக், MMDA காலனி

அரும்பாக்கம், சென்னை - 600 106

பேச: 9382853646, 8825767500

மின்னஞ்சல்: parisalbooks2021@gmail.com

பக்க வடிவமைப்பு: யு.நிலா

அச்சாக்கம்: ரவிராஜா பிரிண்டர்ஸ், சென்னை

பக்கம்: 208

விலை: ரூ 230

PUNAIVEEN SAATHIYAPADUGAL

Author : S. DEVADOSS

First Edition: February 2023

Published by: PARISAL PUTTHAGA NILAYAM

No.235, P-Block, MMDA Colony

Arumbakkam, Chennai - 600 106

Mobile: 93828 53646

E-mail: parisalbooks2021@gmail.com

Designed by: Y.NILA

Printed at: RaviRaja Printers, Chennai

ISBN: 978-93-91949-99-0

Pages: 208

Price: 230

நர்த்தனமிடும் நட்சத்திரத்தைப் பிறப்பிக்கும்
ஆற்றலைக் கொண்டிருக்கும் வகையில்,
ஒருவர் இன்னும் தன்னிடத்தே களேபரத்தைக்
கொண்டிருக்க வேண்டும்.

- நீட்ஸே

பொருளடக்கம்

1. பிரபஞ்சத்தை உள்ளடக்கிய ஒரு கானகவாசி. — 7
2. பிரமிள் எனும் பிரும்மாண்டம் — 15
3. பிரபஞ்சனின் எழுத்து — 24
4. விளிம்பு நிலை வாழ்வின் சுடுமணல் தகிப்பு. — 35
5. புதுமையும் பித்தனும் குழந்தையும் — 53
6. சூரியகாந்தி சூரியனானது — 58
7. தஞ்சை பிரகாஷின் இரு நாவல்கள் — 67
8. முஜீப் என்றால் பகடி, பரிகாசம், பரவசம் — 75
9. சந்திரா; கடலவையின் தவிப்பு — 80
10. கௌதம சித்தார்த்தனின் படைப்புலகம் — 85
11. ந.பிச்சமூர்த்தி: வானம் பாடியின் சிறுகதைகள் — 98
12. ந.பிச்சமூர்த்தி கவிதைகள் — 105
13. எஸ்.பொன்னுதுரை; ஒரு புதுமை வேட்கை — 113
14. ஒரு நடிகையும் ஒரு நாவலும் — 119
15. இரு சிறுகதைகளும் ஒரு வரலாற்றுத் தடயமும் — 123
16. தமிழின் முதல் துப்பறியும் நாவல் — 126

17.	பின் நவீனத்துவத்தை நோக்கி நகரும் கீரனூர் ஜாகீர்ராஜாவின் படைப்புலகு	131
18.	நகுலனின் படைப்புகள்	140
19.	நகுலன் சிறுகதைகள்	164
20.	நகுலன் : ஒரு தேவதை அருவி	177
21.	தமிழின் முதல் தலித் பெண் குரல்	181
22.	சக்தி ஜோதியின் கவிதைகளும் கட்டுரைகளும்	186
23.	சமயவேல்	191
24.	கு.அழகிரிசாமி;சில குறிப்புகள்	199
25.	சிவசங்கர் எஸ்.ஜே.யின் சிறுகதைகள்	203

1. பிரபஞ்சத்தை உள்ளடக்கிய ஒரு கானகவாசி.

“என்னையும் சேர்த்துக்கொண்டு வாழ இந்த
உலகம் இன்னும் பழகவில்லை”

- நந்தஜோதி பீம்தாஸ்

இந்த வாசகத்தைக் கூறுபவர் ஆகச்சீர்கெட்ட சூழலிலும் ஆகக் கூரிய பிரக்ஞையைக் கொண்டிருப்பவர், அதன் காரணமாக விரிந்த உலகத்தை தன் அகத்தில் இருத்தி இருப்பவர். ‘‘வாழ்க்கை என்னும் பெருங்கடலை ஊறஊற குடித்தவர்போல் அமைதியுற்றிருக்கும் அவருக்குள்தான் எத்தனை கொந்தளிப்புகள்? மனிதர்கள் நிறைந்த இந்த உலகத்திலிருந்து தன்னைத்தானே வெளியேற்றிக் கொண்டு ஒதுங்கி வாழும் அவர்’’ என்றெழுதுகிறார் ஆதவன் தீட்சண்யா.

ஆதவன் தீட்சண்யா அறிமுகப்படுத்தும் புலம் பெயர்ந்த எழுத்தாளர் நந்தஜோதி பீம்தாஸ். தற்போது ஜெர்மனியின் உட்விச் நகரையொட்டிய ஒரு ஆளரவமற்ற தீவில் மூன்று நான்கு குடும்பங்களுள் ஒன்றாக, வாழ்ந்து வருபவர். அதிலும் தமிழர். சமூகத்தின் அடித்தட்டைச் சார்ந்தவராக, படிக்கும் காலத்திலேயே தன் ஆண்டையினால் அவமதிப்புக்குள்ளாகி, தன் ஆத்திரத்தை வெளிக்காட்டி, வீட்டிலிருந்தும் வெளியேறிவிடுகிறார். அக்காலகட்டம், தனுஷ்கோடி, புயலால் சூறையாடப்பட்டு உருக்குலைந்த நேரம். அகதிக்குடும்பம் ஒன்றுடன் இலங்கை. சென்று, அங்கு சிலகாலம் சலூன் நடத்தும் ஒருவரது ஆதரவில் வாழ்ந்து, பின் கேப்டன் ஆண்ட்ரூவின் நட்பால் கடலில் திரிந்து கடைசியில், அக்கேப்டனுக்குச் சொந்தமாயிருந்த பால்டிக் கடலின் டிரிக்கர்ஜலண்டில் தங்கிவிட்டவர்.

இந்தத்தீவு எப்படிப்பட்டது?

“கடற்பரப்பின் இசைமைக்குச் சற்றும் பொருந்தாத வகையில் கரையோரத்தில் ஆங்காங்கே கைவிடப்பட்ட ராட்சதக் கப்பல்களும் படகுகளும் டாங்கர்களும் உடைந்தும் சிதைந்தும் துருவேறியும் கிடந்தன. ஒரு தோற்றத்தில் யுத்தம் இன்னும் முடியவில்லை என்பது போலும் தெரிந்தது. யாருடைய வெற்றியையோ அல்லது தோல்வியையோ என்றென்றைக்கும் அறிவித்தபடி இருக்கவேண்டும் என்பதற்காகவே அவை அவ்வவ்வாறே அங்கு விடப்பட்டிருப்பதாகத் தோன்றியது. அவற்றின் மீதிருந்த கடற்பறவைகளும் கூட உயிரற்றவை போல அசைவற்றுக் கிடந்ததைப் பார்க்கவே அச்சமாய் இருந்தது.....”

இச்சூழலில் எழுத்தாளராயிருக்கும் பீம்தாஸ், குழந்தைகள் மத்தியில் குழந்தையாகிவிடுபவர். மார்க்வெஸ் போன்ற எழுத்தாளர் கூட சந்தித்துப் பேசிச் செல்லும் நபர். பூர்விகம் எதுவென்றால், “உழுதுவாழ ஒரு துண்டு நிலமும் தலைசாய்க்க ஓரிடமும் தம் பிள்ளைகள் விளையாடித்திளைக்க மரமொன்றின் நிழலும் இல்லாதவர்கள் இந்தப்பூமியின் எந்தப் பகுதியைத் தங்கள் பூர்விகம் என்று கொண்டாட முடியும்?” என்று வினவுவார். சேரி ஒன்றில் பிறந்து விட்ட ஒருவன் பிரபஞ்சத்தின் எந்த மூலையிலும் வாழ்ந்து விடும் பக்குவம் பெற்று விடுகிறான் என்பார்.

எழுத்தில் அவரது பிரதான அக்கறை; “ஒவ்வொரு ஓவியமும் ஒரு கித்தானுக்குள் வரைந்து முடிக்கப்பட்டுவிடுகிற திட்டத்தை எழுத்தின் வழியாக சாதிக்க முடியுமா என்பதுதான், ஒரு எழுத்தாளருக்குரிய சவால்.”

‘மீசை என்பது வெறும் மயிர்’ என்ற அவரது நாவலுக்கு இப்படியான சீண்டும் தன்மையிலான தலைப்பு ஏன்? இந்த நாவலை எங்கிருந்து தொடங்குகிறார்? “மீசை என்கிற அந்த நாலுமயிரை வைத்துக்கொண்டு உலகெங்கும் நடந்து வரும் அழிச்சாட்டியங்கள் என்னை எப்போதும் எரிச்சலடையவே செய்திருக்கிறது. அகங்காரத்தின் ஓரம்சமாக இருந்த மீசை அதிகாரத்தின் குறியீடாக மாற்றப்பட்டுவிட்ட நிலையில் அதை வெறும் மயிர் என்று எதிர் நிலைக்குப் போய் நிறுவ

வேண்டியிருந்தது. நாவிதத்தோடு எனக்கு ஏற்பட்டிருந்த தொடர்பும் அதை எழுதுவதை லகுவாக்கியது எனச் சொல்லலாம்.''

சனாதனச் சமூகத்தின் கட்டுமானத்தை அது இட்டுக்கட்டிய கட்டுக்கதைகளை தன் நாவலில் இப்படி பரிகசிக்கிறார் பீம்தாஸ்:

''இதுவரை கண்டிராத கடவுள், இல்லாத சொர்க்கத்திற்கு தூக்கிப்போவார் என்று கூறுவதே மூடத்தனம். இதில் தடை உத்தரவும் படிவரிசையும் ஒரு கேடா? குடுமி இருந்தால் கடவுள் தூக்கிக் கொள்வார் என்பது உண்மையானால் பூமியிலிருந்து தேங்காய்கள் தானே முதலில் சொர்க்கத்திற்குப் போய்ச் சேர்ந்திருக்க வேண்டும்? அய்யோபாவம். அம்மியில் அரைபட்டு குழம்புச் சட்டிக்குள் கொதிபடும் இம்சையைப் பார்த்தால் குடுமியானது அந்தத் தேங்காய்களை நரகத்திற்குத்தான் கொண்டு சேர்ந்திருக்கும் போல என்று குடுமிவாதிகளை இகழும் குழு ஒன்றும் இங்கு இருக்கிறது. தலையை முழுதாக மொட்டை அடித்துக்கொள்வது, முடியை வேருடன் பிடுங்கிக் கொள்வது, நீட்டலும் மழித்தலும் வேண்டாமெனப் பரப்புரை செய்வது, மீசை தாடி ஒதுக்கிக் கொள்வது, தலைமுடியை கத்தரித்துக் கொள்வதுமான இவர்களது எதிரடிகளால், குடுமிவாதிகள் கடுங்கோபமடைந்திருக்கிறார்கள்.... பீம்தாஸ் விரும்பிப்படிக்கும் எழுத்தாளர் ரவிதர்மகீர்த். அவரைப் போலவே இந்தியாவிலிருந்து வெளியேறி கனடாவில் தங்கி ஆங்கிலத்தில் எழுதுபவர். தான் எழுதவேண்டியிருப்பதில் ஒரு பகுதியை அவர் எழுதிக் கொண்டிருக்கிறார் என்று பீம்தாஸால் கருதப்படுபவர். நானே வேறுபெயரில் எழுதிக் கொண்டிருக்கிறேனோ என்று என்னை நானே சந்தேகித்துக் கொள்ளுமளவுக்கு அந்த உணர்வு நாளுக்கு நாள் தீவிரமடைந்து வருகிறது. கருத்தொருமையும் எழுத்தொருமையும் இசைந்த மானசீகமான உணர்வு அது.''

உலகின் தடை செய்யப்பட்ட புத்தகங்களுக்கான கண்காட்சியை ஆண்டுதோறும் பிராங்ஃபர்ட் புத்தக கண்காட்சிக்கு எதிரிலுள்ள நிலவறையில் நடத்திவரும் ஈஜின் நூலக நண்பர்களுடன் சேர்ந்து இயங்கி வரும் பீம்தாஸ், எந்தப் பொது நிகழ்ச்சிகளுக்கும் தன் புத்தக வெளியீடுகளுக்குக் கூட– செல்வதில்லை.

'தேசத்தின் பெயரால் அழிவுகள் நடக்கும்போது முடிந்த மட்டிலும் தேசத்துரோகியாக வாழ்வது அவசியம் என்கிற எனது முயற்சிக்கு இந்நிலவரை நூலகம் சான்றாகும்' என்று கருதுபவர் ஈஜின் நூலக நிறுவனர்.

ஆதவன் தீட்சண்யாவின் பீம்தாஸினுடைய எழுத்துலகப் பிரிச்சயம் நமக்கு நினைவூட்டுவது 'ஒரு சவரக்காரனின் கவிதைமயிருகள்' என்னும் இன்னும் சீண்டும் தன்னமயிலான தலைப்பில் வந்துள்ள கலைவாணன் இ.எம். எஸ். ஸின் கவிதைகளை. திறமையும் கலைஞானமும் உழைப்பும் மிகுந்திருந்த ஒரு அடிமட்டச்சமூகம், காலப்போக்கில் தட்டையாகி அடையாளம் இழந்து சிதிலமாகி இருப்பதை மூர்க்கமான எதிப்புணர்வுடன் இதுவரை இப்படியாரும் வெளிப்படுத்தியதில்லை. ஒருவித முரட்டுத்தனத்துடனும் வெளிப்படைத் தன்னையுடனும் அப்பட்டமாகப் பேசுபவை இக்கவிதைகள். முகத்தில் அறைகின்ற தன்மை கொண்டுள்ள இவற்றுக்கு நியாயமும் உண்டுதான் என்று ஏற்கவைப்பவை.

"ராஜ கொட்டாரத்தில்
தாத்தாவுக்க அப்பா
பார்ச்சன் பண்டிதர்
பண்டுவம் முண்டிதம்
இங்கிதம் சங்கீதம் கள்ளு

சுதந்திர தேதிகளில்
தாத்தா கோபாலன் வைத்தியர்
பண்டுவம் இங்கிதம்
முண்டிதம் சாராயம்

கொஞ்ச நாளைக்கு முன்ன
அப்பா சங்கரன் ஆசான்
சங்கீதம் முண்டிதம்
மாம்பட்டை

இப்போது
நான் நாசுவன் மட்டும்"

என்பது நான்கு தலைமுறைகளிலான படிப்படியான சிதைவின்/ வீழ்ச்சியின் பதிவென்றால்;

“சலூனில்
அப்பாவோடு வாழ்ந்த
நாற்பது வருட கண்ணாடியில்
தேடுகிறேன்.

அப்பாவைத் தவிர
முகம் வழிக்க வந்தவனெல்லாம்
தெரிகிறான்
கோபத்தில் உடைக்கையில்
நிறைய
கண்ணாடிச் சில்லுகள்
நிஜத்தைப் போலவே.
எதிலும் அப்பா இல்லை”

என்பது ஆவேசத்தின் பதிவு.

III

கலைவாணனின் கோபத்தின் வெளிப்பாடுகள் சுயசரிதம் சார்ந்தது. ஆனால் ஆதவன் தீட்சண்யா வினுடையது? சந்திப்பு, நேர்காணல்கள், நாவல் சுருக்கம் என்பதாக அறிமுகப்படுத்தப்படும் பீம்தாஸ்? ஆதவனுடையது முழுமையான புனைவு. ஆனால் நம்பமுடியாத நிஜத்தன்மை கொண்டு விடுகிறது. இது எப்படிச் சாத்தியமாகியுள்ளது என்பது தான் வாசகனின் ஆச்சரியமும் அதிசயமும். நீண்ட நெடுங்காலச் சமூக அநீதியை அவலத்தை அவமானத்தை வெளிப்படுத்த, தீவிரம் கொண்ட கலைஞனை, நிலவறையில் இயங்கும் நூலகத்தினருடன் சேர்ந்தியங்கி தொலைதூரத்தீவில் தன்னுடயதான தனக்கேயானதான உலகில் இருப்பவனை தெரிவு செய்கிறார் ஆதவன். அக்கலைஞன், தானே விவரிக்காமல், அவரைச் சந்திக்கவரும் எழுத்தாளரின் பார்வையில், இருவரது அக உலகமும் நெருக்கம் கொள்ளும் புள்ளியிலிருந்து எழுத்து பிரவகிக்கின்றது.

இன்று ராணுவத்திடமிருந்துதான் மக்களைப்பாதுகாக்க வேண்டியிருக்கிறது என்றவகையில் பேசும்போது, நாஜிகள் காலத்திலிருந்து சிங்களக்காடையரின் அழித்தொழிப்புவரை உணர்த்தப்படுகிறது. ரவி தர்மகீர்த் என்னும் எழுத்தாளரது சிறுகதையைப் பேசும்போது, ஆளப்படா சமூகம் வைதிகத்தின் மீதும் அதிகாரத்தின் மீதும் பழிதீர்த்துக் கொள்கிறது, பண்பாட்டு நிலையில், மார்க்வெஸுடனான சந்திப்பு விவரிக்கப்படுகையில், ஊடகம் புனையும் பிம்பத்தைக் கலைத்து, நிஜ ஆளுமையை முன்வைக்கும் எத்தனம் தெரிகிறது.

III

சுமார் 300 ஆண்டுகளுக்கு முன் வெளியான டேனியல் டெஃபோவின் 'ராபின்ஸன் க்ருஸோ' நாவல் இன்றுவரை நிஜமான ஓர் ஆளுமையின் பதிவாக எண்ணப்படுகிறது. 16 நூல்கள் எழுதியிருந்த டெஃபோவின் மற்ற நூல்கள் அவ்வளவாகக் கருதப்படுவதில்லை. ஏன், டெஃபோவே குறிப்பிடப்பாடத அளவுக்கு ராபன்ஸன் க்ருஸோ என்னும் பாத்திரம் மட்டுமே விவாதிக்கப்படும். சிறுவயதிலிருந்து பெரியவர்களால் சொல்லப்பட்டு வந்து, பிஞ்சு மனங்களை ஈர்த்து விட்ட ஒரு கதை. தவிழ்ந்து விடும் கப்பலிருந்து தப்பிப்பிழைத்து தனியொரு தீவில் 28 ஆண்டுகள் வாழ்ந்து திரும்பியவனின் சாகசக் கதை. நரமாமிசம் புசிப்பவர்களிடமிருந்தும் கடற்கொள்ளையர்களிடமிருந்தும் தப்பி, நரமாமிசம் புசிக்கும் ஒரு ஆதிக் குடியிலிருந்து வரும் ஒருவனையே நண்பனாயும் வேலைக்காரனாயும் ஆக்கிக் கொண்டு, தனக்குத் தேவைப்படுபவற்றை தானே நிறைவேற்றிக் கொண்டு, அவ்வப்போது பைபிள் படித்து ஆறுதல் காணும் ஒரு தனித்தன்மையான பாத்திரத்தை வாசகர்களிடம் முன்வைக்கும் ஒரு முன்னோடி நாவல். அலெக்ஸாண்டர் செல்கிர்க் என்னும் மாலுமி ஒரு கடல் விபத்தில் தப்பிப்பிழைத்து நான்கு ஆண்டுகள் ஒரு தீவில் வாழ்ந்ததான ஒரு சம்பவம் இந்நாவலுக்கு ஆதாரம் என்று கூறப்படும். செல்கிர்க்தப்பி வாழ்ந்திருந்த யுவான்ஃபெர்ணாண்டஸ் தீவு கூட பின்னர் ராபின்ஸன் க்ருஸோ தீவு என்றுதான் பெயர்பெற்றது. பொதுவாக யதார்த்த

நிகழ்வுகளின் அடிப்படையில் தன் புனைவுகளை கட்டியெழுப்பிய டெஃபோவுக்கு, அவை புனைவுகளல்ல, நிஜங்களே என்று நம்பவைத்திடும் சாமர்த்தியமும் தந்திரமும் இருந்தது. தனது க்ரூஸோ நிஜமாக இருந்தவர்தான் என்று கூட டெஃபோவற்புறுத்தியதுண்டு. டெஃபோவின் உள்நோக்கம், ஏகாதிபத்திய பிரிட்டனின் வார்ப்பில் க்ருஸோவையும், காலனிய நாடான இந்தியாவின் வார்ப்பில் தன் சேவகனும் நண்பனுமான ஃபிரைடேயையும் உருவாக்குவது.

ஆனால் ஆதவனின் உத்தேசம் நேர்எதிரானது, ஆள்வோர்மீதும் அதிகார அமைப்புமீதும் கண்டனத்தை முன்வைப்பதும்; அடிமைப் பட்டோரின் ரணத்தையும் வலியையும் உணர வைப்பது; அவமானப்பட்டோரின் ஆவேசத்தை வெளிப்படுத்துவது. ஒரு நபரின் கதையைச் சொல்லிபாத்திரத்தை வளர்த்து சம்பவங்களை அடுக்காது, ஒரு சமூகத்தின் பார்வையிலான புனைவை எழுத்தாக்குவது. இந்நிகழ்வுப்போக்கில் அது புனையப்படும்போதே நிஜத்தன்மை பெற்று விடுகிறது.

ஒரு கதை சொல்லியின் பதிவாக இது இருந்திருக்க வேண்டும் என்பது தான் கதையாடல் ரீதியாலான ஒரு பிரச்சனை. என்றாலும். எழுத்தின்வாயிலாக ஒரு அதிர்ச்சியைத் தரவேண்டும். என்னும் நோக்கம், வடிவத்தின் வாயிலாகவும் அவ்வதிர்ச்சி வெளிப்பட வேண்டும் என்னும் பேராசையாக வளர்ந்திருக்கிறது. அதன் விளைவுதான் ஆதவன் தீட்சண்யாவின் மீசை என்பது வெறும் மயிர்.

ராபின்ஸன் க்ருஸோ எந்த அளவுக்கு நிஜத்தன்மை பெற்றுள்ளாரோ அதற்கு இம்மியும் குறையாத நிஜத்தன்மை பெற்றிருப்பவர் நந்த ஜோதி பீம்தாஸ். இந்நூலிலுள்ள அவரின் உருவப்படம் போன்றே முரட்டுத்தனமும் தீட்சண்யமும் சேர்ந்த ஒரு கருப்புக் கலைஞனே இந்திய சமூகத்தைத் தோலுரித்துக் காட்ட முடியும். தன் கலை மாட்சிமையில் பெருமிதப்படமுடியும். அத்தகைய ஒருவன் இன்றைக்கு அவசியப் படுகிறான். அதன் வெளிப்பாடுதான் நந்த ஜோதி பீம்தாஸ்.

பிராங்ஃபர்ட் புத்தக கண்காட்டிக்குச் செல்வது தொட்டு, பீம்தாஸின் நாவல் சுருக்கத்தைத் தமிழாக்கிதரும் மட்டும் எந்த இடத்திலும் தீவிரத் தொனியை தளர்த்தி விடாமல், ஒரு புனைவை நிஜப்படுத்தியிருப்பது பெரும் சவால்தான். தீவிரம் கொள்ளும் எழுத்திற்கு இது ஒரு மாறுபட்ட முகம். ஆனால் தீட்சண்யம் குன்றாதது.

"தோற்றத்தை நிஜமாக்கும் முயற்சியில்
தொடங்குகிறது கலை
மற்றும் நிஜத்தைத் தோன்றச் செய்யும் முயற்சியில்
முடிவுறுகின்றது - முடிவுறமுடியுமானால்"

என ரோடினை விளக்க முற்படும் ரிச்சர்ட் ஹோவார்டின் கவிதை வரிகளையும் இங்கே நினைவூட்டிக் கொள்ளலாம்.

மணல்வீடு, டிசம்பர் 2015

ஆதாரங்கள்

(1) நந்தஜோதி பீம்தாஸ் மீசை என்பது வெறும் மயிர்/ ஆதவன் தீட்சண்யா / சந்தியா பதிப்பகம், 2014

(2) ஒரு சவரக்காரனின் கவிதை மயிருகள் / கலைவாணன் இ.எம்.எஸ் / அறம்பதிப்பகம், ஒசூர், 2015

(3) Daniel Defoe / Robinson Crusoe and A Journal of the Plague year / The Modern Library Book, N.Y., 1948.

(4) Poets on Painters / Ed By JD Mcclatchy / Uny of California Press.

2. பிரமிள் எனும் பிரும்மாண்டம்

தருமு சிவராம், அஜித்ராம் பிரேமிள், தியோஃப் ஜீவகோஷ் பிரமிள் என்றெல்லாம் தனக்குப் பெயர்கள் சூட்டிக் கொண்ட பிரமிள் (1939–1997), தமிழின் நவீன இலக்கியப் போக்கில் ஒரு திருப்புமுனை. அறுபதுகளில் எழுத்து இதழ் மூலம் அறியப்பட்ட பிரமிள், இலங்கையின் திருக்கோணமலையைச் சார்ந்தவர். ஒரு நெருக்கடி காரணமாக இலங்கையிலிருந்து ஆஸ்திரேயியா/ கனடா செல்ல தமிழகம் வந்தவர், இங்கேயே தங்கிவிட்டவர். இறுதிவரை கலை இலக்கிய உலகின் ஆவேச ஆற்றலாக இயங்கி வேலூரின் அருகிலுள்ள கரடிக்குடியில் அடங்கியவர்.

'ஒரு விமர்சகன், தமிழிப்புதுக்கவிதை இயக்கத்தின் கோட்பாட்டாளன் மற்றமு ஒரு முன்னோடிக்கவிஞன்' என்று ஆரம்பகட்டத்தில் தன்னை அறிமுகப்படுத்திக் கொண்ட அவர், சிறுகதை எழுத்தாளர், நாடகாசிரியர், மொழிபெயர்ப்பாளர், அறிவியல் புனைவுக்கதைகள் எழுதியவர், ஓவியர் என்றெல்லாம் பிற்பாடு இயங்கினார். அறுபதிகளிலும் எழுபதுகளின் தொடக்கத்திலுமாக இரண்டு ஆங்கில நாவல்கள் எழுதி முடித்திருந்தவர். தமிழ் மரபிலுள்ள சநாதனத்தை கடுமையாக நிந்தித்து, போலி ஆளுமைகளை விமர்சித்து, சீரிய பண்பாட்டு உரையாடல்களை நிகழ்த்தியவர்.

21 கதைகளைத் தந்திருக்கும் பிரமிளின் புனைகதை ஆற்றல் சரியாகக் கண்டு கொள்ளப்படவில்லை. அவரைப் பிரதானமாகவே கவிஞராகவே அறிந்திருக்கிறது தமிழ் இலக்கிய உலகம், அவர் எழுதியுள்ள கதைகள் சொற்பம்தான். ஆனால் அவை தீவிர உலகில் சஞ்சரித்து ஆழ்ந்த சலனங்களை ஏற்படுத்துபவை. மௌனியின் அக

உலகினை புதுமைப்பித்தனின் கூரிய மொழியில் விவரிப்பதான தன்மை கொண்டவை. உண்மையில் கால, சுப்ரமணியம், குறிப்பிடுவது போல, அவரது 'சதுரச்சிறகு' சிறுகதை, மௌனியின் சாவில் பிறந்த சிருஷ்டியின் மறு எழுத்தாக்கம், 'ஆயி' கதை கன்னியாகுமரியின் 'மாயி' என்னும் பெரும் ஆற்றல் வாய்ந்த பெண்மணியின் நினைவில் தீட்டப்பட்டது. சந்திப்பு, பிரஸன்மை, கோடரி கதைகளும் குறிப்பிடத் தக்கவை. ஜனரஞ்சகத்தளத்திலான கதைகளையும் தன்னால் ஆரோக்கியமானவையாக எழுதக் கூடும் என்று காட்டியிருக்கிறார்.

"தமிழ்ச்சிறுகதை வரலாற்றில், பிரமிள் கதைகள் தவிர்க்க முடியாத தனியிடம் வகிப்பவை. புதுமைப்பித்தனுக்குப் பிறகு அவரைப் போன்ற ஒரு படைப்பாளுமை பிரமிள்; சமூக விமர்சனமும் அங்கதக் கூர்மையும் கொண்ட கதைகளை, ருசிகரமும் ஆனந்தமும் கொண்ட கதைகளை எழுதியவர் பிரமிள். கூடுதலாக இவரிடம் ஆன்மிக ஆழமும் இணைந்து விடுகிறது" என்கிறார் கால. சுப்ரமணியம்.

தனித்த கவிதைகள், குறுங்காவியக் கவிதைகள், உரைநடைக் கவிதைகள், அதிரடிக் கவிதைகள். என்றெல்லாம் அவரது கவி ஆளுமை இயங்கியுள்ளது. அவர் கவிதைகள் தமிழ்க்கவிதை இயங்குகதியில் சலசலப்பை உண்டு பண்ணி, சவாலாகத்திகழ்ந்தவை; படிமத்தின் தனித்தன்மை கொண்டு அழகியல் அனுபவம் தந்து, குறியீட்டுக்குணமும் ஆன்மிகத்தேடலும் நிறைந்தவை.

சமுத்திரக் கரையின்
பூந்தோட்டத்து மலர்களிலே
தேன்குடிக்க அலைந்தது ஒரு
வண்ணத்துப்பூச்சி.

வேளை சரிய
சிறகின் திசைமீறி
காற்றும் புரண்டோட
கரையோர மலர்களை நீத்து
கடல் நோக்கிப் பறந்து
நாளிரவு பாராமல்
ஓயாது மலர்கின்ற

> எல்லையற்ற பூ ஒன்றில்
> ஓய்ந்து அமர்ந்தது
> முதல் கணம்
> உவர்த்த சமுத்திரம்
> தேனாய் இனிக்கிறது

என்றமைகிறது வண்ணத்துப்பூச்சியும் கடலும் கவிதை. தேன் எடுக்கும் வழக்கத்தை விட்டுவிடும் போதேவேறொரு தேடலுக்கு ஆயத்தமாகி விடும் வண்ணத்துப்பூச்சி, நாளிரவு பாராது மலரும் எல்லையற்ற பூவில் அமரும் முதல் கணத்தில், உவர்ப்பு நீர் தேனாய் இனிக்க உணர்வதை விவரிக்கிறது இக்கவிதை. தனி உயிர் முடிவிலியை தரிசிப்பதாக, அல்லது ஜீவாத்மா பரமாத்மாவுடன் ஒன்றுபடுவதாக இதனைப் புரிந்து கொள்ள இயலும்.

பொருண்மை ஆற்றலாகிவிடும் அறிவியல் நுட்பத்தைப் பேசி, அந்த ஆற்றல் அணு வெடிப்பாக மாறுகையில் உலகை இறுதிக்குக் கொண்டு போகும் அழிவாகிவிடுவதை அபூர்வமான கவிதைச் சித்திரமாக முடித்துவிடுவார் பிரமிள்.

> "....உலகின் முரட்டு இருளில்
> எங்கோ ஒரு குழந்தை அழுகிறது
> ஐன்ஸ்டீனின் கண்ணீர் துளியில்
> தெறிக்கிறது பரிதி
> ஒருகண் பார்வை."

கண்ணாடியுள்ளிருந்து, மேல்நோக்கிய பயணம், தெற்குவாசல், கிழக்குவாசல் என்பன கவிதையாக்கத்தில் புதிய முயற்சிகளாகும். மௌனி என்னும் தலைப்பிலான ஒரு பக்கக் கவிதை, மௌனியின் படைப்பாளுமையை சிறப்பாக உணர்த்திவிடுகிறது. 'காலமுகம் ஸ்ரீலங்கா ஜூலை 1983' – கவிதை, உலகின் பேரழிவைச் சுட்டுவதாக முடியும்.

> "...ராஜீயக் கடப்பாறைத்
> தாக்குதலில் எங்கோ
> வீறிடுகிறது ஓர்

சின்னஞ்சிறு குழந்தை
அதன் உதிரவெளி
மானுட இரவாகி
உலகை மூடுகிறது."

ஆங்கிலத்தில் கவிதையின் லாவகத்தைக் கொண்டு வந்திடும் நுட்பம் கொண்டிருந்தார். ஒரு கவிதையை எடுத்துக் காட்டலாம்

... A Prophet in the Woods

While in the woods

A prophet was led to conclude

That his Profundities didn't amount

Too much.

The dappled sky negated him

Like an unruly audience of

Celestial intelligentia.

Every Leaf was a different tongue

And a Different eye

Each indispensable to a wholeness.

Not that the leaves had a hidden meaning

To their Profound rustle.

அத்துடன், வில்லியம் கார்லோஸ் வில்லியம்ஸ், போதலேர், மல்லார்மே, நெருடா, கிப்ரான், பிராட்ஸ்கி, டெட் ஹூஸ் போன்றோர் கவிதைகளையும் தெரிவு செய்து தமிழாக்கியிருக்கிறார்.

ந.பிச்சமூர்த்தி, லா.ச.ரா., மௌனி, புதுமைப்பித்தன், சி.சு.செல்லப்பா போன்றோரின் எழுத்துக்களை சரியாக அணுகி தன் விமர்சனக் குறிப்புகளை விரிவாக முன்வைத்திருப்பவர் பிரமிள். லா.ச.ரா.வைப்பற்றிப் பேசுகையில் லா.ச.ரா கதை உலகம் மௌனியிடமிருந்து எப்படி வித்தயாசப்படுகிறது என்று ஒப்பிட்டுக் காட்டுவார்.

"...லா.ச.ரா. உடலைக் காரணமாக்கிமனதை இழையவிடும் பாத்திரங்களைப் படைத்தார். அவரிடத்தில் பாலுணர்ச்சி, காதலாக அக உலகுள் இட்டுச்செல்கிறது."

"மௌனியோ பாலுணர்ச்சியையே உதறி விட்டார். காதலுக்கு உடல் ரீதியாக அவர் அர்த்தம் கொடுக்கவில்லை; மனசினுள்ளேயே அதற்குப் பொருள் தேடுகிறார். இதுவரை அது கிடைக்கவில்லை, ஆனால், அவரது பாதையில் ஒரு நிச்சயம் தெரிகிறது; காதல் என்று ஏதும் இல்லை என்ற நிச்சயம். இந்த முடிவை நோக்கியா, அவரது பாத்திரங்கள் வாழ்க்கை முழுக்கத் தேடுகிறார்கள்?"

"ஆமாம், அவர்கள் தங்கள் நிழல்களையே அளக்கிறார்கள்."

"மௌனியும் அளக்கிறார் மனிதர்களின் நிழல்களை அல்ல; மனிதர்கள் என்ற நிழல்களைத்தான்– எவற்றின் நடமாடும் நிழல்கள் நாம்? என்றாரே அந்த நிழல்களை."

திருடியும் கொள்ளையிட்டும் சிறைவாசமிருந்தும் எழுதிய பிரான்ஸின் ஜெனேயை சார்த்தரின் வழியில் எப்படிப் புனிதனாகக் காண்பது என்பதற்கு பிரமிள் தரும் குறிப்பு ஆளுமையின் அடுக்குகளுக்குள் ஊடுருவிப் பார்க்கும் தன்மையுடையதாகும்.

"ஜெனே பணத்துக்காக எழுதக்கூடிய ஆற்றல் இருந்தும் திருடினான். அதே சமயத்தில், பயங்கரமான பரிசுத்தத்தோடு சிருஷ்டித்தான். திருடுவதன் மூலமேனும் சரி, இலக்கியத்தின் மீது பணவாடை படக்கூடாது. என்ற இப்பிரமிக்கத்தக்க கொள்கையின் அடியில் உள்ள புனிதத்தன்மை, உண்மையிலேயே அசாதாரணமானது தான்."

"கலாச்சார சக்திகள் இழிந்து போகையில் கலைஞனின் இயக்கம் சமூகவிரோதமான தாகிவிடுகிறது என்று கருதும் பிரமின் ஜெனேயை அப்படிக் காண்கிறார்." "தனது குற்றங்களையும் பாபகரமானதென நாம் கருதும் பாலுறவுகளையுமே, மகத்துவம் பொதிந்தவையாகக் காணத்தக்க அபூர்வதிருஷ்டி ஜெனேயிடம் இருந்தது என்பதுதான் ரகசியம். தனது அன்றாடக் குற்றவாழ்வுக்கும்

இழிநிலைக்கும் மீறிய எதையும், ஜெனே கும்பிடவில்லை. தனது இழி நிலை வாழ்வின் அகத்தையே ஊடுருவியது அவன் நோக்கு. அவன் நோக்கு கண்டது புனிதத்துவத்தையே. புனிதமானவனே எவ்வித இழிவிலும் புனிதத்துவத்தைக் காண்பான்...."

கநாசுவை விமர்சகராகவே கொண்டாடும் சூழலில் 'பொய்த்தேவு' நாவலை முன்வைத்து அவர் சிறந்த நாவலாசிரியர் என்று பிரமிள் எடுத்துக் காட்டுவார்.

எஸ். பொன்னுத்துரையின் தீ நாவலை விமர்சனம் செய்கையில், 'லா.ச.ரா.'வின் 'மன்னிப்பு'வை போலி செய்யும் எஸ்.பொ.வின் சுயத்தன்மையினது வறட்சியையே காட்டுகிறது. இமிட்டேஷனிலும் 'மன்னிப்பு' வின் சாதனையை விட வெகுகீழேதான் நிற்கிறது என்பார்.

'நான் என்றொரு சாமான் கிடையாது. நான் என்பது மனசின் மூச்சு, மனம் அசைந்தால் நான். மனம் சும்மா இருந்தால் நான் இல்லை. உள்ளது இருக்கும், அதை விபரிக்க முடியாது....'

'குண்டலினி சக்தி கற்பனையானது.'

'சத்யத்தினால் அடையும் விடுதலையே விடுதலை. மற்ற விடுதலைகள் எல்லாம் புதுப்புதுச் சிறைகள்தான்' என்று பிரமிளுக்கு உணர்த்திய திருக்கோணமலையின் அப்பாத்துரை உள்ளிட்ட எட்டு ஆன்மிகச் சிந்தனையாளர்களை/ யோகிகளை சாத்தியமில்லா நண்பர்கள் என்று குறிப்பிடுவார் பிரமிள். யோகர்சாமி, தங்கப்பொண்ணு (அப்பாத்துரையாரின் மனைவி), ஜே. கிருஷ்ணமூர்த்தி, மாயம்மா, நைனார் சுவாமி,யோகி ராம்சுரத்குமார், மாதாஜி கிருஷ்ணா பாய் என்போர் மற்றவர்கள். இவர்களில் அப்பாத்துரை குறித்து தியானதாரா என்னும் சிறுநூலை எழுதியுள்ள பிரமின், நிறையப் பேசியிருப்பது ஜே.கிருஷ்ண மூர்த்தியைப் பற்றித்தான். மேலும் அவரது உரைகளையும் கவிதைகளையும் கூட நிறைய தமிழாக்கியுள்ளார். பாதை என்னும் ஜே.கிருஷ்ண மூர்த்தியின் உரையினது மொழியாக்கம் சீரிய மொழிபெயர்ப்புக்கு எடுத்துக்காட்டாய் இருப்பது. மதத்தின் சித்தாந்தத்தையும் சநாதனத்தையும் ஒதுக்கித்தள்ளிவிட்டு,

ஆன்மிகத் தேடலிலும் தத்துவத்திலும் தான் பிரமிளுக்கு அக்கறையும் ஆர்வமும், ஆன்மிகத்தை படைப்பாக்கத்தன்மையதாகவே கையாண்டு, தன் இலக்கிய இயக்கத்திற்கு துணையாகக் கொண்டு விடுகிறார்.

விமலதாகர் என்னும் ஆன்மிக வாதியை முதிலில் பெரும் ஆளுமையாகக் கருதிய பிரமிள், அடுத்து முழு விபரங்கள் வந்த பிறகு, விமலதாகர் அத்தகுதிக்கு உரியவரில்லை என்று தெரிந்ததும். அதனையும் பட்டவர்த்தனமாக்கிவிடுவார். ஜே. கி.யையும் தாந்தீரீகத்தையும் இணைத்து ஒரு அலாதியான ஆத்மீகத்தைக்கட்டி எழுப்பி, அதன் விளைவாக மாபெரும் பணக்காரார் ஆகியவர் ரஜ்னிஷ் என்று ஒஷோலை ஒதுக்கி விடுவார். முல்லா கதைகளை சூஃபிகளின் அனுபவங்களை மட்டுமே போற்றுவார்.

தமிழ் மரபு, பண்பாடு, தத்துவம், இலங்கை நிலவரம் என்றெல்லாம் கூரிய சொல்லாடல்களை நிகழ்த்தும் பிரமிளின் கட்டுரைத் தொகுப்பு "வரலாற்றுச் சலனங்கள்" (வம்சி, 2011) தமிழில் முக்கிய நூலாகும். இவ்வளவு ஆன்மிகத் தேடல் கொண்ட பிரமிள், செகுவேரா பற்றிக் குறிப்பிடுவது ஆச்சரியமளிப்பாதாய் இருக்கும். "கியூபாவின் தலைவிதியை நிர்ணயித்த அரசியல் தலைவராகவும் அமைச்சராகவும் இருந்த சௌகர்ய நிலையத் துறந்து, ஒவ்வொரு கணமும் உயிருக்கு ஆபத்தைத் தருகிற கெரில்லா வாழ்க்கையை, லத்தீன் அமெரிக்க மக்களுக்காக மேற்கொண்டு மடிந்தவர் செ."

நரமாம்ச பட்சண மரபு என்னும் பழங்குடி வாழ்வின் புதிர் பற்றிக் கூட பிறமிள் பெரும் புரிதலுடன் அணுகுகிறார். "அவனது (ஃபெரோவின்) மரபு நரமாம்சபட்சண மரபை நேரடியாக பிரதிபலிக்கிற ஒன்றாகும். அவனது உடலும் சக்தியும் தளர்கிற அறிகுறி தெரிந்தால், அவன் அனுஷ்டான பூர்வமாகக் கொல்லப்பட்டு, அவனது ரத்தம் வயல்களில் தெளிக்கப்படும், ஹ்ருதயம், புதைக்கவோ புசிக்கவோ படும். உடல், தங்க உபகரணங்களுடன் பாதுக்காக்கப்படும்.... அது பரிபூரண தியாகத்தை அடிப்படையாகக் கொண்டது. இந்த எகிப்திய சித்தாந்தத்தின் தியாகப் பண்பினையே பிளேட்டோவின் தத்துவார்த்த அரசனிடமும் காண்கிறோம்."

'தேவதாசியர்' பற்றிய பிரமிளின் அணுகல்தான் விசித்திரமானது. தமிழகத்தில் இரண்டு குறிப்பான குலங்களில் இருந்தே இப்பெண்களை எடுத்துவந்திருக்கிறார்கள். இந்த இரண்டு குலங்களும் இசை வேளாளர், செங்குந்த முதலியார் என்பவையாகும். இவர்களுடைய குலத்தொழில் இசையும் பரதமும், இதனாலேயே இவர்களின் மத்தியிலிருந்து பெண்கள் தேவதாசிகளாக எடுக்கப்பட்டுள்ளனரேயன்றி, தேவதாசி முறைதான் இசையையும் பரதத்தையும் ஆண்டு வந்தது என்று கூறுவது தவறு.

முதலில், தேவதாசியாக ஒரு பெண் மாறுவது மூடத்தனமான சமூக மரபால்; வறுமையால்; நெருக்கடியால். தேவதாசியான பின்னரே அவள் நடனமும் இசையும் கற்றுக் கொள்வது. இப்படி உருவானதே இசைவேளாளர் மரபு. செங்குந்தர் சமூகத்திலிருந்து தேவதாசியர் வந்திருப்பதை பிரமிள் மட்டுமே குறிப்பிடுகிறார்.

எண்கணித ஈடுபாடு, அதனால் எண்களின் மாய ஆற்றலில் நம்பிக்கை என்பவை காரணமாக தன் பெயரை அவ்வப்போது மாற்றிக் கொண்டு வந்த பிரமிள், இலங்கையின் பிரச்சனை தீர, அதன் பெயரை Lankadvipa என்று மாற்ற வேண்டும் என்று வற்புறுத்துவது வரை சென்று விடுவார். போலி அறிவியல், சநாதன மரபுகளையெல்லாம் ஒதுகித்தள்ளிவிடும் திராணி இருந்த பிரமிளுக்கு இந்த நம்பிக்கை மட்டும் அழுத்தமாக இருந்து வந்துள்ளது. அம்பேத்கர் ஜே. கிருஷ்ணமூர்த்தி என்னும் நேர்எதிர்நிலையான ஆளுமைகளின் குறிப்பான தன்மைகளுக்காக போற்றத் தெரிந்திருந்த பிரமிள், தனிநபர் குறைகளை / பலவீனங்களை / போதாமைகளை முதலில் அளவாக விமர்சிக்கத் தொடங்கினார். அது உரையாடலாக / விவாதமாக இருந்தது. சிவகேகரம் போன்றோரை கண்டிக்கும் போது அது கொடுங்கோன்மை தண்டனையாகி விடுகிறது. கோரத்தாண்டவம் ஆடுவதாகிவிடுகிறது.

குழந்தை போல வெள்ளை மனதுடன் சிரித்துப்பழகத் தெரிந்திருந்த பிரமிளின் மிகப்பெரிய பலவீனமே இந்தக் குணம், அவரது விமர்சனங்கள் / விவாதங்கள் விஷயங்கள் சார்ந்திருக்கையில்

மகத்தான சொல்லாடல்கள் பிறந்துள்ளன. அவை நபர்களை நோக்கியிருக்கையில் காழ்ப்பும், வெறுப்பும், குரோதமும் சேர்ந்து அணுவெடிப்பாகிவிடுகிறுது.

ஆதாரங்கள்

1. வெயிலும் நிழலும், பிரமிள், வம்சி 2011
2. பிரமிள் படைப்புகள், தொகுப்பு ; கால. சுப்ரமணியம், அடையாளம் 2003.
3. பிரமிள் கவிதைகள், தொகுப்பு; கால.சுப்ரமணியம், லயம் வெளியீடு, 1998.
4. சாது அப்பாத்துரையின் தியானதாரா, வரலாறும் தொகுப்பும்; பிரமிள், லயம் வெளியீடு, 1989.
5. பாதையில்லா பயணம், பிரமிள், வம்சி 2007.
6. சூரியன் தகித்த நிறம், தமிழில்; பிரமிள், நற்றிணைப் பதிப்பகம், 2011.
7. வரலாற்றுச் சலனங்கள், பிரமிள், வம்சி 2011.

3. பிரபஞ்சனின் எழுத்து

"ஒவ்வொரு மனிதரும் ஒவ்வொரு உலகத்தையல்லவா தனக்குள் வைத்திருக்கிறார்கள்" - பிரபஞ்சன்

சுமார் 50 ஆண்டுகால எழுத்துவாழ்க்கையைப் பெற்றுள்ள பிரபஞ்சனுக்கு, நிலவியல் சார்ந்தும் அனுபவம் சார்ந்தும் தேடல் சார்ந்தும் வளமான உலகம் வாய்த்திருக்கிறது, புதுச்சேரி சார்ந்தும் தஞ்சை சார்ந்தும் சென்னை சார்ந்தும் எழுதிட அவருக்கு நிறையவே இருக்கின்றன. கள்ளுக்கடைக்காரரான அப்பாவின் கடை வியாபாரத்திலிருந்து, தமிழ்கற்கச் சென்ற, சமஸ்கிருதம் கற்கச் சென்ற, வீணை கற்கச் சென்ற, உபநிடதம் கற்கச் சென்ற மாணவப்பருவங்கள், பத்திரிகையாளர் வாழ்க்கை, நாடகாசிரியர். கௌரவப் பேராசிரியர், பத்திரிகையின் கௌரவ ஆசிரியர் என அள்ள அள்ளக் குறையாத அனுபவங்கள், புதுவை வரலாற்றுப் பின்புலத்திலான ஒரு தேடல், இசை சார்ந்து ஒரு ஆர்வம், பாரதம் உபநிடதம் சார்ந்து ஒரு புரிதல், பயணம் சார்ந்து ஒரு பார்வை என்றெல்லாம் அவர் வேறு வேறு திசைகளில் சென்று புதிய எழுச்சிகளுடனும் சலனங்களுடனும் எழுதிக் கொண்டிருக்கிறார்.

260 சிறுகதைகள் எழுதியுள்ள பிரபஞ்சனுக்கு, நறுக்குத் தெரித்தாற்போன்ற வாக்கியங்களும் கச்சிதமான வடிவமும் சேர்ந்து, வாழ்க்கை சார்ந்து ஒரு பார்வையை / அணுகு முறையை முன்வைத்திடும், சாத்தியப்பாடு கைவந்திருக்கிறது. பிரும்மம், மரி என்ற ஆட்டுக்குட்டி, மனசு, சுமதிகு ஒரு கடிதம், மனுஷி மற்றும் 4வது வழி ஆகிய கதைகளை இங்கே சிறப்பத்துப் பேசலாம். இந்தக் கதைகள் ஒரு நூற்றாண்டுகால தமிழ்ச் சிறுகதை மரபிலும் சரி, உலகச் சிறுகதைப் பரப்பிலும் சரி

சொல்லும் முறையாலும் முன் வைக்கும் பார்வையாலும் தலைசிறந்தவை. பிரபஞ்சனின் ஆரம்ப கட்ட கதைகளில் ஆண்கள் என்றால் வைத்தி, கிருஷ்ணமூர்த்தி, சங்கர்; பெண்கள் என்றால் சுமதி என்னும் பெயர்களே அதிகமாகக் காணப்படும்.

முதலில் 'பிரும்மம்' சிறுகதை. கணையாழியில் வெளிவந்து இலக்கியச்சிந்தனை, தமிழ்நாடு அரசு பரிசுகளுடன் தி.ஜானகிராமனின் பாராட்டையும் பெற்றிருப்பது.

புயலில் ஒரு முருங்கை சாய்ந்து விடவே அது இல்லாது போகிறதே என்னும் வருத்தம் உடனே போய்விடுகிறது. அம்மரத்தின் ஒரு துண்டு மண்ணில் புதைந்திருக்க, அதிலிருந்து கிளைத்து இலை ஒன்று முகிழ்க்கவே உயிர் பெற்று விடுகிறது முருங்கை, பிறப்பிப்பது பிரும்மமாகிறது.

"மரணம் என்ற உண்மையை இல்லாமையாக நான் உணரவில்லை, மாறாக மரணத்தை ஒரு மாற்றமாக உணர்ந்தேன். பிறந்தது எதற்கும் மரணம் அல்ல, மாற்றமே நிரந்தரம் என்பதாக நான் உணர்ந்தேன். அதையே பிரும்மம் என்பதாக நான் குறிப்பிட்டேன்" என்கிறார் பிரபஞ்சன் இக்கதை பற்றி.

'மரி என்கிற ஆட்டுக்குட்டி' என்னும் கதை பொறுப்பின்றி துடுக்காகப் பேசித்திரியும் பத்தாம் வகுப்புப் படிக்கும் பெண்ணைப் பற்றியது. வகுப்புக்கும் சரியாக வருவதில்லை. இதனால் பள்ளியிலிருந்து அவளை வெளியேற்றிவிட்டால் என்ன என்னும் யோசனை பள்ளி வளாகத்தில். ஒரு ஆசிரியருக்கு மட்டும் மனம் உறுத்திகிறது. அவள் வீடு சென்று பேசிப்பார்க்கிறார். அவளின் குடும்பச் சூழல் என்ன என்று அறியமுற்படுகிறார். அவளின் அப்பா எங்கோ போய்விட, அம்மா இன்னொருவருடன் வாழ்ந்து வருகிறார். அவர்களுடன் சேர்ந்திருப்பது பிடிக்காமல் தனித்து இருப்பதால் இப்படியான குணப்போக்குகள். பொது ஒழுங்குக்கு உட்படாவிட்டால் இச்சமூகம் பட்டம் கட்டுகின்ற 'ஒழுக்கக் கேடானவள்' அவள் மீதும் கவிந்து விட இருக்கிறது. 'எங்க அம்மாவைப் பழி தீர்க்கணும்தான் அப்படியெல்லாம் நடந்துக்கறேன்' என்று அப்பெண் கூறும்போது தான் பிரச்சனை புரிகிறது ஆசிரியருக்கு,

'மனசு' கதை ஒரு பிரதேச வழக்கு மொழியில் உள்ள கதை. சிறப்பான வடிவம் கொண்டது. பாதிக்கப்படும் பெண் ஆத்திரம் கொள்ளும் நிலையிலும், அவளது எதிர் நிலையில் இருப்பவளின் நிராதரவு, சோகம் ஆகியவற்றால் அனுதாபமே கொண்டுவிடுவதைச் சொல்லும் கதை.

'சுமதிக்கு ஒரு கடிதம்' கதையில் மனைவி, பேறுகாலத்திற்காக பிறந்தகம் சென்றிருக்கிறாள். இன்னொரு வசதியான வீடு பார்ப்பதும் பொருட்களை அங்கே ஏற்றிச் செல்வதுமாக இருக்கம் கணவன் அப்போதைய மனநிலைகளை தன் மனைவிக்கு எழுதுவதாக கதையின் வடிவம். அப்போது தன் வாடகை வண்டியில் பொருட்களை ஏற்றிச் செல்பவருடன் அவரது பத்து பன்னிரண்டு வயதுப் பெண், புத்தகம் வாங்கித் தராததால் பள்ளிக்குப் போகாதிருப்பதை அறிந்து, படிக்க ஏற்பாடு செய்கிறான் இக்கணவன், பொருட்களை இறக்கி விட்டு அவர்களை முழு மனதுடன் சாப்பிடவைத்து கேட்ட 110 ரூபாயைக் கொடுத்து அனுப்புவான். வீடு சென்ற வண்டிக்காரன் இவ்வளவு நல்ல மனிதனிடம் ஏன் அதிக வாடகை வாங்கினோம் என்று வருத்தப்பட்டு, 60 ரூபாயைத் திருப்பிக் கொடுத்து விடுவான்.

இதையெல்லாம் கடிதத்தில் எழுதி விட்டு, இப்படி முடிக்கின்றான்;

"மாலை வேளைகளில் நீ வைத்து வளர்த்த இந்தச் செடிகள் ஏனோ வாடிப்போகின்றனவே ஏன்? இந்தப் புது வீட்டில் நீ இல்லாமையால் ஒலி எழாத கிணற்று ராட்டையும் காய்ந்து போன துவைக்கல்லும் என்னை இம்சிக்கின்றன."

'மனுஷி' கதையில் பசுவிடம் பிரியம் கொண்டுள்ள அம்மா, அது காளைக் கன்றுகள் மட்டுமே போட்டதால், இப்போது மருமகளின் பொறுப்பில் விட்டுவிடுகிறாள். பசு அவளிடத்தேயான பாசத்தை நினைவூட்டுவதாக இருப்பினும் கறாக ஒதுக்கிவிடுகிறாள். தன்னுடைய பெண் குழந்தையும் அற்ப ஆயுளில் இறந்த போன கவலை எல்லாம் சேர்ந்து அவளது அன்பில் ஒரு மாசினை குறையைச் சேர்த்து விடுகின்றன.

'4 வது வழி' மிகவும் வித்தியாசமான கதை, துரோகம் செய்து விட்ட மனைவியுடன் வாழ முடியாத ஒருவன். விவாகரத்து பெற முடியவில்லை. பொய்யாக அவளுடன் சேர்ந்து வாழ இயலவில்லை. எனவே மூன்றாவது வழியாக தற்கொலையைத் தெரிவு செய்து, வெளியூரில் ஒரு விடுதியில் தங்குகின்றான். அங்கு வேலை செய்யும் பையன் ராஜி தன் உற்சாகத்தினால் அவனிடத்தே ஒரு மாறுதலுக்கான வித்தை விதைத்து விடுகிறான். அவனுடைய வாழ்க்கை இவனை விடவும் மோசமானது. ஆனால் துடிப்புடன் இருக்கிறான். வீட்டில் அப்பா இல்லை. அம்மா இன்னொருவருடன். இவனோ டீக்கடை வைத்து சம்பாதித்து ஹோட்டல், அதற்கு மேலே விடுதி கட்டி வாழ முடியும் என்ற நம்பிக்கை கொண்டிருக்கிறான்.

இரவில் தொழிலுக்கு வரும் பெண், வழக்கமான நபராக இவன் இல்லாது விரக்தி கொண்டிருப்பதை அறிந்து பேச்சுக் கொடுத்து உற்சாக மூட்ட நினைக்கிறாள். தன் வாழ்க்கை பற்றிப் பேசுகிறாள். சரியில்லாத கணவனால் இத்தொழிலுக்கு வர நேர்ந்த நிர்ப்பந்தம். வந்து விட்ட பின் இத்தொழிலுக்கு உண்மையாயிருக்க வேண்டும் என்னும் எண்ணம், தன் சிநேகிதி சீதாவுக்காக தான் வாழ்ந்து விட வேண்டும் என்னும் பிடிப்பு என்பதையெல்லாம் தெரிவிக்கிறாள்.

இன்னொன்றையும் குறிப்பிடுகிறாள்;

"கொஞ்ச நாள் வாழ்க்கையில் நிம்மதியா, சந்தோஷமா வாழ்ந்துட்டு போறது தானே சார் வாழ்க்கை! இதுல எதுக்கு சண்டையும் சச்சரவும்? சரி, என்னோட இருக்க உனக்குப் பிடிக்கலையா, நீ போகலாம்னு அவங்களை கௌரவமா அனுப்பிவச்சுட்டு, இருக்கிறது தான் ஒரு ஆணுக்கு அழகே தவிர, தற்கொலை பண்ணிக்கிறது இல்லை. வாழ்க்கையும் உலகமும் ஒரு பெண்ணோட முடிஞ்சுபோற விஷயமா.....?"

இப்போது அவன் 4வது வழியைத் தெரிவு செய்ய இருக்கிறான். ராஜியைப் போல நீரஜாவைப்போல, உற்சாகமாக வாழத் தொடங்குவது என்பதுதான் 4வது வழி...

II

நாவல்கள் - குறுநாவல்கள்

பிரபஞ்சனின் நாவல்களில் 'மானுடம் வெல்லும்' மற்றும் 'வானம் வசப்படும்' இரண்டும் பதினெட்டாம் நூற்றாண்டு கால வரலாற்று நாவல்கள். ஆனந்தரங்கம் பிள்ளையின் நாட்குறிப்புகளை அடிப்படையாக வைத்து பிரெஞ்சு கிழக்கிந்திய கம்பெனி, கர்நாடக யுத்தங்கள், மராட்டிய வரலாறு ஆகியவற்றின் விபரங்களின் வழி, வரலாற்று நாவல்கள் எழுதுவது பெரும் உழைப்புக் கோருவதாகும். சரி, இது ஏன் அவசியமாகிறது? பிரபஞ்சன் இப்படிக் குறிப்பிடுகிறார்;

"மனித சுபாவம் தான் எல்லாக்காலத்துக்கும் எல்லாத் தேசத்துக்கும் இலக்கியத்தின் கருப்பொருளாக இருந்து வருவதைப் பார்க்கிறோம். உருவம், உத்திகள் எல்லாம் மாறலாம். இது மட்டும் மாறுவதே இல்லை. மனித சுபாவத்தில் இத்தனை சுழிப்புகள் இருப்பதால் தானோ இத்தனை காதல், இத்தனை காரியங்கள் இங்கு சாத்தியமாகியிருக்கின்றன என்று தோன்றுகிறது. ஆறாயிரம் மைல்களைக் கடந்து இங்கு வந்து சேர்ந்த ஐரோப்பியனுக்கும் இந்த மண்ணிலே பிறந்த தமிழனுக்கும் (அ) இன்னொரு இனத்தானுக்கும் மனித சுபாவம் எப்படியெல்லாம் செயல்பட்டிருக்கிறது என்று உடைத்துப் பார்ப்பது எனக்குச் சுவராஸ்யம் தருகிறது. அதிலும் இரண்டு நூற்றாண்டுக்கு முந்தைய மனிதர்கள் எப்படிச் சிந்தித்தார்கள், செயல்பட்டார்கள், அவர்களின் மனித சுபாவம் எப்படிச் சுழித்துக் கொண்டது என்று பார்ப்பது கூடுதல் சுவாரஸ்யமாக இருக்கும். எனக்கு இருந்தது."

பிரபஞ்சனின் குறுநாவல்களில் 'பிறந்த இடம் நோக்கி' குறுநாவல் வடிவநேர்த்திக்கும் பொருளாதார சமூக இறுக்கங்கள் எப்படி காதல் என்பது முற்றிலும் நடைமுறை நோக்கில் உன்னதம் இழந்துவிட்டது என்பதான சித்தரிப்புக்கும் சிறந்த உதாரணம்.

கல்லூரியில் படிக்கும் இளைஞனிடம் நெருங்கிப் பழகும் பெண், வங்கியில் வேலை பார்ப்பவரைக் காதலிக்கத் தொடங்கி விடுகிறாள்,

இதற்கு அவளது பெற்றோர்களும் மறைமுக ஆதரவு காட்டுகிறார்கள். ஆனால் வங்கி அலுவலருக்கோ அப்பெண் மீது காதலில்லை. காரணம், தான் சார்ந்த சமூகத்தின் கீழடுக்கு அப்பெண்ணுக்கு ஒத்து வராது, தன் குடும்பத்தினருக்கு அவள் மதிப்பளிக்கமாட்டாள், எனவே அவளை மண்முடிப்பது தனக்குப் பிரச்சனைகளையே சேர்க்கும் என்று. வங்கி அலுவலரான முத்தையா தன் நிலையை இப்படி முன் வைப்பார்.

“... அந்தப்பொண்ணு என் அப்பா, அம்மாவுக்கு ஏத்த மருமகளா, என் தம்பியை ஏத்துக்கற அண்ணியா இருக்கணும், மருமகளைப் பார்த்து என் அம்மாவுக்கும் அப்பாவுக்கும் என் தூரத்து உறவு ஜனங்களுக்கும் தாழ்வு மனப்பான்மை ஏற்படாமே இருக்கணும். என் உறவு மனுஷங்களை ஏத்துக்கிறவங்களா இருக்கணும் என் மனைவி. எனக்கும் அதுதான் முக்கியம் நான் இன்னைக்கும் என் ஊருக்குப் போகும்போது சில தெருக்கள்ள செருப்பை கையிலே தூக்கிட்டுதான் நடக்க வேண்டியிருக்கு, இல்லேன்னா திமிராடா கீழ்சாதிப்பயலேன்னு மரத்துல கட்டிப்போட்டு அடிப்பாங்க. என் அப்பா செருப்பு போட்டது இல்லே. நான் எங்க ஜனங்களோட இருந்து செய்யறதுக்கு இன்னும் எவ்வளவோ இருக்கில்லியா வைத்தி சார்”

இந்தக் கதையில் உள்ள இந்த எச்சரிக்கையும் கவனமும் இன்றைக்கும் பொருந்துகின்ற நிலையில் தான் நம் சமூகம் இருக்கிறது..... என

மகாபாரதம்

மகாபாரத்தின் பால் கடந்த சில ஆண்டுகளாகலே மக்களின் கவனம் ஈர்க்கப்பட்டு வருகிறது. மகாபாரதம் பிரும்மாண்டமான நூல்கண்டு. அதனை அவிழ்த்துப் பார்ப்பதாக தற்கால எழுத்துக்கள் இருந்தால் அது பொருத்தமாக இருக்கும். பிரபஞ்சன் மகாபாரத்ததின் பாத்திரங்கள் வாயிலாக அவர்களைச் சித்தரிக்கும் பாங்கில் கூடவே மகாபாரதக் கதையினை சித்தரித்தும் விடுகிறார். அங்கங்கே தனக்கு எழும் தார்மிகக் கேள்விகளை எழுப்புகிறார். வரலாற்று நாவல்கள் எழுதியதற்கும் மேலாக பெரும் உழைப்பில் விளைந்திருப்பது இந்நூல். முன்னுரையில் பிரபஞ்சன் தரும் குறிப்பு:

"...கிருஷ்ண துவைபாயனர் என்ற இயற்பெயர் கொண்ட வியாசர், நூறுவகை மாதிரி மனிதர்கள், அசுரர்கள், கந்தர்வர்கள், தேவர்கள், அப்சரஸ்கள், ரிஷிகள், முனிவர்கள், யட்சர்கள், பறவைகள், மிருகங்கள், பாம்புகள், கரடிகள், யானைகள், முதலாகக் கீரிகள் வரை பலஜீவர்களைப் பேச வைத்திருக்கிறார். காக்கையும் குருவியும் அவர் ஜாதி, கடலும் மலையும் அவர் உறவுகள். சத்திரிய இலக்கணம், பிராமணலட்சணம், தேவவிரதங்கள், மனிதர்க்கான விதிகள் என்று வானத்துக்கு மேலேயும், கீழேயும் உள்ள அனைத்துச் சேதன அசேதனங்களையும் பாடியதன் மூலம், உலகம் அதுவரை காணாத, இன்று வரையும் காணாத பேரிதி காசத்தைச் செய்தவர் ஆகிறார்."

பிரபஞ்சன் நூலுக்கு விமர்சனம் எழுதும் அரவிந்தன், பிரபஞ்சனின் பார்வையை சரியாகவே அடையாளங்காட்டுகிறார்.

"முற்றிலும் பகுத்தறிவு சார்ந்த தர்கத்தையும் அவர் கைக்கொள்ளவில்லை, பகுத்தறிவுக்கு அப்பாற்பட்ட பரிமாணங்களின் மீது முற்றிலுமாகச் சாய்வு கொள்ளாமல், அதே சமயம் அவற்றைப் புறந்தள்ளவும் செய்யாமல் புனைவின் இலக்கணத்துக்குட்பட்டு அணுகுகிறார். சற்றே நெகிழ்ச்சியான நவீனத்துப் பார்வையில் மகாபாரத்தை அணுகுகிறார்..."

ஓர் இடம், அர்ச்சுனனுக்கு தனக்கு நிகரான வில்லாளி இருந்து விடக்கூடாது என்ற அகந்தையால் குரு துரோணரைத் தூண்டிவிட, அவர் ஏகலைவனின் வலக்கைப் பெருவிரலை தட்சணை வாங்கி, அவனை இயங்காது செய்து விடுகிறார். "இனி அந்தக் காட்டு வாசியால் வில்தொழில் செய்ய முடியாது. அவனவன், அவனவனுடைய வருண தர்மத்தை மீறிச் செயல்பட அனுமதிக்க முடியாது. சமுதாயத்தில் குழப்பம் அல்லவா நேரும், இப்போது உனக்கு நிகர் உலகில் யாரும் இல்லை. மகிழ்ச்சி தானே?" என்கிறார்.

உடனடியாக அர்ச்சுனன் எதிர்வினை: "இப்படிக் கொடுமை எப்படிச் செய்ய முடிகிறது இந்த பிராமணரால்? பிராமணனாக பிராமணனுக்குப் பிறந்து, பிராமணதர்மம் விட்டு சத்திரியத் தொழில் செய்து பிழைக்கும் இவர் எப்படி வர்ணக்குழப்பம் பற்றிப் பேசுகிறார்

என்று அர்ச்சுனன் நினைத்திருப்பான். அவன் குற்ற உணர்ச்சியில் சிறுத்துப் போயிருந்தான். வாழும் மனிதர்களில் ஒப்பற்ற வில்லாளி என்ற அவன் அகந்தை கழன்று, அறுந்த காலணி போலத் தெருவில் கிடந்தது''.

கட்டுரைகள்

தன் நண்பர்கள், பயணங்கள், நிகழ்ச்சிகள் சார்ந்து, பிரபஞ்சன் எழுதியுள்ள நான்கு கட்டுரைத் தொகுதிகள் சுவையான வாசிப்புக்கு உரியவை. நெருங்கிய தோழனின் உரையாடர் போல, சமயங்களில் வயிறு வலிக்கச் சிரிக்க வைப்பலை. சமயங்களில் நெகிழ வைப்பவை. பரிச்சயமற்ற முகங்களை அடையாளங்காட்டுபவை. ஒளிந்திருக்கும் / மறைந்திருக்கும் அகத்தன் மீது ஒளிபாய்ச்சி ஆச்சரியப்பட வைப்பவை.

'மயிலிறகு குட்டி போட்டது தொகுதியில் சோமு சுந்தரி என்னும் அபூர்வ ஆளுமைகள், மனோகர் தேவதாஸ் என்னும் வித்தியாசமான கலைஞர் பற்றியெல்லாம் பேசுவார். பயணம் பற்றி ஓரிடத்தில் குறிப்பிடுகிறார்.

''ஊர்சுற்றும் நாடு சுற்றும் பயணி எதை அடைகிறான் எதை இழக்கிறான் என்பது மிக முக்கியம். வீட்டை விட்டு வெளியே, பயணி தன்முதல் அடியை வைக்கும்போது, அவன் / அவள் உலகை, மனித குலம் தோன்றிய இந்த மண் உலகை ஆரத்தழுவிக் கொள்கிறார். உலகமும் அவரைத் தன்னுடன் இறுக்கிக் கொள்கிறது. வெப்பம் மேகமாவது போன்றது இது. தனிமனிதர், மானுடத்துடன் தன்னைப் பிணைத்துக் கொள்கிறார். இப்போது அவர் மனதின் இனப்பெருமை, மொழிப்பெருமை, தேசப்பெருமை, சாதிப்பெருமைகள் கழன்று விடுகின்றன. உலகம் என்னும் பேரண்டத்துக்கு முன்னால், அவர் மனிதராக மட்டுமே நிற்கிறார். நதிகள் அலருக்குக் கற்றுக் கொடுக்கின்றன். மலைகள் அவருக்குப் போதிக்கின்றன. சமவெளிகள் தோழமையில் அவருடன் உரையாடுகின்றன. ஒரு பெரும் பயணத்தை முடித்துவிட்டுத் திரும்புகிறவரிடம் யுத்தம் ஒழியட்டும் என்றே கருத்தே நிலைத்திருக்கும்.''

இத்தொகுப்பிலுள்ள முத்தம் கொடுத்துப் பசியாற முடியாது கட்டுரை இளைஞர்களுக்கான கையேடாக இருக்கக் கூடியதாகும்.

'தி இந்து'வில் தற்போது முடிந்துள்ள 'கதாநதி' தொடரில் தன்னை ஈர்த்த எழுத்தாளர்களை பெரும் மகிழ்வுடனும் மதிப்புடனும் பாராட்டி எழுதியுள்ளார். சக எழுத்தாளர்களை இப்படி கவனப்படுத்தி யிருப்பதில் பிரபஞ்சனைத் தவிர்த்து இன்னொருவரை சுட்டிக்காட்ட முடியவில்லை.

"என் எழுத்து வாழ்க்கையின முக்கியப்பணியாக இந்தக் கட்டுரைகளை நினைக்கிறேன். நல்ல எழுத்தாளர்களை, நன்றாக எழுதுகிறீர்கள் என்று சொல்லத் தயங்கும் சூழலில், இதுவொரு தேவையான இலக்கியக் கடமை" என்கிறார் இந்தக்கட்டுரைத் தொடர் குறித்து.

பிரபஞ்சன் எழுத்தாளன் என்ற முறையில் தனது நோக்கு நிலை, செயல்பாடு, செல்லும் திசைவழி ஆகியவற்றிச் சுட்டிக்காட்டி ஓர் ஆவணம் எனத்தக்க வகையில் ஒரு முன்னுரை எழுதியிருக்கிறார். 'அன்னம்' 1986 இல் வெளியிட்ட பிரபஞ்சனின் இரண்டாவது சிறுகதைத் தொகுதி 'பிரபஞ்சன் கதைகள்' முன்னுரைதான் அது.

"மேம்போக்காக நோக்குகையில் வாழ்க்கை சிக்கல் மிகுந்து, அவிழ்க்க முடியாததாக குழம்பியும் மாறியும் கிடக்கிறது. மனிதத்துவத்தின் ஆதாரம் அசைக்கப்பட்டு வருவதாகவும் தோன்றுகிறது. ஞானிகள் ஆண்டு பலவாகச் சொல்லி வந்த சுதர்மங்கள் சீரழிந்து கொண்டு வருவதாகத் தென்படுகிறது. மனிதன் செல்லும் திக்கறியாது, தேர்ந்து கொள்ளும் இலக்கு புரியாது குழம்பிக் கிடக்கிறான். இந்தச் சூழலில் தான் எழுத்தாளனின் பணி தீவிரமும் உக்ரமும் அடைகிறது."

எழுத்தாளன் இயங்கவேண்டிய சூழலை இப்படி விவரித்துபிட்டு, தன் எழுத்து நடை பெரியாரிடமிருந்து ஈர்ப்புப் பெற்றது என்பார். பெரியார் ஈவேராவின் எழுத்து நடையே என்னைக் கவர்ந்த நடை முதல் வாக்கியத்தில் சொல்ல வந்த விஷயத்தை ஆரம்பித்து விடுவார்

பெரியார். அவரது எளிமையும் விஷயச் செறிவும் மிகவும் உயர்ந்தவை. பெரியாரின் உரைநடையே என்னை அதிகம் பாதித்த உரைநடை.

சிறுகதையை கவிதையாகப் பார்க்கும் அவர் தன் சிறுகதை வடிவம் குறித்துப் பேசும்போது;

“நான் சிறுகதை வடிவத்தை மிகவும் நேசிக்கிறேன். நிகழ்ச்சிகள் குறைவாகவும் மனச்சலனங்களை அதிகம் சித்தரித்தும் ஏதேனும் ஒரு கருத்தை கட்டாயம் வலியுறித்தியும், ஆரவாரமற்ற ஆனால் அமெரிக்கையான சற்றே நகை கலந்த, மென்மையான ஒரு பாங்கை என்னுடைய பாணியாக நான் செய்து வருகிறேன். படிக்கச் சுவாரஸ்யமும் படித்த பின் மனம் அசைபோடத்தக்க விஷய கனமும் என் கதைகளின் பலங்கள்.”

மாப்பஸான், செகாவ், ஹெமிங்வே ஆகியோரை இலக்கிய ஆசான்களாக்க் கொண்டுள்ள பிரபஞ்சனின் இலட்சியம் / விருப்பம்:

“ஒரு நல்ல கலைஞனாக வாழ்வதே என் இலட்சியம். அதைக் காட்டிலும் ஒரு நல்ல மனிதனாக வாழ்வதே என் முதல் விருப்பம்.”

மிகக் கோபக்காரராக ‘சண்டியர்’ அளவுக்கு அறியப்பட்டிருந்த பிரபஞ்சனை மாற்றியமைத்தது இலக்கியமே. “என் வாசிப்பு தான் இன்றைய நான் சக மனிதரைப் புரிந்து கொள்ளல், ‘மற்றமை’யை ஏற்றுக் கொள்ளுதல், எல்லோருக்கும் அவரவர்க் கென்று இருக்கிற நியாயங்களை உணர்ந்து கொள்ளுதல் போன்ற சமூக இசைவுக்கான மனநிலையைப் புத்தகங்களே குறிப்பாக கதைகளே எனக்குத்தந்தன. குறிப்பாக சங்குத்தேவன் தர்மம், செகாவின் நாடகக்காரி முதலான கதைகள்.”

ஆதாரங்கள்

1. பிரபஞ்சன் கதைகள், அன்னம், சிவகங்கை, 1986.
2. நேற்று மனிதர்கள், பிரபஞ்சன், பூஞ்சோலைப்பதிப்பகம் 1986, 88, 90.
3. விட்டு விடுதலையாகி, பிரபஞ்சன், மீரா, புதுக்கோட்டை, 1988.

4. எனக்குள் இருப்பவள், பிரபஞ்சன், சூரியன் வெளியீடு, 1989 (இரு குறு நாவல்கள்).
5. வானம் வசப்படும், பிரபஞ்சன், கவிதா பப்ளிகேஷன், 1993, 95.
6. மகாபாரதம், பிரபஞ்சன், நற்றிணை பதிப்பகம், 2014.
7. நவீன பார்வையில் மகாபாரதம், அரவிந்தன், தி இந்து.
8. மயிலிறகு குட்டி போட்டது, பிரபஞ்சன், நற்றிணைப் பதிப்பகம், 2011.
9. பிரபஞ்சன் எனும் படைப்பாளி நேர்காணல், ந.முருகேச பாண்டியன் சுதீர் செந்தில், உயிர் எழுத்து, மே 2010.
10. கதாநதி, தி இந்து 21.06.16.

4. விளிம்பு நிலை வாழ்வின் சுடுமணல் தகிப்பு.

தேவிபாரதி
எஸ்.செந்தில்குமார்
ஜே.பி. சாணக்யா,
அழகிய பெரியவன்

எண்பதுகளிலிருந்தும் அதன் பின்னரும் எழுதத் தொடங்கி, தொடர்ந்து எழுத்தில் கால்பதித்து, அக்கறைகளை விரிவாக்கி, எழுத்து என்பது தீவிர இயக்கம் / வாழ்க்கை என்ற புள்ளியில் இயங்கி வருபவர்களாக தேவிபாரதி, எஸ். செந்தில்குமார், ஜே.பி.சாணக்யா, அழகிய பெரியவன் ஆகியோரைச் சொல்லலாம். இவர்களின் மூத்தவர் தேவிபாரதி. பிற கதைக்கருக்கள் / தளங்கள் இருப்பினும். இந்நால் வரையும், விளிம்பு நிலை வாழ்வுப் பதிவாளர்களாகக் கொள்ள முடியும்– தலித் எழுத்தையும் விளிம்பு நிலை வாழ்வின் பதிவில் உள்ளடக்கியதாக.

தேவிபாரதி

'ஒளிக்கும் பிறகும் இருளுக்கும் அப்பால்', 'சிகரெட் துண்டுகளும் உள்ளாடைகளும்', தாஸ் என்பவனும், தாஸ் என்பவனும் என்னும் கதைகள் ஆண்–பெண் உறவு சார்ந்தவை. குடும்பம் என்னும் நிறுவனத்தில், அன்பும் நேசமும் இல்லாது. காமம் சார்ந்து மட்டுமே வாழும்போது உண்டாகும், நிரடல்களும் விரிசல்களும் குரூரங்களும் இக்கதைகளின் கவனத்துக்குள்ளாகின்றன.

காதலனின் ஒத்துழைப்புடன் கணவனைக் கொன்றுவிடும் மனைவி, நின்று விட்ட கடிகாரத்தைப் பார்த்துத் திடுக்கிட்டு, காலமும் சம்பவங்களும் பின்னோக்கி நகவர்தான சாயலுக்கு ஆட்பட்டு,

தவிப்பதுதான் 'ஒளிக்கும் பிறகும் இருளுக்கும் அப்பால்' சிறுகதை, மனைவி மீது சந்தேகம் கொண்டு மனச்சிதைவுக்குள்ளான கணவனின் நிலையிலிருந்த சில தருணங்களைக் கொண்டிருப்பது சிகரெட் துண்டுகளும் உள்ளாடைகளும். இன்னொருவனை நேசித்து வந்த பெண்ணை, ஒருவன் மணமுடித்துக் கொண்ட பின்பும், அக்காதலனே அவள் நெஞ்சில் தொடர்ந்து இருக்கின்றான் என்று தெரிய வர, பைத்தியமாகும் நிலைக்குப் போய்விடும் கணவனை கவனக்குவிப்புக்கு உள்ளாக்குகிறது 'தாஸ் என்பவனும் தாஸ் என்பவனும்'

இங்கே சிதைந்து போவது ஆணோ பெண்ணோ என்று தெரிந்தாலும், உண்மையில் சிதைவுகாண்பது குடும்ப நிறுவனமே; அதன் நெருக்கடிகளும் உருக்குலைவுகளுமே.

கருவி, ஜீவிதம், மீதி போன்ற கதைகளில் குறிப்பிட்டுச் சொல்ல ஏதுமில்லை.

'மறு எழுத்தாக்கம்' என்ற வகைமையில் தேவிபாரதியால் நிறையவே சாதிக்க முடிந்திருக்கிறது. வழக்கமாக மறு எழுத்தாக்கம் / மறு பரிசீலனையில் ஈடுபட்டிருப்பவர்கள் புராண / இதிகாசக் கதைகளையே எடுத்துள்ளனர். தேவிபாரதியோ புராணம், வரலாறு, நாட்டார்கதை, காவியம் என விரிவான தளங்களுக்குள் போய், புனைவின் சாத்தியப்பாடுகளை விரிவுபடுத்துகிறார். செறிவான மொழியில் கணங்களின் தீவிரம் குன்றாமல் கதையாடலைக் கொண்டு செல்கிறார். சமயங்களில் வரலாற்றுப் பாத்திரங்களை புனைகதைக்குள் கொண்டு வந்து நாடகத் திருப்பத்தையும் புதிய கனபரிமாணத்தையும் சேர்த்து விடுகிறார். அல்லது யதார்த்த நிகழ்வு சார்ந்து விவரிப்பதாயினும், அக உலகுக்குள் பிரவேசிக்கும் ஆற்றலால், காவியத்தன்மை சேர்த்து, ஆழமான புனைவுப் பிரதியாக்குகிறார். இந்த வகையில் தமிழுக்குக் கிடைப்பது தீவிரத் தொனியிலான குறுநாவல்.

இளமையிலேயே துறவு பூண்டுவிடும் மணிமேகலையைத்துரத்தி இம்சைக்குள்ளாக்கும் உதயகுமாரனின் காமத்தைச் சொல்லும்

மணிமேகலை காப்பியத்தை ஊழி என்னும் சிறுகதை யாக்குகிறார். காவியத்தின் மணிமேகலை என்ன எதிர்வினையாற்றினாள் என்பது தெரியாது. ஊழியின் மணிமேகலை, சுதமதியுடன் சேர்ந்து காபாலகராய் வேடம்புனைந்து, பேய்க்கூத்தாடித் தப்பிக்கின்றாள். இந்திர விழாக்காலச் சூழலினை நுட்பமாகச் சித்தரித்து, துறவுப் பெண்களின் அகஉலக நெருக்கடிகளை வெளிப்படுத்தி, மாதவி, சித்ராபதிக்கு விடிவுகாலம் பிறப்பதையும், இந்திரனுக்கு இறுதிக்காலம் வருவதையும் விவரிக்கிறார் தேவிபாரதி.

'அழிவு' கதையில் அகலிகையின் நவீன காலப் பதிவு எழுத்து வடிவம் கொள்கிறது. மனைவியால் எப்போதும் கொல்லப்பட்டு விடலாம் என்னும் பயத்தில் தவிக்கும் கணவனின் நிலையில் இந்த வகைக் கருத்திழைகள் பெண்ணின் பார்வையில் சொல்லப்பட்டால்தான் புனைவின் சாத்தியப்பாடுகள் பெருக வெளி கிடைக்கும். நாட்டார் கதையான நல்லதங்காள் கதையின் சிறுகதை வடிவமான 'உயிர்த்தெழுதலின் சாபத்'திலும் இதே பிரச்சனைதான். ஆணின் பழிப்பிலிருந்து மட்டும் பெண்ணால் விடுபட்டிட முடியாது. என்று பேசுகிறது. உயிர் பிழைத்து நல்லதங்காள் வாழ்ந்திருந்தாலும் அபவாதத்திற்கு உள்ளாகி அவள் கூனிக் குறுகிப் போயிருப்பாள் என்கிறது. கதை சொல்லியின் பார்வை பொண்ணுடையதாக இருந்திருப்பின், இவ்விரு கதைகளும் இன்னும் தீவிரம் கொண்டிருக்கும்.

தேவிபாரதியின் அரிய புனைவு 'பிறகொரு இரவு'. டால்ஸ்டாயைக் குருவாகக் கொண்டிருந்த காந்தி, தனது வழிபாட்டுப் பிம்பத்தால் மூச்சுத்திணறி, டால்ஸ்டாய் போல ஊர்பேர் தெரியாது இறுதி மூச்சை விட்டுவிட நினைத்தும் முடியாது திரும்பவேண்டிய தருணங்களை நுட்பமான வேதனையாக/ கரைதலாக ஆக்குகிறது. டால்ஸ்டாயின் ஆளுமையும் எழுத்தும் எப்படிப் பட்டவை, என்ன முரண்களைக் கொண்டிருந்தன, அதுபோல காந்தியின் வாழ்க்கையிலிருந்த முரண்பாடுகள் அவரை எப்படியெல்லாம் வதைத்திருக்கும் என்ற பரிசீலனையாகிறது இக்குறு நாவல்கதை.

புனைவில் இது சாத்தியமா என்று வியக்கவைக்கிறது. புனைவாக்கப்படும் வரலாற்று நிகழ்வு இன்னும் அழுத்தமான இன்னும் செறிவான நிஜமாகிறது தேவிபாரதியிடம்.

இங்கே தாஸ்தாயெவ்ஸ்கியின் 'த டபிள்' மறு ஆக்கம் ஆகிறது என்று பார்க்கிறார் சொர்ணவேல் தன் வாசிப்பில், அறச்சிக்கல்களின் மீதான படைப்பியல் விவாதமாகப் பார்க்கிறார் சுகுமாரன்.

காந்தியின் காலத்திலேயே காந்தியத்திற்கு எதிரான போக்குகள் அரசியல் தளத்தில் தென்படுவதும், காந்தியின் புனிதபிம்பம் போல பிம்பங்களால் பரிகாசத்திற்கு உள்ளாக்கப்படுவதும் ஆன நிலையில் தன் பொறுப்பிலுள்ள சிறிய ரயில் நிலையத்தில் புகலிடம் தேட வந்த காந்தியிடம். ஸ்டேஷன் மாஸ்டர் பேசுவதுதான் வரலாறு பேசியிருக்க வேண்டிய வார்த்தைகள்:

"நீங்கள் உங்களுடைய சொந்த வாக்கியத்தைப் பேசுங்கள் பாபூ...! எங்களை உங்கள் சொந்த வழியில் எதிர்கொள்ளுங்கள். நாங்கள் உங்களைக் கொலை செய்வதற்காகக் காத்திருக்கிறோம். ஒருவரையொருவர் பழிதீர்ப்பதற்கான யுத்தத்தைத் தொடங்கி யிருக்கிறோம். வரலாற்றோடு எங்களுக்குக் கணக்குத் தீர்த்துக் கொள்ள வேண்டும். தில்லியின் தெருக்களில் இன்னும் உலராமலிருக்கிறது ஆயிரமாண்டுகளின் குருதி. எங்களுக்கு உங்கள் தத்துவங்களின் மேன்மையைக் கற்றுக் கொடுங்கள். அல்லது எங்களுடைய துப்பாக்கிகளிலிருந்து வெளிவரும் தோட்டாக்களைப் பரிசாக ஏற்றுக் கொள்ளுங்கள்!" (பக்.117, பிறகொரு இரவு)

இன்னொரு குறிப்பிடத்தக்க எழுத்து வீடென் ப..... சிறுகதை, 14 ஆண்டுகள் ஆயுள் தண்டனை முடிந்து, மீண்டும் மனைவி மகேஸ்வரியுடன் வாழ்க்கையைத் தொடர முற்படுகிறான் சின்னு. சிதிலமடைந்த வீட்டைச் சரி செய்யத் தொடங்குகையில், சக கைதிகளின் நிர்ப்பந்தத்தால் தன்பால்காமத்திற்கு உள்ளானது நினைவில் எழுகிறது. மனைவி மீதான நடத்தையில் சந்தேகம் எழுவதும் நீங்குவதும் என்பது நீர் பிரிந்தோடுவதும் ஒன்றிணைவதுமான நிகழ்வாக இருக்கிறது. அவளும் குற்றவுணர்வின்றியே அவனை

எதிர்கொள்கிறாள். தண்டனை வாழ்க்கைக்கு முன்னர், தாங்கள் கூடுகையில் உணர்ந்த தாழம்பூவாசனை அவர்களை இன்னும் நிறைவிப்பதாயிருக்கிறது. என்ன குற்றம் என்பது கூட சொல்லப்படாமல், சமூக உருவாக்கத்திற்கு முற்பட்ட ஆண்–பெண் உறவுநிலை போலத் தூயதாக உள்ளது அவர்களது உறவுநிலை.

இதனைச் சுட்டுவது போலவே, ஆசாரம், சுளுக்கைகள், சங்கம், தோக்குருவிகள் என்னும் சொற்கள் இடம் பெறுவதும். பேச்சு வழக்குச் சொற்களான இவை எந்த வடிவத்திலும் அகராதிகளில் கூட காணப்படவில்லை. 'ஆசாரம்', 'சங்கம்' என்பனவும் புழக்கத்திலுள்ள சொற்களுக்கு வேறான பொருளைத் தரும் வகையிலேயே இங்கு இடம் பெறுகின்றன.

நாடகம் சிறுகதை, நாவல், கவிதை, கட்டுரை என்று இயங்கி வரும் தேவபாரதி 'வீடென்ப...' முன்னுரையில் "நண்பர்கள் சிலருக்கு ஏற்கனவே ஒரு கேலிச்சித்திரமாக தென்படத் தொடங்கிவிட்ட போதிலும் எழுத்தோடு எனக்குள்ள உறவு இன்னும் வலுவானதாகவே இருக்கிறது. இன்னும் கூட எழுத்தையே எனது முதன்மையான அக்கறை எனச் சொல்ல எனக்கு முடிகிறது". என்கிறார்.

அந்த அக்கறைதான் அவரைப் புதிது புதிதாக எழுதிப்பார்க்க வைக்கிறது. 'பரமனின் பட்டுப்பாவாடை உடுத்திய நான்காவது மகளி'ன் தந்தையின் இறுதித் தருணங்களை, சதத்ஹாசன் மாண்ட்டோவின் நிலைக்கு உருவாக்கிவிடுகிறது. டால்ஸ்டாயின் புனைவை காந்தியின் வாழ்க்கை வரலாற்றுக்குள் பிரவேசிக்க வைக்கிறது. சமூக உருவாக்கத்திற்கு முந்தைய மனிதர்கள் என்பதாக சின்னுவையும் மகேஸ்வரியையும் காணவைக்கிறது.

"இலக்கியம் அனைத்துமாக இல்லாதுபோனால், யாரேனும் ஒருவரின் ஒருமணி நேர சிரமத்துக்குரியதல்ல. 'சார்புநிலை' என்பதன் மூலம் அதனையே அர்த்தப்படுத்துகிறேன்" என்றார் பால் சார்த்தர். 'சார்புநிலை' என்பது சித்தாந்தம் சார்ந்த நம்பிக்கையல்ல. ஓர் அமைப்பின் சார்பாளராகப் பேசுவதல்ல. எழுத்தாளனுக்கு அது பொருந்தாது. தீவிரகதியில் இலக்கியத்தை மட்டும் பிரதானமாகக்

கொள்வதுதான் அது. தேவிபாரதியே அதையே குறிப்பிடுகிறார். அப்படியே இயங்குகிறார்.

எஸ்.செந்தில்குமார்

கவிஞராக சிறுகதையாளராக நாவலாசிரியராக அறியப்பட்டுள்ள எஸ்.செந்தில்குமார் சமீபத்தில் சிறந்த நெடுங்கதையாளராக– குறுநாவலாசிரியராக விளங்கி வருகிறார். தொன்னூறுகளின் தொடக்கத்திலிருந்து எழுதி வருபவர். எஸ். செந்தில்குமாரின் பலம், ரிக்‌ஷாகாரர், தரகர், சுத்தகரிப்புத்தொழிலாளி, உதிரித்தொழிலாளி, சிறு வியாபாரி என விளிம்பு நிலை மனிதர்களைப் பேசுவது, இவர்களது உலகை விவரிக்கையில் வசீகரம் குன்றாமல் அவரால் எழுத முடிகிறது.

'விலகிச் செல்லும் பருவம்' தொகுப்பில் 'இரு நிறமுடைய காட்சிகள்' வடிவச் சிறப்புடன் நேர்த்தியாகச் சொல்லப்பட்டிருக்கும். ஜெயக்கொடியும் 'பகலில் மறையும் வீடும் ஒடுமாயம் சார்ந்து விவரிக்கப்படும் கதைகள். 'என் மரணத்திற்குப் பிறகு நீயும் இறந்து விடுவாய்' என்பது ஒரு தர்க்கத்தை வைத்து மாயத்தை நிகழ்த்த முற்படும். 'விலகிச் செல்லும் பருவம்', 'பூங்காவின் ஞாயிற்றுக்கிழமை', 'மூன்று காதல் சம்பவங்கள்', 'பொய்சொல்வதற்கே பிறந்தவர்கள்', 'மாலா சகோதரிகள்'– என்னும் கதைகளில் சிறப்பித்துப் பேசிட எதுவுமில்லை.

ஆனால் 'அலக்ஸாண்டர் என்ற கிளி' தொகுப்பு பெண்ணியப் பிரதியாகும் அளவுக்கு வலுவான கதைகளைக் கொண்டது. 'அசலூருக்குச் செல்பவர்கள்', 'ஞாபகங்களை உண்ணும் மீன்கள்', 'ஊஞ்சல் விதி', 'அவர்கள் ரயிலைப் பார்க்கவில்லை', 'இரவின் வழி யாகவும் பகலின் வழியாகவும்'. 'அலெக்ஸாண்டர் என்ற கிளி', 'நேற்று பார்த்த பெண்', 'போஜனகலா', 'அ, பூங்குழலி' ஆகிய கதைகளில் நேசமின்மையால் பெண் உள்ளுக்குள் புழுங்கிக் கொண்டிருக்கிறாள் (அ) கரடு முரடான வாழ்க்கைப் போக்குகளில் காயப்படுகிறாள் (அ) வல்லுறவுக்கு உள்ளாகிறாள் (அ) தற்கொலைக்கு ஆளாகிறாள்.

'ஞாபகங்களை உண்ணும் மீன்கள்' கதை ஒரு யதார்த்தம் சார்ந்த பயணம். பயணத்தின் போது ஒரு கனவு, அப்புறம் அமானுஷ்ய நிகழ்கள் நடந்து, வரலாற்று அடுக்குகளுக்குள் ஊடுருவி, குரூர நடப்புகளை வெளிப்படுத்துகின்ற இவ்வடிவம், புனைவின் சாத்தியங்களை விரிவு படுத்தும் போதே, பெண் சார்ந்த நிஜத்தை கூர்மையாக எடுத்துக் காட்டவும் செய்கிறது. கதையில் செண்பகனூர் ஆற்றினைக் குறிப்பிடும் இடம் முக்கியமானது.

"ஆறு துயரத்தின் ஞாபகங்களை மட்டும் நம்மிடமிருந்து விலகிடச் செல்லும் அதிசய ஆறு, இந்தக் கிராமத்தில் வாழ்ந்த பெண்கள் பலரும் இந்தச் செண்பகனூர் ஆற்றில் விழுந்துதான் தற்கொலை செய்து கொண்டிருக்கின்றனர். ஜமினுக்குப் பயந்து தங்களைக் காப்பாற்றிக் கொள்ளவும் காப்பாற்றிக் கொள்ளாமல் தங்களை இழந்துவிட்டு ஆற்றில் விழுந்து இறந்தவர்களுமாக ஏராளமானவர்களின் கண்ணீரைத்தான தனக்குள் வைத்து ஓடிக் கொண்டிருக்கிறது இந்த ஆறு, ஆற்றில் விழுந்து இறந்தவர்களின் கண்ணீர்தான் ஓடும் நீர்போல..... இந்த வனதேவதை செண்பக நாச்சியும் ஜமீனுக்குப் பயந்துகொண்டு இந்தக்காட்டுக்குள் ஓடி வழிதெரியாமல் நின்ற இடத்திலேயே கற்சிலையாகிவிட்டவள் என்பது சிலருக்கு மட்டுமே தெரியும்......"

'அலெக்ஸாண்டர் என்ற கிளி' கதாசிரியரின் பார்வையில் பூர்வமாகத் தொடங்குகிறது. முத்துமாலை, அழகேசன், முத்துமாலையின் அய்யா ஆகிய மூவரின் பார்வைகளில் அடுத்தடுத்து நகருகிறது. ஒவ்வொருவருக்குள்ளும் இருக்கும் ஆசை, வேட்கை, நிராசை, நிராசைத் தருணங்களில் படும் அவதி– பதற்றம் கையறுநிலை என்று பல்வேறான அம்சங்கள் கொட்டித்தீர்க்கப்படுகின்றன. அலெக்ஸாண்டர் என்ற கிளியைப் பரிசளித்து, ஒரு பெண்ணை மயக்கப்பார்க்கும் தந்திரத்திற்குப் பின்னுள்ள அழகேசனின் அந்தரங்கமும், வேறு வழியன்றி, பலியாக இருக்கும் பெண், சாட்சியங்களாக இருக்க நேரும் இரு ஆண்கள் ஆகியோரின் இயலாமையும் உணர்த்தப்படுகின்றன.

“ஒருவனை ஏமாற்ற ஒருவன் காத்திருக்கிறான், ஒருவன் தான் ஏமாறுவதற்காகத் காத்திருக்கிறான். நேசிக்கிற செயல் சந்தேகத்தின் பொருட்டே எதேச்சையாக நடக்கிறது” என்னும் வாசகங்களுடன் வந்துள்ள இந்தொகுப்பில் ‘நேற்று பார்த்த பெண்’ என்னும் அபூர்வமான கதை இருக்கிறது. கோயிலில் பார்க்கக் கிடைக்கும் பெண் சிறுமியாயிருந்த போதும் பருவம் அடைந்த பிறகும் வனப்பூட்டி வசீகரித்து, திருமணமானதும் பார்க்க முடியாதும் பொலிவிழந்தும் விடுவதை இன்னொரு பெண்ணிடம் வேதனை கொள்ளச் செய்யும், ஆணின் பார்வையில் சொல்லப்படாமல், இன்னொரு பெண்ணின் பார்வையில் சொல்லப்பட்டிருப்பது, கூடுதல் தீவிரத்தைக் கதைக்கு அளிக்கிறது. கோயிலின் தடாதகைப்பிராட்டியிடம் ஆழ்ந்து விடும் சிறுமியும் சிறுமியிடம் ஆழ்ந்து விடும் வாசகனுமாக இக்கதை உருவம் பெற்று விடும். மௌனியை நினைக்க வைக்கும் கதை எனலாம்.

அதிகாரத்தை எதிரக்க முடியாமல் தங்களை ஏமாற்றிக் கொள்கின்ற / பலியாக்கிக் கொள்கின்ற கடை நிலை ஊழியர்கள்; ஏமாற்றுதலும் வஞ்சித்தலும் தெரிந்தும் இணங்குவதும் வருந்துவதும் ஒரு கட்டத்தில் பெண் தன்னை மாய்த்துக் கொள்வதுமான விளிம்பு நிலை வாசிகள்; போலி நகையை அடகு வைத்து வாழும் ஆணும் அதற்குத்துணை போகும் பெண்ணும் முரடர்களுக்குப் பலியாகும் பெண் என் பவர்களே செந்தில்குமாரின் பாத்திரங்கள்.

பதின் பருவ காதல், நிறைவேறாத காதல் சார்ந்து ஆண் பெண் உறவு நிலைகளை எழுதும்போது, செந்தில் குமாரால் அவ்வளவாக சாதிக்க / பங்களிக்க முடிவதில்லை. பெரும்பாலும் தட்டையாகிப் போகின்றன. மாயத்தைக் கொண்டு வந்து புனைவு செய்யும்போதும் வசீகரம் கூடாது போய்விடுகின்றன. ஆனால் 150 ஆண்டுகளுக்கு முற்பட்ட பின்புலத்தில் அக்காலத்தின் துல்லியமான மொழியில் சீர்திருத்த வாதிகளின் எழுத்தாளர்களின் தேசபக்தர்களின் இல்லங்களில் பெண்ணின் வாழ்க்கையைப் பதிவு செய்யும் போஜனகலா அற்புதக் கதையாகி விடுகிறது.

விளிம்பு நிலை மனிதர்களின் அகங்களைத் துருவிப்பார்ப்பதாக எழுதும் செந்தில்குமாரின் கதைகள் வளமும் செறிவும் சேர்ந்த கதைகளாகி விடுகின்றன. அழுக்கான மனிதனுக்குள்ளிருக்கும் தூய காதலைப் பேசுகின்றன; நடை முறைவாழ்வின் நிர்ப்பந்தத்திற்கேற்ப சாமர்த்தியமும் சமயோசிதமும் கொண்டு விடும் பெண்ணைப் பேசுகின்றன; (அ) துணிச்சலும் நம்பிக்கையும் இல்லாமல் பலியாகும் பெண்ணைப் பேசுகின்றன.

‘‘ஒரு புதிர் இருந்தது என்று சுட்டிக்காட்டுவதற்காக அல்லாமல் புதிரைத் தீர்க்க நான் ஒருபோதும் விரும்பியதில்லை’’ என்பார். புயண்டஸ். செந்தில் குமாரின் உத்தேசமும், புதிர்த்தன்மையுள்ள ஆளுமைகளையும் நிகழ்வுகளையும் வரலாற்றின் பக்கங்களையும், எடுத்து முன்வைப்பதாகவே உள்ளது.

நெடுங்கதைகள் எழுதும்போது செறிவும் நுட்பமும் சேர்ந்து வாழ்க்கையின் இன்னொரு சாளரத்தைத் திறந்து காட்டுகிறார். தேவிபாரதியைப் போல இன்னும் சவால் மிக்க தருணங்களையும் இவ்வகைமையில் கையாள முடியும் என்று தோன்றுகிறது. ‘அணாரகலியின் காதலர்கள்’ தொகுப்பு செந்தில் குமாருக்குப் பெருமை சேர்ப்பதாகும். முன்னர் கதை சொல்லிக்கு இருந்த, சர்வமும் அறிந்திருந்த பாத்திரம், இப்போது இல்லை, ‘‘பாத்திரங்களுக்கு என்ன தெரியுமோ அது மட்டுமே அறிந்தவன் இக்கதை சொல்லி’’. (பார்த்) பல நிகழ்வுகள் தெளிவுபடாமல் குழப்பத்தில் இருப்பதான நிலை கொண்டுள்ளன. முன்னும் பின்னுமாக விவரிக்கப்படுகையில் சிக்கல் எழுகின்றது. நிச்சயத் தன்மை இல்லாது போகிறது. வாசகனுக்கு உண்டாகும் சிக்கலும் பிரச்சனையும் கதைசொல்லியிடமும் உள்ளன. ‘‘மொழியின் எளிய கண்களைத் திறந்து அதன் வழியாக ஆகச்சிறந்த மனித மனங்களின் இயங்கங்களை எழுதிவிட முடியுமாஎன்கிற சாத்தியத்தை எனக்கு உணர்த்தியவை இக்கதைகள் என்கிறார் செந்தில்குமார்.

ஜே.பி.சாணக்யா

தொன்னூறுகளின் இறுதியிலிருந்து எழுதிவரும் ஜே.பி. சாணக்யாவுக்கு நீள்கதைகள் கைவந்த கலையாக இருக்கிறது. இதுவரை 3 தொகுதிகள் கொண்டு வந்துள்ள இவருக்கு குறிப்பிட்ட நிலவியலைச் சரியாகப் பொருத்தி, புனைவை முன்வைக்கும் அக்கறை இருக்கிறது. உறவுகள் சார்ந்து மீறல்களும், வாழ்க்கை சார்ந்து ஆவேசங்களும் பதிவாகின்றன இவரிடம்.

மேல்மட்டத்தினரால் அழுத்திவைக்கப்பட்டு, பிளாக் டிக்கெட் விற்றுப்பிழைப்பதும் பாலியல் தொழிலுக்கும் போவதும், அங்கும் ஒரு கண்காணிப்புக்கும் நெருக்கடிக்கும் உள்ளாவதும் காட்டிக் கொடுத்தல்களும் துரோகங்களுமான இருண்ட வாழ்க்கைதான் பிளாக் டிக்கெட். தியேட்டரின் பாதுகாப்புக்கு வரும் போலிஸ்காரரே சிறுவர்களை வைத்து 'ப்ளாக் டிக்கெட்' விற்று சம்பாதிக்க நினைக்கிறார். தாதாவாக உருமாறுபவன் தன்னைச் சுற்றி வாழ்பவர்களை ஆட்டிவைப்பது உட்பட சமூகத்தின் ஒரு குறுக்குவெட்டுத் தோற்றம் இதில் பதிந்துவிடும்.

'என்வீட்டின் வரைபடம்' நிகழும் ஊரின் நிலவியல் காட்சியை சாணக்யா விவரிக்கும் போதே கதையில் வரப்போகும் அமானுஷயத் தன்மையும் மர்மமும் வன்முறையும் சுட்டிக்காட்டப்பட்டு விடும், "தார் சாலையில் இருமங்கும் பம்பை புளிமர நிழல், நிழல் கூடாரம் போல் நீண்டு குகையாய் செல்ல சாலை வழி நடந்தேன். வடகோடி மதகிற்கு, செங்கல் சூளைகள், நரிகடித்தான் சாமிகோயில் குயவர்கள் குடியிருப்புகள் தாண்டி நாகசுரம் கற்றுக் கொள்ளும் ஒருவரின் சப்தத்தைத் தாண்டிச் சென்றேன். மதகின் இறக்கத்தில் பேருந்து வளைவில்தான் ராயரைக் கொண்றார்கள். யாரென இதுவரைத் தெரியவில்லை. அதுவரை ராயரைக் கரித்துக் கொண்டிருந்த ஊர் அவர் இறப்புக்கு அழுதது". (பக்.35)

சாமியாடியின் இளவயது மனைவி கதைசொல்லியான மகனின் அப்பாவால் வல்லுறவுக்கு ஆளாகி கொல்லப்பட, தாங்கிக் கொள்ள முடியாத சாமியாடி தற்கொலை செய்து கொள்ள, பிரதான போக்கிரியும்

குற்றவாளியுமான கதைசொல்லியன் அப்பா ஊராரால் கழுவேற்றப் படுதலாக கதை செல்கிறது. ஊர்த்திரு விழாவின் போது இவையெல்லாம் அரங்கேற்றப்பட்டு விடுகின்றன. ஊமையாயிருக்கும் அம்மா, ஊமையாக்கப்பட்டது அப்பாவால் நாக்கறுபட்டு, என்பதைத் தற்செயலாகக் கண்டறியும் போதுதான் மகனுக்கு அப்பாவின் சுயரூபம் ஓரளவுக்குத் தெரிய வருகிறது.

மகள் வாழா வெட்டியாக இரவில் வீடு வந்து சேர்ந்துள்ள போது, அம்மாவின் தவிப்பை கதை சொல்லி இப்படிப் பதிவு செய்கிறான்.

“இரவும் அம்மாவும் தூங்காதிருந்தார்கள். சிம்னி விளக்கிற்கு உயிர் தீர்ந்தபோது இருளைக் கட்டிக் கொண்டாள். விளக்கிற்கு உயிருட்டும் எண்ணத்தைத் தொலைத்தபடி இருளில் மின்னும் மிருகங்களின் கண்களாய் நிலைக்க விட்டிருந்தாள்.” (பக்.42)

தட்டையான யதார்த்த நிகழ்வை தீவிரமிக்க தாக்கிட, சாணக்யாவின் புனைவு மொழியும் வளமான கதையாடலும் துணைபுரிகின்றன. காட்சியியல் பரிமாணமும் சேர்ந்து விடும்.

“அப்பாவின் கனமான நிழலை அம்மாவின் மெல்லிய நிழல் முடிவில்லாமல் சுமக்க கடினப்பட்டு புலம்பி ஓடியது. அப்பாவின் தழைத்த நிழல் வெப்பத்தை வைத்திருக்கும் கரும்புத்தோட்ட சுணை, சவுக்கு மரத்தோப்பு வெளிகளென நகர்ந்தது. வெய்யல் ஏற ஏற அப்பாவின் நிழல் பருத்து நீண்டு ஊர் எல்லைகளைத் தொட்டது. எல்லையில் முடுக்குத் தெருவில் டங்களான் பூசாரியின் சாம்பல் வண்ணக் குடிசை. டங்களான் பூசாரி முதல் மனைவி ஓடிவிட்ட பின் பரிகாரமாய் அவளின் தங்கை அருந்ததியைக் கொண்டு வந்து வைத்தான். தாத்தா பேத்தி வடிவத்தில் கணவனும் மனைவியும் உலவினார்கள். அப்பாவின் நிழல் சாம்பல் குடிசையை எட்டியபோது அருந்ததி இரண்டாம் முறையாகப் பூப்பெய்தினாள்.” (பக் 48)

‘ஊருக்குச் செல்லும் வழி’யில் சாமர்த்தியம் இல்லாமல், வெகுளித்தனத்துடன் கிராமத்தில் வாழும் ஒருவனின் ஆளுமை பதிவாகிறது. மனைவி நாவிதனுடன் சேர்ந்து வாழத் தொடங்குகிறாள்.

எது நடந்தாலும் இவனிடம் புகார்கள் / கோரிக்கைகள் இல்லை. ஊரார் சொல்லும் வேலையை முடிக்க வேண்டியது. பழையது சாப்பிட்டு நிம்மதியாகி விடுவான். வேலை செய்ய முடியவில்லை என்றால் இழவுச் செய்தி சொல்லி வருவான். சிறுவர்கள் தவறவிடும் குண்டுகளையும் பந்துகளையும் கூட சரியாக எடுத்து வந்து தருவான். அப்போது குழந்தைகளின் சாயைகள் படர்ந்திருந்தது அவன் முகத்தில். நோய்தாக்கி சிகிச்சை பெறாது அது விஷகடியானதால் சருமம் பாதிக்கப்பட்டுவிட ஊரார் ஒதுக்கி விட முற்படுகையில் தான் அவன் பைத்திய நிலைக்கு உள்ளாகிவிடுகிறான்.

“உதிர்ந்து விழும் ஒதியமர இலைகள் ஆவலோடு அவன்மேல் படுத்துக்கிடந்தன. ஒதிய மர வளைவில் திணறியபடி மேலேறும் லோடு லாரிகள் அவன்மீது வெளிச்சத்தை வீசிப்பார்த்து ஓடின. புதிய எறும்புகள் விருப்பத்துடன் அவன் காயத்தில் ஊறிக் கொண்டிருந்தன. ஒதுக்கி கிடை போடத் காத்திருக்கும் செம்மறி ஆடுகள் அவனைச் சுற்றிலும் நின்று கத்திக் கொண்டிருந்தன. ஒதியமரம் ஆட்டின் குரலில் கீழ்நோக்கி முறுக்கிக் கொண்டு இறங்குவதாகவும் அவன் அந்நேரத்தில் மேலெழும்பிப் பறப்பதாகவும் நினைவும் தூக்கமும் அற்ற கனவுத்தன்மையில்குழம்பிப் புரண்டு படுத்தான்.” (பக்.67)

நீண்ட காலத்திற்குப் பிறகு ஊர் திரும்பி தனக்குப் பிடித்த வேணி அக்காலைப்பார்க்க வரும்போது மழை பிடித்துக் கொள்கிறது. மிகு மழை. அதற்கேற்ப ஞாபகங்கள் ஊறிக் கொண்டே இருக்கின்றன. தாம்பத்தியம் தாண்டிய உறவில் ஈடுபடும் பெண்ணான வேணி, பாலியல் சித்திரவதைக்குள்ளாவது நினைவுகளின் அடுக்குகளிலிருந்து வந்து தலைகாட்டுகிறது.

‘தனிமையின் புகைப்படம்’ ரயில் நிலையங்களில் திரியும் பிச்சைக் காரர்களைப் பற்றியது. முடிந்தவரை எடுபிடி வேலை செய்து பிழைப்பை ஓட்டுவது, பின்னர் பிச்சை எடுப்பது. இது ஆண்களின் நிலை, நிராதரவான பெண்கள் பாலியல் தொழில் செய்து பிழைக்கிறார்கள், அது இயலாத போது பிச்சைக்கு வந்து விடுகிறார்கள். அங்கே அவர்களுக்குப் பிடித்துப் போகும் ஆசைப் பெண்ணும் சேர்ந்து

வாழ்கிறார்கள். வட இந்தியாவிலிருந்து இங்கே வந்து, பிச்சையெடுத்து வாழ்வதும், இங்கேயே தங்கி விடுவதுமான நிலையிலும் கூட, போலீஸின் பொய் வழக்கில் பிடிபட்டு சிறை சென்று அவதிப் படுவனை இக்கதையில் முன்வைக்கிறார். அவனது இறுதியை ஒரு துன்பியல் நாடகக் காட்சியைனத் தீட்டுகிறார்.

"அன்று காலையில் 'குருமஹராஜ்கிழவன்' இறந்து விட்டான் என்று அந்தச் சிறிய ரயில் நிலைய பிராந்திய வாசிகளில் சிலர் பேசத் தொடங்கினார்கள். பழுப்பு நிற சால்வைபோல் தெரியும் வெகுகாலத்திற்கு முந்தைய வேட்டி ஒன்றினை நிறை முக்காடிட்டு ஒருக்களித்து சுருண்டு அவர்களின் நம்பிக்கையை உறுதி செய்யும் விதமாய் அவன் படுத்திருந்தான். அவனுக்குள் உயிர் இருப்பதன் அதிர்வு அவன்மேல் தத்தித்தத்தி விளையாடிக் கொண்டிருக்கும் இரு அண்டங்காக்கை களுக்குக் கேட்டுக்கொண்டிருந்திருக்கும். அவன்மேல் விளையாடுங் காகங்களை கண்ட சிலர் சில்லரைகளை அவன் படுத்திருந்த ஒற்றையடிப்பாதை ஒதுக்குப் புறத்தில் தூக்கிப் போட்டு விட்டு சென்று கொண்டிருந்தார்கள். அவன் நேற்று தான் சிறைச்சாலையில் இருந்து கருணை அடிப்படையில் விடுவிக்கப்பட்டிருந்தான்." (பக்.80)

பாலியல் தொழில் செய்து வந்து, லிங்கன் என்னும் பொறுப்பானவன் துணை கிடைத்தபின் அத்தொழிலை விட்டு, ரயில் நிலையத்தில் பூவிற்றுப் பிழைத்து வருகிறாள் காளியம்மாள். ஒரு தடவை அசம்பாவிதம் ஒன்றில் அப்பாவி ஒருவனை வேண்டுமென்றே கலாட்டா செய்து அடித்துக் கொண்டிருக்கும் ரவுடிப் பசங்களைத் தயங்காமல் அடித்துத் துரத்தி விடுகிறாள். அதுவரை குண்டாக இருந்ததற்காக பரிக சிப்புக்கு உள்ளாகி வந்தவள், இனி உயர்திரு. காளியம்மாளாக மதிக்கப்படுகிறாள்.

கனவுகளை வைத்தே கதை எழுதிப்பார்க்கிறார். கனவை ஒத்த அபூர்வக்காட்சியினை நிஜமாக நம்பி அவதிப்படுபவனை முன்வைக்கிறார். ஆவி மாதிரியான நம்ப முடியாத விஷயங்களில் ஒரு காதல் ஊடாட்டத்தை குன்னூர் பணி மூட்டப் பின்னணியில் சொல்லிப்பார்க்கிறார்.

“இவை எனது இருத்தலுக்கான சின்னஞ்சிறிய வெளிப்பாடுகள். பூனை மியாவி விடுதலைப் போல் நாய் குரைப்பதைப் போல ஒரு பெரிய வெளிப்பாட்டுக்குப் பிறகு கதைகளைப் படைப்பதில் நான் சீரடைவேன் என்ற நம்பிக்கை இருக்கிறது” என்று தன்னைப் பற்றிக் குறிப்பிடுகிறார் சாணக்யா.

சாதாரண எழுத்தாளனுக்கு தொழில்திறமை இருந்தால் போதும். வெற்றிகரமான எழுத்தாளனாகிவிட, முடியும், அவன் எதனையும் / யாரையும் கண்டறியத் தேவையில்லை.

தீவிர எழுத்தாளனுக்கு எழுத்து என்பது உயிர் போன்றது. எனவேதான் உயிரைக்கொடுத்து எழுதுகிறான். பிரக்ஞைக்கான மனிதனின் திறன் மட்டுமே அவனை மனிதனாக்குகிறது என்கிறார் யுங். பூமியெங்கும் சுற்றி வரும் ஏழு விழிகள் கடவுளுக்கு உண்டு என்று ஒரு தொன்மத்தையும் ஓரிடத்தில் எடுத்துக் காட்டுகிறார். பிரக்ஞையின் முழு வீச்சையும் உள்வாங்கி, இரண்டுக்கு மேற்பட்ட வழிகளால் பார்க்க முடிந்தவனே, நிஜத்தை ஊடுருவி எழுத பார்க்க முடிந்தவனே, நிஜத்தை ஊடுருவி எழுத முடியும். பனிமூட்டத்தை விலக்கி காட்சியை சரியாகக் காண்பது போல, ஆளுமைக்குள் ஒளிந்திருக்கும் அடுக்குகளைக் காண முடியும். சந்தேகங்கள் / ஊடாட்டங்கள் தாண்டி வாழ்வியல் போக்குகளை அறிய முடியும். சாணக்யாவின் எழுத்து இத்திசை வெளியில் சென்று கொண்டிருக்கிறது.

அழகிய பெரியவன்

தொன்னூறுகளின் இறுதியிலிருந்து எழுதி வரும் அழகிய பெரியவனின் உலகத்திலுள்ள மண்ணும் மனிதரும் அதுவரை எழுத்தில் பதிவு பெறாதவர்கள். வறண்டு மணல் ததிக்கும், பாலாறு, தோல் தொழிற்சாலைகளின் கழிவு நீரால் வளமிழந்த பூமி, இவ்விரண்டு காரணங்களால் விளையாத பூமி. நிலத்திலிருந்து விரட்டப்படுபவன் கொள்ளும் சின்னஞ்சிறு நேசங்களும் நெகிழ்வுகளும், சமூகத்தால் சாதியக்கட்டமைபால் துரத்தியடிக்கப்பட, பஞ்சை பராரியாய், சதா போதைக்கு ஆட்பட்டவனாய், வீதியில் உழல்பவனாய் உதிரித் தொழிலாளியாய் இருப்பவர்களைமையமிட்டது. வறுமையில் உழலும்

பெண்கள் குடும்பத்திலும் வன்முறைக்கு ஆளாகின்றனர். சமூகத்திலும் வதைக்கப்படுகின்றனர். குழந்தைத் தொழிலாளர்களாகிவிடும் பிள்ளைகள் குழந்தைப் பருவத்தை இழந்து விடுவார்கள்.

குழந்தைத் தொழிலாளர் நிலையிலிருந்து மீட்கப்பட்டு 'தேன்கூடு' பள்ளியில் படிக்கின்றவனின் தந்தை, ஊருக்கும் சேரிக்குமான கலவரத்தில் சிறையிலிருக்க, வறுமையில் தள்ளப்பட்ட தாய் சிவந்த மணியுடன் படும் தவிப்பு மினுக்கட்டாம் பொழுது, கதையாகிறது.

'கண்கொத்தி இரவு' கதையில் மருதாணியும் துஷ்யேந்திரனும் சாதி மறுப்பு மணம் செய்து கொள்ள முடிவு செய்கின்றனர். ஊராரின் மிரட்டல் துஷ்யேந்திரனுக்குப் பயத்தை வரவழைக்க, மருதாணியே துணிவு கொள்கிறாள். 'பூசணி பூக்காலத்'திலும் குமரய்யனை விடவும் கற்பகமே தைரியத்துடன் முடிவெடுக்கின்றாள்.

வறுமை பீடித்த வாழ்வில் ஒரு குழந்தையின் வயிற்றை நிறைப்பதே பெரும்பாடாக இருக்க, கணவன், திடீரென்று விபத்தில் இறந்து போக, நிர்ப்பந்தங்கள் தந்திரம் செய்து காமாட்சியை பாலியல் தொழிலில் சிக்க வைக்கின்றன.

தோல் தொழிற்சாலை மூடப்பட, வேலையிழந்த அப்பன் வேறு வேலையின்றி சதா குடித்துவிட்டுத்திரிய அவனைத் தேடி அலையும் பிள்ளை திருநாவுக்கரசை முன்வைக்கிறது **கானலில் தவித்திடும் குரல்.**

'புளியம் பூக்கள்' கதையின் கம்சலை ஆந்திரத்தின் நாகேந்திரனை விரும்ப, அவமதிக்கப்பட்டதால் தற்கொலைக்கு முற்பட்டு மீண்டு வரும் வேளையில் காலில் கட்டுடன் நாகேந்திரன் வருவதான ஒரு கதையிழை.

'தீவிரி'யில் வட இந்தியாவிலிருந்து பிழைக்க வந்த சிறிய வியாபார் ஒருவன், குழந்தைகளுக்கான துணி மணிகளை விற்க அலைந்து திரிகின்றான். தன் குழந்தை இறந்துவிட்ட சோகம் வேறு அவனுக்கு, இப்போது அவன் திரிகின்ற கிராமத்தில் குழுந்தைகளே

கிடையாது. தொங்கும் ஏணை கூட நூலாம் படை சுற்றிக் கிடக்கிறது. பிள்ளைகள் இல்லாத பள்ளியில் வாத்தியார் பிரம்புடன் நடந்து கொடுத்துக் கொண்டு இருக்கிறார்.

உங்க குழந்தைகள் எங்கே என்று அவன் கேட்கும்போது, எம்புள்ளைங்க என் வயித்துக்கே திரும்பிச்சிங்க, கொஞ்ச நாள்ளயே அதுங்க என் வயத்துலயே கரைஞ்சி போயிடுச்சிங்க என்கிறாள் ஒருத்தி, 'எல்லா புள்ளைங்களையும் கோழிக்குஞ்சுங்களைப் போல கழுகுங்கதான் வந்து தூக்கினு போயிடுச்சிங்க' என்கிறாள் இன்னொருத்தி.

அலைந்து திரிபவன் ஒருவேளையில் மயங்கி விழுகிறான்.. "...அவனைப் பார்த்துக் கொண்டிருந்தது சக்கரங்கள் உதிர்ந்த ஒரு நடைவண்டி, நடைவண்டி சிதைந்து குவியலாய் இருந்தது. நசுங்கிய பொம்மைகளும் வாய்நொறுங்கிய சொப்புகளும் வண்ணம் போன பந்துகளும் அந்த வேலியின் மூலையில் வீசப்பட்டிருந்தன. அவைகளில் ஒரு மரப்பாச்சி துக்கம் விசாரிக்கப் படாத கண்களுடன் கை ஒடிந்திருந்தது. தீப்பெட்டி வீடுகள் திறந்து கொண்டிருந்தாலும், அறைகளை விட்டுப் போய் விடாதபடி சில பொன் வண்டுகள் அங்கிருந்தன..." (பக்.224)

இனி வழியில்லை என்று திரும்புகின்றான். "அவன் பால்கட்டிப் போனவளின் வேதனையுடன் ஓட்டமும் நடையுமாய் அவ்விடத்தைக் கடந்து கொண்டிருந்தான்." (பக்.226)

உள்ளடக்கமும் வடிவமும் சரியாக இசைந்து காவியப் பரிமாணத்திலான துன்பியல் நாடகத் தின் வீச்சைப் பெற்றிருக்கும் அற்புதக்கதை இது.

சிறுகதைகள், நாவல், கவிதைகள் என்று இயங்கி வரும் அழகிய பெரியவனின் தலித் எழுத்துக்கள் அதுவரையிலும் அறியப்படாத வாழ்க்கை, தடம்படாத மண்ணை, கேட்டிராத வேதனையைக் கொண்டவை.

“ஒருவன் எழுத்தாளனாவதற்கான முதன்மைக் காரணம் அகத் தூண்டலே. அதனோடு அம்மனிதனுக்கு அமையும் புறச்சூழலும் மற்றொரு காரணமாகிறது. எனக்கு இரண்டுமே இருந்தன.” என்கிறார் அழகிய பெரியவன்.

என்ன முயற்சி செய்தாலும் என்ன அல்லாடினாலும் நிராசை, விரக்தியையே எதிர் கொள்ள வேண்டிய உலகம் அழகிய பெரியவனுடையது.

“மனிதனே முதலில் நீ வெடிக்க வேண்டும்
துண்டு துணுக்காய்
காட்டுத்தனமிக்க முரசடிப்புக்கு ஏற்ப ஆடு
கஞ்சாவைப்புகை, ஹஸ்ஸினைப் புகை...”

என எதிர்க்கலாச்சாரவாதிகளாக மாறும் நிர்ப்பந்தங்களைக் கொண்டிருப்பவர்கள் அவ்வுலகின் மனிதர்கள்.

வறுமையை சமாளிக்க முடியாமல், தலை நிமிர்ந்து நடக்க முடியாமல், சாதியக் கொடுமையால் அவமானப்படும் நிலையில், நேசமுமில்லாமல் கருணையும் இல்லாத சமூகத்தில் அவன் என்ன எதிர்வினையாற்றுவான்? அதைச் சொல்வதே அழகிய பெரியவன் கதைகள்.

“மனிதஜீவி அவ்வளவு அப்பழுக்கற்றவனாக ஆகக்கூடாது
தனது சட்டையில் சிலகறைகளை விட்டுச் செல்ல வேண்டும்
தன்னிடத்தே சிறிது பாவத்தைத் தாங்கிச் செல்ல வேண்டும்”

என்பார் நாம்தேவ் தாசல்.

ஆதாரங்கள்

1. அலெக்ஸாண்டர் என்ற கிளி, எஸ்.செந்தில்குமார், உயிர்மை, 2014.

2. விலகிச் செல்லும் பருவம், எஸ். செந்தில்குமார், காலச்சுவடு, 2009.

3. வீடென்ப ...., தேவிபாரதி, காலச்சுவடு, 2013.

4. பிறகொரு இரவு, தேவிபாரதி, காலச்சுவடு, 2009.
5. முதல் தனிமை, ஜே.பி. சாணக்யா, காலச்சுவடு, 2013.
6. என் வீட்டின் வரைபடம், ஜே.பி. சாணக்யா, காலச்சுவடு, 2002– முதல் பதிப்பு மூன்றாம் பதிப்பு 2013.
7. அழகிய பெரியவன் கதைகள், நற்றிணை பதிப்பகம், 2013.
8. The Basic Writings of C.G. Jung, Ed with an Introduction by Violet Staub De Lasz Lo, The Modern Library, N.Y. 1959.
9. Namdev Dasal, From Golpitha, 1972.
10. அனார்கலியின் காதலர்கள், எஸ். செந்தில்குமார், உயிர்மை, 2015.

5. புதுமையும் பித்தனும் குழந்தையும்

சுமார் நூறு சிறுகதைகளைத் தமிழுக்குக் கொடையாக வழங்கிச் சென்றிருக்கும் புதுமைப்பித்தன் என்ற சொ.விருத்தாசலம் தன் காலத்தின் மிக முக்கியமான அறிவுஜீவிகளுள் ஒருவராக விளங்கியவர். உலகச் சிறுகதைகளைத் தமிழாக்கித் தந்தவர். டி. எஸ். சொக்கலிங்கத்துடன் சேர்ந்து தினமணியிலும் தினசரியிலும் பத்திரிகையாளராகப் பணியாற்றிய அவர், திரைக்கதை எழுதுவதிலும் ஆர்வம்காட்டினார்.

குடும்பம், சமூகம், நாட்டு நடப்பு இவற்றிலிருந்து விலகிய தனிமனிதனின் அக உலகப் பயணங்களில் சஞ்சாரங்களில், வீணை மீட்டல்போல, தியான நிலைகள் போலச் சிறுகதைகளை வடித்திருப்பவர் மௌனி. மௌனியைச் சிறுகதையின் திருமூலர் என்று பாராட்டிய புதுமைப்பித்தன், சமூக நிகழ்வுப் போக்குகளைப் பரிசீலிப்பவராக அவலங்கள் கண்டு சீற்றம் கொள்பவராக, தனி மனிதனின் சிக்கல்களை– முரண்பாடுகளை வெளிப்படுத்துபவராக, நாகரிகங்களை, பண்பாடுகளை மதிப்பீடு செய்பவராக, இதிகாசக் கதைகளை மறுஉருவாக்கம் செய்பவராகச் சிறுகதைகள் எழுதினார். யதார்த்தப் போக்கில், திருநெல்வேலி வட்டார நிலவியல் பின்புலம் அல்லது சென்னையின் நகர நெருக்கடியுடன் வாழ்க்கை அனுபவங்களை விவலிக்கும் போது ஒரு கலைஞனிடமிருந்து சீறும் தார்மீகக் கோபத்தை அவர் கச்சிதமாக வெளிப்படுத்தினார்.

வறுமை நெருக்கடியால் அடித்தட்டு மக்கள் தோட்டத் தொழிலாளர்களாக இலங்கைக்குப் புலம்பெயர்ந்தது அல்லது கிறித்தவ மதத்துக்கு மாறியது அல்லது பிச்சைக்காரர்களாகத் திரிய

நேர்ந்தது போன்றவற்றையெல்லாம் தன் கதைகளில் பதிவுசெய்தார். நடுத்தரக் குடும்பங்களின் பிரச்சினைகள், ஆண்–பெண் உறவில் விரிசல்கள். சாதிய மோதல்கள் போன்றவற்றைத் தன் கதைகளில் அலசிப்பார்த்தார். பண்பாட்டின் போக்கில் ஏற்பட்ட சரிவுகளையும் மனிதப் பலவீனங் களையும் அவர் பரிகசித்தார்.

குழந்தைகளின் உலகம்.......

புதுமைப்பித்தன் கதைகளில் உள்ள பல்வேறு அம்சங்களைப் பற்றி நிறைய எழுதியாயிற்று. புதுமைப்பித்தனின் கதைகளில் குழந்தைகளை மையமாக வைத்து அல்லது குழந்தைகள் தொடர்பாக உருவாகும் சூழல்களில், அமானுஷ்யமான அதிசயமான விவரிப்புகள் கூடிவந்திருக்கின்றன. அவற்றைப் பற்றி இங்கே கொஞ்சம் பேசலாம் என்று எண்ணுகிறேன்.இரவெல்லாம் மழை பெய்து இதமாகப் புலர்ந்த விடியலில், சிரிப்புடன் தொட்டிலிலுள்ள குழந்தையைப் பார்த்துக் கனிவுகொள்ளும் மனைவியைப் பற்றி புதிய ஒளி கதையில் எழுதிவிட்டு, புதுமைப்பித்தன் இப்படிக் குறிப்பிடுகிறார்; அன்று விடியற்காலம். கீழ்த்திசையிலே தாயின் ஆதரவு, குழந்தையின் கனவு இரண்டும் கலந்தவான் ஒளி. என் மனதில் ஒரு குதூஹலம்.....

பிச்சை பெறக் காத்திருக்கும் ஒருத்தி, பாலருந்தும் கைக்குழந்தையின் ஆனந்தத்தில் தெய்வத்தையோ லட்சியத்தையோ தரிசித்து நிற்பவளென பிரமித்துப் போகிறாள் நம்பிக்கை கதையில். புதுமைப்பித்தனின் வரிகள் இப்படித் தொடர்கின்றன; அந்தத் தாயும் குழந்தையும்.... அவள் நீட்டிய கை.... அதற்குத்தான் என்ன நம்பிக்கை. அந்தக் கண்கள் ஒளியிழந்துதான் இருக்கின்றன. அதில் என்ன நம்பிக்கை! சோர்வினாலா?.... வேறு கதியில்லாமலா.... இருந்தாலும் நம்பிக்கைதானே.... அந்தப் பிரமையாவது இல்லாவிட்டால் வாழ்க்கையில் பிடித்துக்கொள்ள வேறு என்ன இருக்கிறது?

கடவுளைக் கேள்வி கேட்கும் குழந்தை

மனிதன் கடவுளைப் படைத்தான். அப்புறம் கடவுள் மனிதனை சிருஷ்டிக்க ஆரம்பித்தான். இருவருக்குமிடையே போட்டி யார்

வென்றவர் என்று சிந்தனையில் ஆழ்ந்திருக்கும் ஒரு சாமியாருக்குப் படித்துறையில் அமர்ந்திருக்கும் ஒரு சிறுமி சீடையைக் கொறித்துக் கொண்டிருக்கும்போது, சூரியக் கதிர்கள் பட்டு அவளுடைய கால்காப்புகள் ஒளிர்வதை **சாமியாரும் குழந்தையும் சீடையும்** கதையில் புதுமைப்பித்தன் அபூர்வ வாசகமாகத் தருகிறார். ''சின்னக் கால் காப்புகள் தண்ணீரிலிருந்து வெளிவரும்போது ஓய்ந்து போன சூரிய கிரணம் அதன்மேல் கண்சிமிட்டும். அடுத்த நிமிஷம் கிரணத்துக்கு ஏமாற்றம், குழந்தையின் கால்கள் தண்ணீருக்குள் சென்றுவிடும். சூரியனாக இருந்தால் என்ன? குழந்தையின் பாதத் தூளிக்குத் தவம் கிடந்துதான் ஆக வேண்டும்''.

'மனக்குகை ஓவியங்கள்' சிறுகதையில் வரம் தருவதற்குத் தன்னை நாடிவரும் விஷ்ணுவைப் பொருட்படுத்தாமல் தவமிருக்க விரைகிறது ஒரு குழந்தை, இன்னொரு நிகழ்வில், குழந்தை நசிகேதன், மரணத்தின் புதிரை அவிழ்த்துக்காட்டுமாறு எமனை நச்சரித்து, சஞ்சலத்துக்குள்ளாக்குகிறான். அழிக்கும் தன் திறனில் பெருமிதம் கொண்டிருக்கும் சிவனுடைய அகந்தையைத் தவிடுபொடியாக்கி விடுகிறது ஒரு குழந்தை.

உமக்கு எல்லாவற்றையும் அழிக்க முடியும், உம்மை அழித்துக்கொள்ள முடியுமா? நீர் மட்டும் மிஞ்சுவதுதான் சூன்யம் என்று அர்த்தமா? உம்மையும் அழித்துக் கொள்ளும்படி நீர் தொழிலை நன்றாகக் கற்றுவந்த பின்பு நெஞ்சைத் தட்டிப்பார்த்துக்கொள்ளும்.

மகாமசானம்

மகாமசானம் கதையில் கிழட்டு முஸ்லிம் பிச்சைக்காரர் ஒருவர் இறந்துகொண்டிருக்கும் தருணங்கள். அவருக்குத் துணையாக இன்னொரு பிச்சைக்காரர்.நடைமேடையில் நிகழும் இந்த அவலத்தை ஏறெடுத்துப் பார்க்காமலேயே கூட்டம்கூட்டமாக மக்கள் சென்று கொண்டிருக்க, ஒரு குழந்தை மட்டும் குறுகுறுப்புடன் பார்த்துக் கொண்டிருக்கிறது. தன்னிடமுள புதுத் துட்டை (காசு) அந்தப் பிச்சைக்கார்ருக்குத் தருகிறது. இறந்து கொண்டிருப்பவரின் உதட்டில் அமரும் ஈயை விரட்ட அவர் முற்படும்போது, கோணுகின்ற வாயைப்

பார்ப்பது குழந்தைக்கு வேடிக்கையாயிருக்கிறது. பாவா என்று அழைக்கிறது.

குழந்தையைக் கொல்லும் கொடூரம்

கொடுக்காப்புளிமரம் கதையில் இடம்பெறும் பணக்காரரான ஜான் டென்வர் சுவாமிதாஸ் ஐயர் பிச்சையிடுவதை ஒரு சடங்காகக் கொண்டிருக்கிறார். தவறாது அவர் பிச்சையிடும் பெர்னாண்டஸீக்குத் தெரியாமல் அவருடைய வீட்டுக் கொடுக்காப்புளிப் பழங்களைப் பொறுக்குவது சுவாமிதாஸ் ஐயருக்கு அநீதியாகப் படுகிறது. தடிக் கம்பால் எறிந்து குழந்தையைக் கொன்றுவிடும் அவரை மண்டையில் அடித்துச் சாய்க்கிறார் பெர்னாண்டஸ்.

இருளகற்றும் ஒளி

சாமியார், பிச்சைக்காரர், தெய்வம் உள்ளிட்டவர்களெல்லாம் குழந்தையிடம் பெரும் நம்பிக்கையையும் அளவற்ற ஆனந்தத்தையும் காணுகின்றார்கள். அதுமட்டுமல்ல; தெய்வம் / ஞானி என யாராயினும் குழந்தையால் பரிகாசம் செய்ய முடிகிறது. கள்ளமற்ற மனம் என்பது அவ்வளவு ஆற்றல் மிக்கது. ஆனந்தமானது என்பது புதுமைப்பித்தனின் அழுத்தமான நம்பிக்கை. அத்தகைய குழந்தையைக் கூட தடியால் அடித்து ஒருவர் கொன்றுவிடுகிறாரெனில், அவரது தர்மமும் மதமும் என்ன நற்பேற்றினை வழங்கிடும் என்னும் கேள்விதான் பூதாகாரமாக எழுகின்றது. “கோடீஸ்வரர்கள் அன்னதான சமாஜம் கட்டிப் பசிப் பிணியைப் போக்கிவிட முயலுவதுபோல்” என்று ‘மகாமசானம்’ கதையில் இதனைப் புதுமைப்பித்தன் குறிப்பிடுவார்.

பொதுவாக, புதுமைப்பித்தன் கதைகளில் துன்பம், நம்பிக்கை வறட்சி, முடிவற்ற சோகம் மேலோங்கியிருக்கும் என்று கூறப்படுவதுண்டு. இந்தத் தன்மையை மாற்றுவதற்குத் துணை புரிபவர்களாக, இருளகற்றும் ஒளியாகக் குழந்தைகள் இருக்கின்றனர். படைத்த தெய்வம் தன் பொறுப்பை நிறைவேற்றவில்லை. அதனை நிறைவேற்ற வேண்டிய மதங்கள் போலியான சடங்குமுறைகளாகிப் பிரச்சினைகளைப் பூதாகாரமாக வளர விடுகின்றன. மனிதர்களுக்குள்

தார்மீக உணர்வில்லை. இந்தச் சூழலில் அவர்களுக்கு யார்தான் அன்பும் ஆறுதலும் அளிக்க இயலும், மாசுமறுவற்ற குழந்தையைத் தவிர?

25.04.2014
(இன்று புதுமைப்பித்தன் பிறந்த நாள்)
–தி.இந்து.

6. சூரியகாந்தி சூரியனானது

"கவலையும் குழப்பத்தையும் சுமந்தாச்சு. உங்க பாரந்தான் அது நல்லது கெட்டது நாகரீகம் அறிவு மடத்தனம் அப்படி யெல்லாம் வெவ்வேறா சொல்லி ஏமாத்தி எல்லாரும் பொறுப்புத்தான்னு யாருமே எடுத்துக்கல்லே"

–பக் –102 / அசலம்
சிறுகதையில்

1986 தொடங்கி 2011 வரையிலான 25 ஆண்டுகளின் சேகரமாக **முத்துக்கறுப்பன் எண்பது** 80 சிறுகதைகளுடன் வெளியாகியிருக்கிறது. கதைகளின் பிரசுர வரலாறு 25 ஆண்டுகள் என்று கணித்தாலும், மா. அரங்கநாதனின் எழுத்து ஈடுபாடு 50 ஆண்டுகால வரலாற்றினை உடையது என்பதை அவரது கூற்றிலிருந்து அறியலாம். அக்கதைகள் சொல்லும் உலகத்திற்கு ஆயிரமாண்டுகள் இருக்கும் என்கிறார் தமிழவன்.

காஃப்கா போன்றவர்கள் செய்துள்ளபடி, நாயகனின் / பாத்திரங்களின் பெயர்களில் அவ்வளவாக கவனம் காட்டாமல் (அ) ஒரெழுத்துப் பெயர்களாக உள்ளவர்களைக் கொண்டு எடுத்துரைப்பு நிகழ்ந்துவிடுகிறது. மர. அரங்கநாதன் கதைகளின் பிரதான பாத்திரம் முத்துக்கறுப்பன். மற்ற பாத்திரங்கள் நடராசன், தட்சணாமூர்த்தி என்பதுபோல. அவ்வளவுதான். பிரதான பாத்திரம் முத்துக்கறுப்பனாகவே அமைவதற்கு ஆழமான காரணங்களும் இருக்கலாம். ஒரு சில குணாதிசயங்களைக் கொண்ட ஒருவரை மையமாக வைத்துக் கதைகள் புனைவது இசைவாக இருந்திருக்கலாம். சுயசரிதத் தன்மையிலான விவரிப்புகளுக்கு இடந்தரலாம்.

முத்துக்கறுப்பன் எனபவன் தென்தமிழகத்து நபர். சைவ வெள்ளாளர் சமூகத்தினன். அரசாங்க குமாஸ்தா. நடுத்தர குடும்பத்தினன். சென்னை வந்து குடியேறி வேலைபார்த்து ஓய்வு பெற்றவன். இடையே காஞ்சிபுரம், மதுரை போன்ற இடங்களில் வேலை. தேவாரம், திருவாசகம், திருக்குறள் என்றால் உயிர். இந்தப்பின்புலம் கொண்ட முத்துக்கறுப்பனைக் கொண்டுதான் அரங்கநாதனின் சிறுகதைகள் விவரிக்கப்படுகின்றன. முடிந்தவரை தனித்தமிழை வைத்து எடுத்துரைப்பை நிகழ்த்திட எண்ணும் உத்தேசம்.

ஒருவகையில் இவை எழுத்தாளன் போட்டுக் கொள்ளும் தளைகள் / வரம்புகள். இந்தப் பின்னணியில் மட்டும் இயங்கும் கதைகள் தட்டையாகிப் போகின்றன். உப்புச்சப்பின்றி இருக்கின்றன. **அமையாது உலகு, திருநீர்மலை; மௌனி** என்னும் கதைகளைச் சுட்டிக்காட்டலாம். இதிலிருந்து விலகி. ஓரடி எடுத்து வைக்கும் கதையைச் சொல்ல வேண்டுமானால் அது, **தாங்கல்.** அக்கதையில் வரும் ரிக்ஷாக்காரன் நல்லியல்பு வாய்ந்த வனாகவும் அபூர்வ நினைவுகளுக்கு இட்டுச் செல்பவனாகவும் இருப்பதுதான் இக்கதையின் வலு.

அரங்கநாதனின் கதைகளின் சிறப்பு, காலவாரியான மாறுதல் / வளர்ச்சி என்று பார்த்தால் அதில் தனிச்சிறப்பாக ஒன்றுமில்லை. சிறந்த கதைகளை ஆரம்ப கட்டத்திலேயே எழுதியிருக்கிறார். சாதாரண / தட்டையான கதைகள் பிற்காலத்திலும் இடம் பெறுகின்றன.

ஆக அவரது கதைகளின் சிறப்பு காலகட்டம் சார்ந்ததல்ல; இப்பின்புலத்தைக் கொண்டு விவரிக்கும் போது, இதனைத் தாண்டியதாக நீட்சி கொள்ளும்போதும் விரிவடையும் போதும் வளம் கொண்ட கதைகள் கிடைக்கின்றன.

'மனோரதம்' கதையில், ஏற்கனவே மணமாகி விட்ட சுந்தரர், இன்னொரு பெண்ணை அடைவதற்கு சிவன் தந்திரங்கள் கற்றுக் கொடுத்துள்ளான் என்பதை உணரும் தருணத்தில், கதாகாலட்வேசம் செய்வதையே நிறுத்த முடிவு செய்துவிடுகிறார் ஒரு பிரசங்கியார். தலைமுறை தலைமுறையாக சைவமாக இருந்து வரும் ஒரு

குடும்பத்தின் தந்தை, அசைவ ஈடுபாடுள்ள தன்மகனுக்கு இன்னொரு சைவக்குடும்பத்தில் மணமுடிக்க ஏற்பாடு செய்வது சரியாகுமா? என்னும் குழப்பம். 'அசைவம் ஒன்றும் பாவமில்லை. வேளாண்மைச் சமூகங்கள் ஏற்பட்ட பின்னரே சைவ உணவுப் பழக்கவழக்கங்கள். அதற்கு முன் வேட்டைச் சமூகத்தில் மனிதன் சர்வ பட்சணிதானே' என்னும் தெளிவு உண்டாகும் போது அத்திருமணத்திற்கு இசைகின்றார். இது 'விடுதலைப் போரில் அப்பரின் பங்கு' கதையில்.

மெய்கண்டபுரத்தின் நூலகத்திறப்பு விழாவில், காந்தியைப் பற்றிய பேசுவான் என்று காந்திய வழியில் ஆதிதிராவிடர் மீது அக்கறை காட்டும் நபர்கள் எதிர்பார்த்திருக்க, 'நான் நெல்சன் மண்டேலாவை நேசிக்கிறேன்' என்று பிரகடனம் செய்து அதிர்ச்சியை உண்டு பண்ணி விடுகிறான் சாம்பான். 'காந்திவேண்டாம், மண்டேலா போதும் என்கிறாயா?' என்று அவர்கள் கேட்கும் போது, ''இப்போ இன்றைக்கு தாழ்வும் பிற்போக்கு மடைந்த எல்லாருக்கும் கல்வி முதலில் அவசியம் அப்படின்னு சொல்ற ஒரு ஆளுடைய குரல், எனக்குப் புரியுது. புரிஞ்சதைச் சொன்னேன்'' என்கிறான்.

இரு தரப்பிலான முரண் நிலை 'மண்டேலாவை நேசிக்கிறேன்' கதையில் இடம் பெற்றால், இதற்கு அடுத்த கட்டத்தை நோக்கிய பயணம் **அசலம்** கதையில் சொல்லப்படுகிறது. காவிய கால இராமன் முத்துக்கறுப்பனுடன் உரையாடல் நிகழ்த்துகிறான். சைவ மரபில் வந்த முத்துக்கறுப்பன் உணராத சில நுட்பங்களை வைணவத்தின் இராமன் எடுத்துரைப்பதாகவும் இது அமைந்திருக்கிறது. புதுமைப்பித்தன் தொனியில் உள்ள இக்கதை, நதியெனப் பிரவகித்துச் செல்லும் நாகரிகத்தினை எப்படி வாசித்திருக்க வேண்டும் என்று சுட்டிக் காட்டுகிறது.

''...இப்பமாதிரி அந்த குடும்பத்தைப் பார்த்து பரிதாபப்பட மாட்டீக. சொல்லப் லானா நாகரீகம் நாகரீகம்னு சொல்றமே அது இதுதான் நீங்க கண்டு கொள்கிற சங்கதிதான். அது யாராலும் உண்டாக்கப்படலே. எல்லாத்துக்கும், எல்லாரும் தான் காரணம்.

மூவாயிரம் வருசமா அன்புதான் ஒசந்ததுன்னு சொல்லிகிட்டு சொமை சொமக்க பின்வாங்கினா நாகரீகம் என்னான்னு எனக்குத் தெரியலே''

II

கன்னியாகுமரியிலிருந்து கிளம்பி வரும் பேருந்து உவரி என்னும் ஊரில் சிறிய விபத்தால் நின்று விடுகிறது. உப்பளங்களும் ஒரு தேவாலயமும் உள்ள அந்த ஊர் பைபிளில் இடம் பெறும் **ஒபர்** துறைமுகமாக இருந்திருக்க முடியும் என்று தயானந்தன் என்னும் பாதிரியார் சொல்கிறார். பேருந்தில் வந்தவர்கள் பேருந்து விபத்து தாமதம் என்று உலகியல் கவலைகளில் மனதைச் செலுத்த, பக்கத்திலிருப்பவர்களின் குழந்தையைத் தூக்கிக் கொண்டு, கடற்கரையை நோக்கிச் செல்கிறான் முத்துக்கறுப்பன். கடலில் தன் கவனத்தை முத்துக்கறுப்பன் பதிக்க, குழந்தையோ, தொலைவில் தென்படும் பெற்றோர் உருவங்களைக் கண்டு குதியாட்டம் போடுகிறது.

''சாலமன் என்ன அவன் முப்பாட்டன் காலத்திற்கு முன்பே இந்த இடத்திற்கு வர எல்லாரும் விரும்பித்தான் இருப்பார்கள் என்று ஓர் எண்ணம் அவனிடம் தோன்றியது.''

கணப்பொழுதில் அங்கு சூழல்மாறி விடுகிறது. இந்த மாற்றத்திற்கான வித்து எது? அக்குழந்தையாயிருக்கலாம். அக்கடலின் அலையாயிருக்கலாம். அவர்களுக்கு முன்னிருந்த சாலமனாகவும் இருக்கலாம். அத்தகைய தருணங்களை வரவேற்க / பெற்றுக் கொள்ள மனிதன் ஆயத்தமாயிருக்க வேண்டும்.

'அம்மே – நாராயணி' கதையில், சட்டத்தின் பார்வையில் தப்பி விட்டாலும், மனச்சாட்சியிடமிருந்து தப்ப முடியாமல், தானே சரணடைகின்றான் முத்துக்கறுப்பன்.

பல ஆண்டுகளுக்கு முன்னர் காணாமல் போன அம்மாவின் குரல் கேட்டு வருந்தும் முத்துக்கறுப்பன் மருத்துவ ஆலோசனைக்கு வருகின்றான். அகாலமரணமடைந்த தாயின் நினைவாக அவள் நினைவு தினத்தில் இலவச சிகிச்சை தரும் மருத்துவர், ஒரு துறவியைப் பார்க்குமாறு அனுப்பி வைக்கிறார். மனம் இல்லாமல் போவது தான்

இதற்குரிய மருந்து என்றுணர்ந்து இதனை சில ஆன்மிக வாதிகளால் செய்ய முடிந்துள்ளது என்று சுட்டிக்காட்டுவதாயிருக்கிறது இம்மருத்துவரின் ஆலோசனை ('சிராப்பள்ளி').

வேறோரு கதையில் இன்னொரு விதமான குறிப்பு; ''சில காரியங்கள் பிளவை நீக்குமென்றால், அது மகோன்னமானது தான். கடவுள் இதற்கு மாற்றானால், அந்த நம்பிக்கை இருந்து விட்டுப் போகட்டும்'' ('திரிசூலம்').

சோதிடத்தில் ஒருவரது ஆயுள் முடிவது கணிக்கப்படுகிறது. சிலருக்கு உள்ளூணர்வு ரீதியில் மரணத்தின் அருகாமை / அண்மை புரிந்துவிடுகிறது. எவ்விதத்தில் கிட்டினாலும் அது அஞ்சத்தக்கதாகவே பொதுவாக பார்க்கப்படும். ஆனால் முதற்தீ எரிந்த காடு, வில் குறிப்பிடப்படும் மரணம் பரிபூரணமிக்கதாக, பரிசுத்தமானதாக, அமைதி நிறைந்ததாக இருக்கிறது. நினைவை இழந்து, தன் பெயரே மறந்துவிட்டாலும், மறக்கவே வொண்ணாத காட்சி காட்சியும் அல்ல அது– ஒரு வெளி வெளிச்சமான நிலை. அப்போது சுரமும் இல்லை, எதுவும் இல்லை. துன்பமும் வெறுப்பும் அழுக்காறும் அச்சமுமில்லாத ஓர் இருத்தலில் எத்தனை நேரமோ– அதுவும் மறந்தாயிற்று. விழிப்பு ஏற்பட்ட கணமுதல் நினைவுள்ளதெல்லாம் கேட்ட ஒலி மட்டும்தான். அல்லது கண்ட ஓர் ஒலி என்று கூறுதல் சரிதாமோ போ முதற்தீ எரிந்த ஒரு வேளூரில் நிறைவு பெறு அழல்குட்டம் – திங்கள் முன்பனியில் நிற்க எரித்த பன்னூறு விலங்குகள் அடையும் சாந்தி, விண்ணின் ஒலி ஓசை ஓதம் ஓம்ம்ம் எல்லாம் ஆக.

III

அமெரிக்கப் பெண்ணை மணந்து அங்கேயே வாழ்ந்து வரும் பாலகிருஷ்ணன் தன் தாய் தற்கொலை செய்து கொண்ட அறையை பார்க்கும் பொருட்டு இந்தியா வருகிறார் மனைவியுடன். வயதான பெண்மணிக்கு உதவ முற்பட்டு காலில் அடிப்பட்டவர் அவர் மனைவி. அவர்பார்க்கவரும் அறையுள்ள வீட்டு உரிமையாளரான முத்துக் கறுப்பனின் அப்பா, ஒரு நாள் திருச்சொந்தூர் சென்றவர் திரும்பி வரவில்லை. முத்துக்கறுப்பனின் மகள் ஒரு சமயம் விரக்தியில்

தற்கொலை செய்து கொண்டாள். இருவரும் பழைய சம்பவங்களை ஞாபகப்படுத்திப் பேசிக்கொள்ளும் போது பரஸ்பரம் நிறைய புரிதல்கள் ஏற்படுகின்றன. இறுதியில், அந்த அறையைப் பார்க்க வேண்டிய அவசியத்தை உணராததால், பார்க்காமலேயே கிளம்பி விடுகிறார். பாலகிருஷ்ணன், நிறைவுடன்

“எந்த வகையான வருத்தமும் இல்லாது எந்த மாதிரியான கொள்கையை பின்பற்றியுமில்லாது அமைபவைகள் மௌனத்தில் தான் முடியும் போலும்” என்று ஒரு வாசகம் இக்கதையில் வருகின்றது.

இந்தியா வரும் பாலகிருஷ்ணன் முதலில் திண்டிவனம் சென்று பழைய நினைவுகளை மீட்டுப் பார்க்கிறார். தன் மடியில் உயிர் விட்ட தந்தை, குளத்தில் மூழ்கிப்போன நண்பன் ஆகியோர் தொடர்பான ஞாபகங்கள் அவை. அதன் பின்னர்தான் முத்துக்கறுப்பனின் வீட்டிலுள்ள அறைக்கு அவர் வருவது.

இதற்கிடையே முத்துக்கறுப்பனின் வீட்டின் எதிரில் உள்ள ஒரு கடைக்கு வந்து பழிக்கிடையாய் கிடக்கும் ஒரு பிச்சைக்காரி, வெட்ட வெளி மைதானத்தில் நான்கு கள்ளிப் பெட்டிகளையே வீடாகக் கொண்டு உடை மாற்றும் பெண் என இவர்கள் பார்வையில் காட்சிகள் பதிகின்றன்.

முத்துக்கறுப்பனின் காணாது போன அப்பா ஒரு முறை குறிப்பிட்டிருந்தார். எல்லாம் நல்லாத்தான் இருக்கு, எங்க போனாலும் நல்லாவேயிருக்கும். எங்காவது போய், அப்படியே எங்க போனோம்னு தெரியாமலேயே போயி திரும்பி வராமலேயிருந்துட்டா இன்னும் நல்லாயிருக்கும் (‘வீடுபேறு’)

ஜேம்ஸ் பீன் என்னும் அலமரிக்க நடிகருக்கு செல்வாக்கின் உச்சத்தில் படங்களில் நடிக்க ஆர்வமில்லாது போய்விடுகிறது. சதா நட்சத்திரங்களைப் பார்த்துக் கொண்டிருப்பவர் அவர். இந்த “ஜேம்ஸ் பீன் வானவெளியில் மிதந்து கொண்டிருக்கிற மனிதன் இனி நடிக்க வேண்டியது கிடையாது”.

'பூசலார்' கதையில் நடக்கவிருந்த திருமணம் நின்று போய்விட்ட பின்னும், திருமணம் நடந்து விட்டதாக பொய் சொல்லி, வாடகை வீடும் அமர்த்தி, அலுவலகம் சென்று வருகின்றான் முத்துக்கறுப்பன். தற்செயலாக வரும் இடமாறுதல் ஆணை அவனது பிரச்சனைகளுக்கு தீர்வாகி விடுகிறது. ஆனால் அவன் பொய் சொன்னதினும் உள்நோக்கம் இல்லை. விஷயங்களை அவற்றின் போக்கில் அணுகிவிடுபவன் அவன்.

IV

சைவ அடையாளத்துடன் தமிழ் நாட்டு மரபிலிருந்து உருவாகி, தமிழச் சிந்தனையில் ஜே. கிருஷ்ணமூர்த்தி, ஜென் அணுகுமுறை போன்றவற்றின் தாக்கங்களை ஏற்று, ஆரோக்கிய மற்றவற்றை விலக்கி, சீரியதை மட்டும் துலங்கச் செய்துள்ள ஒரு வாழ்க்கை முறையை அரங்கநாதன் முன்வைக்கின்றார் என்று சொல்லலாம். ஆக, மரபின் அடையாளங்கள் அழிக்கப்பட்டுவிடுகின்றன். 'விடுதலைப் போரில் அப்பரின் பங்கு' கதையில் 'சைவர்' என்று கூடக் குறிப்பிடாமல், காய்கறி உணவுவாதி எனப்படுவதை ஒரு குறிப்பாகச் சுட்டலாம்.

"எழுதுதல் என்கிற வினை எழுத்தாளனின் நான் என்ற சுயத்துக்கும் வார்த்தைக்கும் இடையிலான பிணைப்பைத் துண்டித்து விடுகின்றன. இதனால் எழுத்தாளன் மற்றவர்கள் பேசாத ஒரு மொழியைப் பேச வேண்டியதாகிறது. அந்த மொழி யாரையும் நோக்கியதல்ல. அது எதையும் வெளிப்படுத்திக் காட்டுவதுமில்லை. அது படைப்பாளியானவன் தன்னை, தனது அடையாளத்தைத் தொடர்ந்து அழித்துக் கொள்ளும் செயல்பாட்டின் விளைபொருளாகத் தோற்றம் கொள்வது..."

சைவ உணவால் கொள்ளும் அகங்காரம், சிவனை வணங்குவதால் உண்டாகும் பெருமை, சமூகப்படித்தரத்தில் உள்ள உயர்வு என்றெல்லாம் முகமூடிகளை மாட்டிக் கொள்ளும் மரபிலிவருந்து வரும் முத்துக் கறுப்பன், பனையுடனும் நட்சத்திரங்களுடனும் செம்பருத்திப் பூக்களுடனும் அடையாளப் படுத்தியும், பிற சிந்தனைப்

போக்குகளை ஆன்மிகத் தேடல்களை அணுகியும், ஜே.கிருஷ்ண மூர்த்தியின் விழிப்புணர்வு புரிந்துணர்வு தத்துவத்தைக் கேட்கும் ஸென் பௌத்த முறையுடன் உரையாடக் கூடியவனாக உருவாகி வருகின்றான். அதனால் தான், வாய்மூடி மௌனியாகும் அளவுக்குப் போய்விடுகிறான். தாழ்த்தப்பட்டவர் பால் வெறுமனே கரிசனம் கொண்டால் போதாது என்று அதிருப்தியடைகிறான். ஓட்டப்பந்தயத்தில் சாதனை புரிந்து பதக்கம் பெறுவதல்ல, ஓடித்திளைப்பது தான் நோக்கம் என்கிறான். இலக்கு முக்கியமல்ல பயணமே முக்கியம் என்கிறான்.

உலகியல் சூழலுக்குள் இருந்தபடியே ஆன்மிகத்தளங்களில் உலவக் கூடிய அபூர்வமான பக்குவம் நிரம்பிய ஒரு வாழ்வு முறையைப் பதிவு செய்துள்ள மாபெரும் கலைஞராக அரங்கநாதன் உயர்ந்து நிற்கிறார். இந்தப் பெருங்கனவை நனவாக்குவதில் உத்திரீதியாக எந்த அக்கறையும் கொள்ளாததுதான், சில கதைகள் கூடிவராமல் போய் விடக் காரணமாகின்றன.

சிறுகதைகள் தான் எழுத முற்பட்டார். தமிழனின் வாழ்க்கை முறையை சிந்தனைவளத்தை ஆன்மிக வளர்ப்பைப் பதிவாக்கும் பனுவலைத் தந்திருக்கிறார். சிரிக்கும் சூரிய காந்தியைத் தீட்ட முற்பட்டவன் தகிக்கும் சூரியனை தீட்டிவிட்டதுபோல.

தமிழரது நாகரிகத்தின் மிகச் சிறந்த மலர்ச்சியாக நடராஜர் சிற்பத்தைக் குறிப்பிடுவதுண்டு. புதுமைப்பித்தன், அல்போன்ஸா உள்ளிட்ட ஆளுமைகள் வரை இப்படிமத்தைப் போற்றியுள்ளனர். தனது கோட்டுருவங்களில் நடராஜரைத் தீட்டிக்காட்ட முற்படும் தன்ராஜ் பகத், ஒரு மனித உருவம் இரத்தமும் சதையுமான உருவில் பூமியிலிருந்து நடனமாடுவதினையும் தவிர்த்து, பூமியிலிருந்து நடனமாடுவதினையும் தவிர்த்து, முற்றிலும் அரூபநிலையில் இசையின் பிரவாகத்தை முன்வைப்பதாக, நடனத்தின் அழகினைக் கற்பிப்பதாகச் செய்து விடுவார். அதுபோலவே சிதார் இசைக்கும் கலைஞரைத் தீட்டும் போது சிதாரும் கலைஞனும் இல்லாது போய் இசை மட்டுமே பெருகி ஓடுவதை

கற்பித்து விடுவார். அசைவு– இயக்கம், சமிக்ஞை பாய்ச்சல் என்பவற்றை ஆற்றல்மிக்க கோடுகள் தொட்டுக்காட்டிவிடும்.

விவரணங்களை விட்டு விட்டு, கதைப் பின்னலைத் தவிர்த்து விட்டு, சில சந்தர்ப்பங்களை மட்டும் உருவாக்கி ஆளுமைகள் மோதி முரண்படுவதையும், அணுகுமுறைகளில் உள்ள பலவீனங்களும் முரண்பாடுகளும் பரிசீலிக்கப் படுவதையே நோக்கமாகக் கொண்டு அரங்கநாதன் சாதித்துள்ளவையே இக்கதைகள்.

இந்த எண்பது கதைகளில் 'பூசலார்', 'தரிசனம்', 'அசலம்', 'வீடுபேறு', 'முதற்தீ எரிந்த காடு', 'ஜேம்ஸ் டீனும்' செண்பகராமன்புதூர் காரரும், என்னும் ஆறு கதைகளை உலக இலக்கியத்திற்கு அரங்கநாதன் வழங்கியுள்ள கொடைகளாக்க் கொண்டாடலாம்.

ஆதாரங்கள்;–

1) படைப்பின் தனிமை; புதுமைப்பித்தன் சிறுகதைகள் பற்றி சில குறிப்புகள், ரவிக்குமார், தமிழரசு இலக்கிய மலர், 1997.

2) Dhanraj Bhagat, Charles Fabri , Halit Kala Akademi, 1964

–சிற்றேடு, ஜூலை செப்டம்பர் 2013

7. தஞ்சை பிரகாஷின் இரு நாவல்கள்

> "வாழ்க்கையை அனுபவித்து அறிவதும்,உணர்வதும் அதில் தோய்வதும், தோய்ந்த வற்றில் கற்பதும், கற்கும்போதே துய்ப்பதும் துய்க்கும் போதே விடுதலும், விலகுதலும் விடுதலை....."
>
> –"கரமுண்டார் வூடு"/ முன்னுரையில்

தஞ்சை பிரகாஷ் (GML Prakash- Garden Marx Lionel Prakash என்பது பெயரின் முழுவடிவம்) பொதுவாக அறியப்பட்டிருப்பது ஒரு பதிப்பாளர், ஒரு கதைத் தொகுப்பாளர், ஒரு கட்டுரையாளர், ஒரு பத்திரிகை ஆசிரியர் என்பதாகத்தான். அவ்வளவாக அறியப்படாதவை அவரது நாவல்கள். அறியப்படாதவை மட்டுமல்ல, தமிழ் நாவல் இலக்கியத்தில் அவரது **கரமுண்டார் வூடும் மீனின் சிறகுகளும்** முக்கிய பங்களிப்புகளாக அமைந்துள்ளன. அதுவும், மற்றவர்கள் பேசத் தயங்கும் பாலியலின் பல்வேறு முகங்களை வெளிக்காட்டியிருப்பது இன்னொரு சிறப்பம்சமாகும்.

சுமார் 250 ஆண்டுகளாகத் தொடர்ந்து கரமுண்டார் வீடு என்னும் குடும்பப் பெருமை பெற்றுள்ள கள்ளர் சமுதாயத்தின் ஒரு கூட்டுக் குடும்பம், அக்குடும்பத்தின் பண்ணையாட்களாக பணிபுரியும் பள்ளர்களுக்கும் அக்குடும்பத்தினருக்கும் இருந்து வரும் நெருக்கம், உறவு நிலைகளில் முரண்களும் மோதல்களும் வெடிக்கையில் ஏற்படும் அவமானங்கள் இழப்புகள், ஒழுக்கவியலை மீறிய விலகல்கள் பாய்ச்சல்கள் என விரிவார்ந்த தளத்தில் காவேரிக் கரையிலுள்ள அஞ்சினி என்னும் கிராமத்து வாழ்வு கரமுண்டார் வூடு, என்னும் நாவலில் பேசப்படுகிறது.

தனது நாவலைப் பற்றி பிரகாஷ் முன்னுரையில் (நாவல் முகூர்த்தம்) சொல்வது;

"இந்த எனது கரமுண்டார் வூடு நாவல் எனது கண்டுபிடிப்பு அல்ல. கண்முன் நிகழ்ந்து, நிகழ்ந்து கொண்டிருக்கம் ஊத்தையும், உடைசலு மாகிப்போன கனவுகளுமல்ல. வெறும் வாழ்க்கையின் கரடுமுரடான உடைசல்கள் உருவம் பெற முடியாத, கரடுதட்டிப்போன நேற்றும், இன்றும், நாளையும் ஆன எங்கள் வாழ்க்கை. இவைகள் ஒரு ஒழுங்கான தத்துவத்துக்குள்ளோ, ஜாதிக்குள்ளோ, நம்பிக்கைக் குள்ளோ, சிந்தனை குறிக்கோளுக்குள்ளோ அடங்கவில்லையே என்ற அங்கலாய்ப்பு எனக்கும் உண்டு. இந்த வாழ்வின் இந்த அம்சங்களை என் முகத்தில் அறைந்து சொன்ன சத்தியங்களை உங்கள் முன் வைக்கவே இந்த நாவலை எழுதியிருக்கிறேன்."

தஞ்சைப் பிரதேசத்தின் பிராமண சமுதாயம் சார்ந்த் வாழ்வும் இசையும் தான் அதுவரையிலும் வாசகனுக்குப் பரிச்சயமாயிருந்தது. இன்னொரு சமுதாயமான கள்ளர் சமுதாயத்தையும் அவர்களைச் சார்ந்திருந்த பள்ளர் சமுதாயத்தையும் பிரகாஷ்தான் முதலாவதாகப் பதிவு செய்திருக்கிறார். அதுவும், மேலோட்டமான அளவில் இல்லாமல், அவர்தம் தீவிரமிக்க போக்குகளையும் வாழ்தலில் காட்டும் வேட்கையினையும் வரம்புகள் தாண்டிப் போகும் மீறல்களையும் சேர்த்துக் சொல்லியிருப்பது தான் புதுமை.

ஒன்றிரண்டு இடங்களில் பாத்திரங்களின் எண்ணவோட்டங் களாகவும், மற்றபடி கதை சொல்லியின் எடுத்துரைப்பாகவும் உள்ள இந்நாவல், யாருடைய விவரிப்பாயிலும், அது பேச்சு வழக்கு மொழியாக / வாய்மொழி மரபின் வெளிப்பாடாகவே அமைந்துள்ளது.

நாவலின் தலைப்பு கூட கரமுண்டார் வூடு தான். முக்கிய பாத்திரம் தெலகராஜ் தான். யதார்த்த தளத்தில் விவரிக்கையில் அதன் வீச்சையும் வேகத்தையும் எழுத்து மொழி கட்டுப்படுத்தி விடும் (அ) நீர்த்துப் போகச் செய்து விடும் என்னும் எண்ணத்தில்தான் பிரகாஷ் இந்த அணுகு முறையை மேற்கொண்டிருக்க வேண்டும் இந்த அணுகுமுறையில் ஈடுபட்டவர்கள் பொதுவாக மொழியளவிலேயே

கவனம் கொண்டு, அதுவும் வாசகனை அந்நியப்படுத்துவதாக ஆக்கியவர்களே உண்டு. பிரகாஷ்தான் அப்படிச் சரிந்து விடாமல், விஷயங்களை அவற்றின் அழ அகலங்களுடன் முன்வைப்பதிலும் கவனம் செலுத்தியுள்ளார்.

நாவலின் ஒரு முக்கிய பெண் பாத்திரம் காத்தியாம்பாளுக்கும் அவளது சித்தி உமா மகேஷ்வரிக்கும் இடையிலான பெண்சார்ந்த தன்பால் காமம் பேசப்படுகிறது. சித்தியுடன் நில்லாமல் செல்லியென்னும் பள்ளர் சாதிப்பெண்ணுடனும் இது நீட்சி கொள்கிறது. திலகராஜ் தன் பண்ணையாட்களான பள்ளர் சமூகத்தில் பெண்களுடன் கொள்ளும் பாலியல் உறவுகள் பேசப்படுகின்றன. அதுவும் தாயும் மகளுமான இருவர் ஒரே சமயத்தில் எந்தவித கிலே சமுமின்று அவனுடன் கலவி புரிகின்றனர்.

இந்த விவரணங்களுக்குள் செல்லும் ஆசிரியர் அவை விரசமாகிவிடாதும் பார்த்துக் கொள்கிறார்.

கள்ளர் என்னும் ஆதிக்க சாதியினரின் பாலியல் வேட்கைகளுக்கும் ஆதிக்க வெறிகளுக்கும் பலியாகின்ற பள்ளர் சமுதாயத்தினர், மோதல் முற்றும் போது, நெருக்கடி தீவிரங் கொள்ளும் போது, அதற்குப் பழிவாங்கத் தயங்குவதில்லை; பாலியல் மீறலை ஆதிக்கசாதிக் குடும்பத்தில் நிகழ்த்தவும் செய்கின்றனர். தன் சாதிப்பெண் பலியானதால் கலியராஜ் என்னும் பள்ளர் சாதி இளைஞன், கரமுண்டார் விட்டின் ஒரே வாரிசாகவும் கௌரவமாகவும் உள்ள காத்தியாம்பாளைக் கடத்திக் கொண்டு போகிறான். திலகராஜ் காதலித்துவந்த பள்ளர் சாதிப் பெண் மாயிதான், கரமுண்டார் இல்லத்தின் புனருத்தாரணத்தில் திலகராஜீடன் தோளோடு தோள் நிற்கிறாள்.

ஆங்கிலேய அதிகாரி ஒருவன் புகைப்படம் எடுத்து தன்படத்தை வீட்டில் மாட்டியிருந்தான் என்பதை அறிய நேரும் மங்களம் என்னும் கரமுண்டார் வீட்டுப் பெண், தற்கொலை செய்து கொள்ள நேர்கிறது; அந்த அதிகாரி கொல்லப்படுகிறான். சிறியதொரு வரம்புமீறல், இந்த அளவுக்கு உயிர்ப்பலிகள் கோரும் சூழலில்தான், மேற்கண்ட சமுதாய

மீறல்களும் ஒழுக்க மீறல்களும் பேசப்படுகின்றன; அவை முணுமுணுப்பின்றி ஏற்றுக் கொள்ளவும் படுகின்றன.

“நேற்று நடந்தது என்று புறங்கையால் தள்ளவோ, இன்றில்லை அப்படி என்று மறுக்கவோ பலர் முன்வரும்போது இது நாளையும் இப்படித்தான் என்று சொல்லும் உரம் எனக்கு எப்போதும் உண்டு என்று பிரகாஷ் முன்னுரையில் சொல்வது இவற்றை முன்வைத்துத்தான்; கூடவே இன்னொரு குறிப்பையும் தருகிறார். இந்நாவலில் வரும் இந்த வழக்குகளையெல்லாம் நான் ஒத்துக்கொண்டதாக அர்த்தம் இல்லை. எதிர்ப்பதாகவும், மறுப்பதாகவும் பொருள் கொள்ள வேண்டாம். நான் பார்த்த பழகிய உலகம் அது. நான் அதைத் தாண்டி வந்து விட்டேன். நான் எதையோ ஆதரிப்பதாக, எதையோ எதிர்ப்பதாக எதற்காகவோ வக்காலத்து வாங்குவதாக எண்ண வேண்டாம்...”

தான் சொல்ல வந்த கரமுண்டார் வீடு உண்மையில் குறிப்பிடுவது என்ன? “வீடு என்றால் வீடுதானா? உயிர், பாரம்பரியம், உணர்ச்சி, நீண்டகால நம்பிக்கை குவிந்து கிடக்கும் ஆசைகள், காலம் காலமாக தேங்கி கிடக்கும் பெண்களின் ஏக்கங்கள், சாகாமல் இன்னும் வாழ்வோடு போராடிக் கொண்டிருக்கும் அமங்கலிகளின் ஏக்கங்கள், தள்ளாத கிழவிகளான நெஞ்சுரம் கொண்ட வயோதிக உயிரை ஆவலாதிகள் பிடித்துக் கொண்டிருக்கிற கிழவர்களின் அபிலாஷைகள், இளம் பெண்களின் குமுறல்கள், விஜயம், ரங்கம் போன்ற பெண்களின் அரும்புவிட்ட பேராசைகள் என்று இப்படி எத்தனையோ கலந்து திரண்டு ஒரே இலட்சியமாய் அந்த தண்ணீருக்குள் இருந்து எழுந்து நிற்பதுதான் கரமுண்டார் வூடு” (பக்.291)

II

‘மீனின் சிறகுகள்’ நாவலில் பிராமண சமுதாயம் சார்ந்த வாழ்க்கை விவரிப்பில், ரங்கமணி என்னும் பாலியல் வேட்கை மிக்க இளைஞனின் பெண் வேட்கை பேசப்படுகிறது. நேசம் கொள்ளும் பெண்களிடம் எல்லாம் எப்படியாவது பாலியல் உறவு கொண்டு விடுகிறான் அல்லது நெருங்கிப் பழகுவதில் சுகம் காணுகிறான். இதில்

அவர்கள் நிறைவடைகின்றனரா நிர்கதியாகின்றனரா என்பது பற்றி அவனுக்குக் கவலை இல்லை.

“கார்த்யாயினியும் அவளும் (லலிதேச்வரி) திண்ணையில் புரள்வதை யாராவது பார்த்தால் கார்த்திக்கு பயமும் வெட்கமும் இல்லை. ஆனால் கார்த்தி பயங்கரமான பெண். அவள் உடம்புத் தீயைப் படரவிட்டு லலிதேசவரிக்கும் பற்றவைத்து பெண்ணுக்குப் பெண் ஆண் என்று முறுக்கிவிடும் அர்த்தமும் அதன் கொளுத்தும் அனலும் அடங்க வெகுநேரமாகும். கண்கள் கிர்றென்று கூச அப்படியே அலமந்து கிடக்கும் வேளை கார்த்தியாயினி லலிதேச்வரியின் சர்வாங்கத்தையும் தனக்குள் வாங்கிப் புதைத்துக் கொள்வாள் (பக். 65–66)

என்று பெண் சார்ந்த தன்பால்காமத்தை **மீனின் சிறகுகள்** பேசும். இந்த உறவு லலி தேச்வரிக்கும் பவானிக்கும் கிடையேயும் நிகழும்.

கால்களிரண்டும் இழந்து சதைப்பிண்டமாக இருக்கும் நிலையிலும், பெற்றோர் உள்ளிட்ட யாரும் அவனைக் கைவிட்ட சூழலிலும், எப்படியேனும் காப்பாற்றியாக வேண்டும் என்று அவனை சகித்துக் கொண்டு கவனிக்கும் மனைவி பகவதியைக் கூட, ஆணின் அதிகாரத்துடன் தன் தினவைப் போக்கிக் கொள்ள எத்தனிக்கும் சந்திரனை இப்படி விவரிக்கிறார் ஆசிரியர்;

“சந்திரன் ஜடமல்ல! முடமல்ல! சதைப் பிண்டமல்ல! மனுஷ்யன்! அவள் உடம்பும் மனசும் வெற்றிக்கனியில் அவனில் ஆழ்ந்து மீண்டும் துவங்கிப் பறந்ததுவலி! நடுக்கம்” (பக்.240–41)

ரங்கமணியின் இந்த லீலைகளுக்கு என்ன பொருள்! சதா காமம் சார்ந்த திளைப்புகளில் அவனிருப்பதற்கு என்ன அடிப்படை! ஓரிடத்தில் அவன் இதனை விளக்குகிறான்; “...மீனுக்குச் சிறகுண்டா? சுந்தரி உனக்கு சிறகு முளைச்சாச்சு, நீயும் பறந்துடுவே! நீங்களெல்லாம் மீன்கள்! ஆனா பறக்கப் பார்க்கறேள்! மீனாலெ பறக்க முடியுமா? இஞ்ச மீனெல்லாம் நீந்தும். நீந்துறது மட்டும்தான் மீன்! ஆனா நான் சின்ன வயசிலேயே சிறகு முளைச்சுப் பறக்க ஆரம்புச்சுட்டேன். என்னோட

எல்லா மீனையும் பறக்க இழுத்துண்டு பெய்ட்டேன். வானக் கடல் தெரியுமா சுந்தரி நோக்கு? அங்கே போய் நீந்தணும்னு நேக்கு ஆசை! வரனத்ல கடலேதும்பா எல்லாரும்! மீனுக்கு செதிள் தான் உண்டு! சிறகு ஏது? ஆனா நான் பறந்தேன். எனக்கு செட்டை முளைஞ்சது. ....சிறகை விரித்துப் பற! வானம் முட்டும்! மேலே பற! வானம் திறக்கும் டீ பொண்ணே! அப்பொ பிரபஞ்சம் உன் கீழே! நீ மேலே போ! ஊர்த்வ யாத்திரை! மேலேறும் உன் சிறகுகள் மேலேறப் பாயும் மேலே மேலே! ஆ! வான சமுத்திரம் பிரபஞ்ச ஊழி! ஆழிப்புனல் பெருகும்! உடம்பு சுழன்று சிறகுகள் செதிள்களாய் அசைய நீ வானத்துப் பிரபஞ்ச சமுத்திரத்தின் பொன் மீனாக நீந்துவே!...” (பக் 206–08)

பசியும் காமமும் ஒன்றுதான். எப்போதுமே அவை அடங்கித் தீர்வதில்லை. ஓய்வதில்லை. தொடர்ந்து பசிப்பதும் புசிப்பதும் போல, காமமும் அதன் நிறைவேற்றமும். இதனை ரங்கமணி ஓரிடத்தில் குறிப்பிடுகிறான்; “பசியடங்கினதேயில்லை! சாப்பிட்ட உடனே பசியடங்கிறதில்லெ நெருப்பிலே வெறகெப் போட்டா வெறகு நெருப்பை அணைக்குமா? உடம்பு உடம்புக்குள்ளே சொருகித் தீப்பற்றினா உடம்பு அடங்குமா. இல்லெ பசியடங்கிட்டா மாதிரி ஏமாத்திண்டு திரியறா எல்லாரும்!” (பக். 327)

மீனின் சிறுகுகளை வாசித்து விட்டு வெங்கட் சாமிநாதன் எழுப்பும் வினாக்கள்;

“பாலியல் சரி; ஆனால் இந்த உக்கிரம் ஏன்? இந்த முரட்டுத்தனம் ஏன்? இந்த வன்முறை ஏன்? எங்கு நான் அறிந்த பிரகாஷிடம் அவருமோ யாருமோ அறியாது அடிமனத்தில் உறைந்து கிடக்கிறது எங்கிருந்து பிறந்தவை இவை?”

பிரகாஷ் நாவலில் முன்வைக்கும் பதில்;

“எத்தனையோ சட்ட திட்டம் தர்ம நீதி நியாயம்! சூத்ரம்! கட்டளை! எத்தனை இருந்தாலும் வாழ்க்கை அதுக்கெல்லாம் வெறுப்பை காட்டிவிட்டு ஓடிப்போயிறதே.”

ஒருபுறம் இவ்வளவு வன்முறையும் குரூரமும் கொண்டிருப்பினும், நிர்க்கதியானதாக மனிதன் விரக்தியை உணரும் தருணத்தில், அவனை ஆறுதல் படுத்தி இதமாக்கும் மருந்தினையும் வாழ்க்கை தன்னகத்தே கொண்டிருக்கிறது.

"...திக்கில்லை! எதுவுமில்லை! ஆனாலும் பெருமாள் ஸ்டோர் இருந்தது. பெருமாள் ஸ்டோர் மனிதர்கள் கூட காணோம். வாதாமரம் நீண்டு இருண்டு எப்போதும் சோலையாகிப் பயன் இல்லாது வளர்ந்து கிடக்கும் நந்தவனம், பெருமாள் சொத்தான கோயில் பிரகாரம், புராதனமான கமலைக் கிணற்று மேடையுடன் கிணறு, சுற்றிலும் கோட்டைபோல் வளர்ந்துவிட்ட நவீனவீடுகளின் நாகரீக நெருக்கடி கூட பெருமாள் ஸ்டோரை அதன் பரந்து கிடக்கும் நிலப்பரப்பை செடி கொடிகளின் சஸ்யச்யாமளத்தை – இருண்ட பச்சைபூண்ட புல்வெளியை மல்லிகை மரங்களை புதர்களை இப்படியே நூற்றாண்டுகள் கடந்துபோன அதன் தேய்மானமில்லாத கழிவுகளை – மனுஷ்யர் அண்டாத அண்டமுடியாத பேருருவை சின்னஞ்சிறு ஜீவராசிகளைக் கூட சந்தோஷத்தில் ஆழ்ந்து போகச்செய்யும் அதன் கன்னாபின்னா வென்ற வளர்ச்சிகாட்டாத அயர்ச்சிகளை எல்லாம் அறியாது எப்போதும் போன்ற வாழ்வின் தாகத் தோடும் எதுவுமே நடந்து விடாத சாதாரணத்துடனும் ஜெயராமன் பெருமாள் ஸ்டோரின் உள்ளே பின்னால் வெகு தூரம் நடந்து முன்பு அவர்கள் வாழ்ந்த அதே குச்சிலைப் போய்ச் சேர்ந்தான்..." (பக் 307)

III

வேதத்திலிருந்து நாடோடிக்கதை வரை தன் பார்வையை ஓடவிட்டவர் பிரகாஷ். மௌனியிலிருந்து தகழிவரை அறிந்தவர். சிறுகதைகள், நாவல்கள், கட்டுரைகள் என வழங்கியவர். பத்திரிகை, அச்சகம், மெஸ் நடத்தியவர். டேனியலின் **பஞ்சமரைப்** பதிப்பித்தவர். ஓயாது ஒழியாது இலக்கியம் பேசியவர். இலக்கியக் கூட்டங்கள் நடத்தியவர். மேல்தட்டு வாழ்விலிருந்து கீழ்தட்டு வாழ்வுவரை பரிச்சயமானவர். "பழகிய, தெரிந்த பிரகாஷோடு, அவரது இதுகாறும் எனக்குத் தெரிய வராத ஒரு புதிய பரிமாணமும் முன் வந்ததாகத் தோன்றுகிறது" என்பார் வெங்கட் சாமிநாதன்.

இதனால் அவரால் வாழ்வின் உன்னதத்தைக் கண்டு அதிசயிக்கவும், குரூரத்தைக் கண்டு திகைத்து நிற்கவும் முடிகிறது. வாழ்வின் போக்குகளும் பாய்ச்சல்களும் தான் அவரின் பரிசீலனைக் குள்ளாகின்றன; ஒழுக்கவியலின் வரம்புகளில்லை. முரண்பாடுகளும் மாறுபாடுகளும் மாற்றங்களும் எண்ணிப்பார்க்கத்தான்; முடிவு கட்டி மறுதலிப்பதற்கு அல்ல. சரி தவறென்று தீர்ப்புரைப்பதல்ல, இவ்வளவு விஷயங்கள் வாழ்க்கையில் பொதிந்துள்ளனவா என்று வியப்புறுவது தான் எழுத்தாளரின் கடமை என்பது பிரகாஷின் நிலையாகிறது.

“எல்லோரையும் என் மனம், மொழி வாக்கு, காயம் ஆகியவற்றினால் உடல் நிலம்பட படிந்து வணங்கிறேன். நன்றி” (பக்.270 / தஞ்சை பிரகாஷ் கட்டுரைகள்) என்று பிரகாஷினால் மட்டுமே சமர்ப்பித்துக் கொள்ள முடியும்.

எழுத்தென்னும் பிரும்மாண்டத்தின் முன்னே ஒளிரும் பனித்துளிகளில் ஒன்று பிரகாஷ். தூய்மையும் குளிர்மையும் கொண்டுள்ள அது கதிரொளி பட்டதும் வர்ணஜாலம் காட்டி குதூகலிக்கும். அதன் குதூகலம், வாழ்வெனும் அதிசயத்தைத் தரிசித்ததால், மனிதன் எனும் புதிரைக் கண்டு கொண்டதால், தனக்கு இந்தக் கொடை கிடைத்த சந்தோஷத்தால்.....

ஆதாரங்கள்;

1. கரமுண்டார் வூடு, தஞ்சை பிரகாஷ், சிவசக்தி புக்பப்ளிகேஷன், நாகப்பட்டினம், 1998

2. மீனின் சிறகுகள், தஞ்சை பிரகாஷ், காவ்யா, 2002

3. தஞ்சை பிரகாஷ் கட்டுரைகள் , காவ்யா, 2003.

தி இந்து நவம்பர் 30, 2013.

8. முஜீப் என்றால் பகடி, பரிகாசம், பரவசம்

எச். முஜீப் ரஹ்மான் எழுத்து வாழ்க்கைப் பிரச்சனைகள் வாழ்வனு பவங்களிலிருந்து பிறப்பதல்ல. எதையும் பிரதிநிதித்துவப் படுத்துவதுமில்லை, பிரதிபலிப்பதுமில்லை. தன்னை வெளிப்படுத்திடும் அவசமும் இல்லாதவை.

வாய்மொழி மரபின் நீண்ட கதைகள், கட்டுக்கதைகள், தேவதைக்கதைகளுடன் கற்பனையை துணைக்கழைத்துக் கொண்டு குதூகலம் கொள்பவை முஜியின் சிறுகதைகள்.

தலைப்பெழுத்துக்கள் மட்டுமே உள்ள ஆதிமொழி துர்மணம் வீசி அது வழக் கொழிந்து போக இருப்பதை, அதன்காரணமாக அதைப் பேசும் மக்கள் அழிய இருப்பதைப் பேசி அம்மொழியினையும் அம்மக்களையும் காப்பாற்றுவற்காக சோதனைச்சாலை ஆய்வுகள் அமளிதுமளிப்படுவதை தலை எழுத்துக்களால் ஆன ஓர் ஆதிமொழி முன்வைக்கின்றது. ஒரு பேச்சாளர் பெண்களைப் பற்றி இழிவாகப் பேசிவிட்டார் என்ற விருத்தத்தில் பெண்கள் பிரதிநிதிகளைச் சந்திப்பதாகத் தொடங்கி, மாய ஆற்றல் உள்ள குட்டிப்பாட்டி துணையால் அதிசய உலகத்திற்குள் எல்லாம் ஒருவன் போய்வருவதை **குட்டிப்பாட்டியும் பெண்கள் உலகமும்** கதை பேசுகிறது. காலத்தைத் தொலைத்துவிட்டுத் தேடப்புகும் ஒருவன், காலம் கதையாக உருமாறிவிடவே, கதையைத் தேடுவதாக ஆவதை 'புதிர்வட்டப் பாதையில் சுழலும் உலகம்' கதை விவரிக்கின்றது. சிறகுகளுடன் பிறந்து விடும் ஒரு மனிதன். பறவைக்குரலை விடுத்து மனிதக்குரல் பெற்றால் தான் பிழைக்க முடியும் என்று, அதன் பொருட்டு மனநல மருத்துவர், பக்கீர் என்று தேடி மருந்துகள் உண்டு பயனின்றிப் போய்,

அற்புதத்தீவு, வைரக்கண்கள், நாகஜோதி என்று தேவதைக் கதை ஆகிவிடுகிறது **நான் ஒரு பறவை மனிதன் கதை. திகில் பிரதேசத்தில் அன்று அமாவாசை** கதையில் ஆசிரியரின் வஞ்சகமான சமூக நெறிகளும் அரசியல் ஆதிக்கமும் சூசகமாக சொல்லப்படுகின்றன; ஆனால் மதங்களின் உண்மைகள் வேதாளத்தைப் போலவும், பூதத்தைப் போலவும், மிருகத்தைப் போலவும் இருந்தன. இவை நேரடியாக மனிதனை தாக்கிக் கொல்லும் தந்திரம் படைத்தவையாக இருக்கின்றன. மற்ற சட்ட, ஒழுக்க, நீதி உண்மைகள் மொழிக்குள்ளும் கனவுக்குள்ளும் ஏனைய விசேச வடிவங்களில் ஒளிந்து கொண்டு மனிதனைக் கொடுமைப் படுத்தி வந்தது. ஆனால் கனவில் புகுந்து மனிதனைக் கொல்லும் இந்த உண்மை 2000 ஆண்டுகளுக்கு முன் இருந்த ஒரு நீதி சாஸ்திரம் எழுதிய ஒருவன் உருவாக்கியது என்பதை மக்கள் கண்டறிந்து கொண்டனர். நீதி சாஸ்திரம் எழுதினவன் பண்டைய காலத்தில் வெளி நாட்டிலிருந்து வந்த வழித்தோன்றல்களின் பிரதிநிதியாவான்.....

'பகுத்தறிவு பற்றிய நூலின் பத்தாவது அத்தியாயம்' தான் முஜீபின் நையாண்டி / பகடியின் உச்சம். ஒரு கூர்மையான விமர்சனத்தை இவ்வளவு பகடியுடன் சொல்ல முடிந்திருப்பது ஆச்சரியமானது. பெரியாருக்குப் பிந்தைய பகுத்தறிவுவாதிகள் எப்படி ஒன்று மில்லாது போயுள்ளனர் என்பதை பரிகசிப்பது போல பரிசீலிக்கிறது. ஒவ்வொரு பகுத்தறிவு வணிகரும் பகுத்தறிவு சேவையை முதன்மையாகவும் இலாபத்தை குறைவாகவும் கொண்டு செயல்பட வேண்டும்.... பகுத்தறிவில் கலப்படம், தரமற்ற பகுத்தறிவு, சரியான எடை அளவு வழங்காது இருத்தல், பற்றாக்குறையான சேவை, சரியான உபசரிப்பு இல்லாமை போன்றவைகளை பகுத்தறிவு வணிகர்கள், வியாபாரிகள், வர்த்தகர்கள், இடைத்தரகர்கள். தொழிலதிபர்கள், விற்பனையாளர் தயாரிப்பாளர் ஆகியோர் ஈடுபடும் போது பகுத்தறிவாளரை மன நிறைவு செய்ய முடியாது. இன்றைய உலகில் ஒவ்வொரு பிரச்சனையும் கவனிக்க வேண்டிய விஷயங்களும் குறுக்கீடு செய்ய வேண்டிய விவரங்களும் ஆர்வங்காட்ட வேண்டிய துறைகளும் நிறைய இருக்கையில், கடவுள் இல்லை என்று சொல்லி விடுவதாலேயே

தன்னை அறிவாளியாகக் கருதிக் கொண்டு மக்களை முட்டாளாய் இழிவு செய்வது எவ்வளவு முரணானைது / அபத்தமானது.

'சதுரங்க ஆட்டத்தில் அதிரும் மகோனதங்கள்' கதை புதிர்கள் போடும் வாய்மொழிக் கதை வடிவத்தையும் கூடப் போட்டுடைத்து நையாண்டி செய்கிறது...

முஜீப் தன் குறிப்பில் சொல்கிறார். "இந்தக் கதைகள் தன்னைத்தானே சுற்றிக் கொள்கிறது. தன்னைத்தானே கேலிசெய்து கொள்கிறது. ஏதோஒன்றை சொல்கின்ற பாவனையில் சொல்லிக் கொள்கிறது. சீரிய ஒன்றை சொல்கின்ற தொனியை இது ஏற்படுத்துவதில்லை. எனவே இக்கதைகளை வாசிக்கின்ற போது கொண்டாடப்படுதலை அனுபவிப்பீர்கள். சமூகத்தின் அங்கமாக இது தன்னைத்தானே பார்த்துக் கொள்வதால் பிரிந்து நின்று விமர்சனம் செய்யாது. எதைப் பற்றி இது பேசுகிறதோ அதுவே தனக்குள்ளும் இருக்கிறது என்று பார்க்கிறது. கிண்டலும் கேலியும் கொண்டாட்டமாக ஒரே படைப்புக்குள் பல்வேறு வரலாறுகள் இடம் பெறுகின்றன. பல்வேறு வடிவங்கள் மட்டுமல்லாமல் பல்வேறு விவாதங்கள் பல்வேறு குரல்கள் இடம் பெறுகின்றன. தமிழ்கதை சொல்லலில் மற்றொரு சாத்தியமாக இந்தக் கதைகள் அமையும் என நினைக்கிறேன்..."

மார்க்வெஸ், கால்வினோ என உத்வேகம் பெற்று, தமிழ்ப் புனைவில் புதுப்புது கதை வடிவங்களை வசீகரமாக முன்வைக்கும் முஜீப் ரஹ்மான், ஒரு பரிமாணத்தை தமிழ் எழுத்துக்கு அளிப்பவராக இருக்கிறார்.

II

2005 இல் சிறுகதைத் தொகுப்பை அளித்த முஜீப் 2007இல் 'தேவதூதர்களின் கவிதைகள்', நாவலை வெளியிடுகிறார். சாச்சா என்னும் ஒரு ஜாலம் நிரம்பிய பாத்திரத்தை உருவாக்கி, அவரது நண்பர், உறவினர், இமாம், மையவாடி பொறுப்பாளர், மாற்று மதத்தவர், உலமா சபைத் தலைவர் என பல்வேறானவர்களின் பார்வையில் அவரை விவரிப்பதாக விதவிதமான சொல்லாடல்களை முன்வைக்கிறார் முஜீப்.

இந்நாவலில் மூலப்பிரதி / அசலான பிரதி என்பது குரானைப் பொறுத்து மட்டுமல்ல, எந்தப் பிரதிக்கும் பொருந்தாது; பிரதிகள், புனிதப் பிரதிகள் உட்பட, காலந்தோறும் சேர்ப்பதும் நீக்கலும் இடைச் செருகலும் என மாற்றங்களுக்குள்ளாகி வருபவையே என்பது நாசூக்காக உணர்த்தப்படுகிறது. அல்லாவின் வெளிப்பாடுகளே திருக்குரான் என்று வற்புறுத்தப்பட்டுக் கொண்டு வரப்பட்டுள்ளது. நபிகள் ஆறுமாத காலம் மனநிலை பாதிக்கப்பட்ட நிலையில் மூன்று அத்தியாயங்கள் ஆறுமாத கால அளவில் சொல்லப் பட்டவை என்பதைக் குறிப்பிட்டு, இவை அப்படியே குரானில் தொகுக்கப் பட்டுள்ளன என்பதைப் பதிவு செய்கிறார். நாவலாசிரியர். அது போன்றே ஹதீதிலும் விடுபடலும் சேர்க்கையும் இருப்பதைச் சொல்லுகிறார். இது கீதை, பாரதம், இராமாயணம் உள்ளிட்ட பனுவல்களுக்கும் பொருந்தும்.

சல்மான் ரஷ்டியின் உத்வேகத்தில் பகடி செய்யும் முஜீப், புண்படுத்தாது பண்பட்ட நாகரிகத்துடன் தன் விமர்சனத்தை சாச்சா மூலம் அகட விகடமாக்குகிறார்.

சாச்சா இன்னும் வளமான ஆளுமையாக வந்திருக்க வேண்டியவர்,. இவ்வளவு பேர் அவரை விவரித்தாலும் 'திறமையான பேச்சாளர், ஜாலம் நிறைந்தவர், எதிரியையும் வசப்படுத்தி விடுபவர்' என்னும் அரசியல் பேச்சாளரின் படிமம் மட்டுமே உருக்கொண்டுள்ளது. அவர் சொல்லி வரும் / எதிர்பார்க்கப்படும் நிகழ்வுகளெல்லாம் அப்படியே நடந்துவர, இறுதியில் குழிக்குள் இறங்கும்போது மட்டும் அவர் சொன்னபடி வராது ஏமாற்றத்திற்கு குள்ளாக்கும் முரண்சுவையாகி விடுகிறது.

இந்த ஆண்டு வெளியாகியுள்ள முஜீபின் இரண்டாம் நாவல் மகாகிரந்தம். 52 பக்கங்களில் ஒரு நாவலைத்தரமுடியும் என்று நிரூபித்திருக்கிறார்.

திருவிதாங்கூர் சமஸ்தானத்து வரலாற்றில், பலியாகும் / வஞ்சிக்கப்படும் / பாலியல் வன் புணர்வுக்குள்ளாகும் பெண்களின் சார்பாக, நீல்லோகிதா என்னும் தஞ்சையின் நாட்டிய மங்கை திவானைக் கொன்று பழிதீர்ப்பதாக மகா கிரந்தம் உள்ளது. மன்னரும்

பெண் பித்தனாக இருப்பதால், அதிகாரத்தை இழக்கும் நிலைக்குத் தள்ளப்படுகிறார்.

வண்ணாரச்சித்தனும் பென்னிக்கிழவனும் நாயர் சமூகப் பெண்களை வன்புணர்ச்சிக்குள்ளாக்கிப் புத்தி பேதலிக்கவிடுவது இவ்விரு தரப்பின் பழிவாங்கலாகச் சொல்லப்படுகிறது. தலீத் / ஒடுக்கப்பட்ட சமூகத்தின் விடுதலை உணர்வை, ஆத்திர வெளிப்பாட்டைக்காட்ட இது உசிதமான வடிவமா என்று தெரியவில்லை.

பெண் ஒடுக்கு முறை பேச, பெண் பார்வையில் கதையாடல் நிகழ்த்தப்படவில்லை. ஆண்களின் நடவடிக்கைகளும் ஆண்களின் குரல்களுமாக நிறைந்துள்ள பிரதியில், பொருத்தமற்ற வடிவில் பெண் விடுதலைப் பேச்சோ தலீத் உரிமைக் குரலோ இடம் பெறும் சாத்தியமில்லை.

'குட்டிப் பாட்டியும் பெண்கள் உலகமும்' சிறுகதையிலும் இப்பிரச்சனை உள்ளது. 'பெண்களை மட்டமாகப் பேசிவிட்டார் ஒருவர்' என்பதற்கான எதிர்வினையாக உள்ள இக்கதை, பெண்களின் குரல்களாக எதையும் ஒலிக்க விடவில்லை. கதையின் உத்தேசம் அதுவல்ல என்றால் இவ்வடிவில் சொல்லப்பட்டிருக்கக் கூடாது.

ஆதாரங்கள்

1. தேவதைகளின் சொந்தக் குழந்தை, எச். முஜீப் ரஹ்மான், புதுப்புனல், 2005.

2. தேவ தூதர்களின் கவிதைகள், எச். முஜீப்ரஹ்மான், புதுப்புனல், 2007.

3. மகா கிரந்தம், எச். முஜீப் ரஹ்மான், புது எழுத்து, 2014.

15.08.14 தக்கலையில் நடந்த
க.இ.பெ.ம. கருத்தரங்கிற்காக எழுதப்பட்டது.

9. சந்திரா; கடலவையின் தவிப்பு

சந்திராவின் சிறுகதைகளை நான் வாசித்துக் கொண்டிருந்த தருணங்கள் அற்புதமாயிருந்தன. ஒரு நாள் அதிகாலையில் மதுரைக்குப் பேருந்துப் பயணம், கூட்ட நெரிசல் இல்லை. முந்தின நாள் மாலையில் மழை பெய்திருந்ததால் அந்தக் காலை வேளை ஒளி இதமாய் பூமியினை பொலிவாய்க் காட்டிக் கொண்டிருந்தது. இசைவு கொண்ட மனம் 'காட்டின் பெருங்கனவு'– தொகுப்பிலுள்ள கதைகளைப் பஞ்சென உளவாங்கியது. நேற்று மாலையில் படித்திருந்த ஒருசில கதைகளுடன், இன்று தொடர்ந்த வாசிப்பு, தமிழுக்கும் சிறுகதைக்கும் புதிய தொரு ஆளுமை வாய்த்திருப்பதை உணர்த்திற்று. வாழ்க்கை அழகாய்த் தோன்றிற்று. மனிதர்களை உயர்வாய் எண்ணவைத்தது.

நெருங்கிப் பழகியவன் சட்டென்று பிரிந்து போக, வருத்தத்தில் / குழப்பத்தில், சென்னையிலிருந்து கொடைக்கானல் போவதற்காக இரயிலில் வந்து கொடை ரோட்டில் இறங்கிறாள் ஒரு பெண். "மற்ற நினைவுகள் எல்லாம் மறக்கடிக்கப்பட்டு அவன் மட்டுமே நினைவற்ற நினைவில் முழுவதுமாக இருந்தான். அவன் நினைவில் அழுகிக் கொண்டிருக்கும் என் ஆத்மாவைப் பிரித்து எறிந்தால்தான் சந்தோசம் கிடைக்கும். என் உயிர் பிரிந்து ஏற்படும் நிசப்தத்தில் அந்த வலியை மறக்க விரும்பினேன். தீவிரமான தேடலின் உயிர்தொடும் மூர்க்கமே என்காதல் என்பது அவனுக்குப் புரியாமல் போனது சோகம்தான்" என்ற நிலையில் இருப்பவள். அவளருந்தும் டீயும் புற நடவடிக்கைகளும் உற்சாகத்திடம் திருப்பி விடுகின்றன. "அவனில்லாத உலகத்தை ஒரு நாளில் அழகானதாக மாற்றிவிட முடியாததுதான் வாழ்க்கை

அழகானதாக இல்லாவிட்டாலும் மிக மெதுவாக நகர்ந்து ஒரு நாள் வலியற்றதாக மாறலாம் என்பதை அந்த காலைக் காட்சிகள் உணர்த்தின''.

இது ஒரு கதையில் என்றால், நூலின் தலைப்புக் கதையில் பதின் பருவத்தில் நட்புடனும் காதலுடனும் பழகத் தொடங்கிய இருவர் சீக்கிரமே பிரிய நேரும் வலி சொல்லப்படுகிறது. அவர்கள் பழகக் காரணமாயுள்ள காடு, இப்போது ''முடிவுக்கு வராத தனிமையைக் கொடுத்துக் கொண்டிருக்கிறது''.

மிகவும் கேவலமான வேலை என்று தான் கருதும் வேலையை– டிக்கெட் கொடுக்கும் வேலையை – பார்க்கும் சிவகுமாருக்கும், அதுபோலவே கழிப்பறை முன் அமர்ந்து காசு வாங்கிப் போடும் வேலையக் கேவலமாக எண்ணியபடியே பார்க்கும் சித்ராவுக்குமிடையே அரும்பும் காதல் ஒருவர் பார்க்கும் வேலையை மற்றவர் அறிந்து பிரமை நீங்கப் பெற்றதும், காதல் மறைந்து விடுகிறது 'கழிவறைக்காதல் பிரதி' கதையில்,

'தரை தேடிப்பறத்தல்' என்பது உருவகக் கதை வடிவில், 'ஜோனதான் லீவிங்ஸ்டன் ஸீகல்'லையும், ஹான்ஸ் கிறிஸ்டியன் ஆண்டர்சனின் 'கறுப்பு வாத்து' கதையையும் 'ஸிமுர்க்' என்னும் சூஃபிக்கதையையும் ஞாபகப்படுத்துகிறது.

கருஞ்சிவப்பு வெண்ணிறம் என்னும் இருநிறங்களிலான பறவைகள் பற்றியதாக இக்கதை. தன் இறக்கைகளின் நிழலிலேயே பறந்து வர வேண்டும். தரை இறங்கக்கூடாது, கூடு கட்டுதல் சோம்பேறித்தனம் என்று கருஞ்சிவப்புப் பறவை வெண்ணிறப் பறவையை அறிவுறுத்தி, வளர வளர இறகுகளை வெட்டி விடுகிறது. ஒரு முறை உன் பாதையை நீயே வகுத்துக் கொள் என்று கருஞ்சிவப்புப்பறவை வெறுப்பை உமிழ்ந்து செல்லவும், இலக்கற்றுப் பறக்கும் வெள்ளைப் பறவை ஒரு நீலப்பறவையைச் சந்திக்கிறது. எதையும் கட்டளையிடாமல், அச்சுறுத்தாமல் 'தரை இறங்கும் பயத்தைப் போக்கி பூமி பார்க்கும் ஆர்வத்தைத் தூண்டுகிறது'.

“எல்லா நிறங்களுக்கும் மூலம் வெண்மைதான். வெண்மையின் கலப்பில்லாமல் எந்த நிறமும் உலகில் இல்லை. வெண்மை வெறும் நிறமல்ல. அது அழகின் பொருள். சுதந்திரத்தின் முழுவடிவம். அருவி,. நிலா, வெண்மேகம், பூக்கள், தேவதை, சிறகுகள், எல்லாமே வெண்மைதான்” என்று அது கூறுவது. வெள்ளைப்பறவையின் தாழ்வு மனப்பான்மையை அகற்றுகிறது.

மனதில் மறைந்துள்ள ஆசை நிறைவேற்றம் இதுவரையிலும் ஓர் ஆண் சம்பந்தமானதாகவே கதைகளில் சொல்லப்பட்டு வந்திருக்கிறது, மருதாணியில் ஒரு பெண்ணின் இரகசிய ஆசை நிறைவேற்றம் பேசப்பட்டுள்ளது. சுரேஷ் என்னும் இளைஞன் மீது கொண்டுள்ள ஆசை தணியாது இருந்து வரும் மருதாணி, இன்னொருவனுடன் திருமணம் ஆன பின்பு, அவனைச் சந்திக்கும் சந்தர்ப்பத்தில், அதனை ஈடேற்றிக் கொள்கிறாள். கதையின் இறுதியில் உறவினரும் மற்றவரும் ரத்தக்களரியில் கிடப்பதை தவிர்த்தே கூட இக்கதையினை அமைத்திருக்கலாம்.

சரியான நேரத்தில் நேசமும் காதலும் கூடாது போனால், தனிமைப்பட்டு மனதுக்குள் புழுங்கி, குடும்பத்தை விட்டும் வெளியேறும் நிர்ப்பந்தத்தில் அகிலா இருப்பதை விவரிக்கிறது ‘பன்னீர்மரத் தெரு’. போலித்தனமும் பாவனையுமுள்ள ஆனந்தினால், அவை நீங்கப் பெற்ற பின்னரே மீத்தோவன் இசையை உள்வாங்க முடிகிறது.

“அழகம்மா” தொகுப்பில் பார்க்கும் பெண்களையெல்லாம் மலினமாக எடைபோடும் ஆண்களை விமர்சனம் செய்து கண்டிப்பதான தன்மையில் ‘அறைக்குள் புகுந்த தனிமை’, ‘கட் சொன்ன பின்னும் கேமரா ஓடிக் கொண்டிருக்கிறது’ என்னும் கதைகள் உள்ளன.

“ஜீ. நாகராஜன், கோபி கிருஷ்ணன் படித்து விட்டு கொஞ்சநாள் பைத்தியமாகச் சுத்தினேன். கோபி கிருஷ்ணன் இறந்துபோனது, வாழ்வில் அவருடைய வறுமை, மனப்பிறழ்வு இவற்றையெல்லாம் கேள்விப்பட்டதும் இன்னும் அவர் நெருக்கமாகிவிட்டார். ஆல்பர் காம்யூவில் என்னை அடையாளப்படுத்திக் கொண்டேன். எப்போதவது தலைதூக்கும் குற்ற உணர்ச்சி; அந்நியனைப் படித்ததும் விலகியது”

இது ஓர் உதவி இயக்குநரின் அனுபவமாக; **தொலைவதுதான் புனிதம்**; கதையில் இடம் பெறும்.

ஒரு கொலைக்கு உடந்தையாக இருந்தவன், நீண்ட காலத்திற்குப்பின் திரும்பும் போது, தன் கிராமத்தின் நிலையினையும் தன் சின்னத்தாத்தா ஆயா ஆகியோரின் பாசத்தையும் சந்திப்பதாக உள்ள 'வெகு நாட்களுக்குப் பின்னான மழை' சூழலோடும் சமூகத்தின் / குடும்பத்தின் வன்மத்தோடும் உறவோடும் தனிமனிதனின் அகத்தில் படியும் வன்மம் எப்படி வெளிப்பாடு கொள்ளும் என்பதைப் பதிவு செய்கிறது.

"பத்து வருடங்களுக்குப் பின்பும் அனல்காற்று வீசும் அந்த ஊரின் தனிமை குறைந்த பாடில்லை, இன்னும் அதிகமாகத்தான் இருந்தது. மலைக்கரட்டின் உச்சியை அடைந்ததும் நான்கைந்து ஆடுகள் பாறையில் நின்று கொண்டிருப்பதைப் பார்த்தான். அங்கு இன்னும் சில குடும்பங்கள் வாழ்ந்து கொண்டிருந்தன..... கிணற்றடிக்குப் பக்கத்திலிருந்து வீடு இருந்த இடம் தெரியாமல் மண்ணோடு மண்ணாகிக் கிடந்தது. கிணற்றைச் சுற்றியிருந்த பூசணிக்கொடிகள் பேருக்குக் கூட பச்சையாக இல்லை. சருகாகி தொங்கிக் கிடந்தது. தவளை இல்லாத கிணறு உள்ள ஊரில் மனிதர்கள் வாழ்வது அதிசயம்தான்...." எனத்தன் மலைக்கிராமத்தின் எதிர் மறை குணத்தை அவன் உணருகிறான். அதுவே ஒரு காலத்தில் எவ்வளவு சந்தோஷமளித்தது என்பதும் இன்னோரிடத்தில் பதிவாகிறது; "மஞ்சள் வெயில் தோன்றி கனத்த மழைத்துளிகள் விழும் நாள்களில் குழந்தைகள் நீண்ட குரலெழுப்பி ஆனந்தக் கூத்தாடுவார்கள். வண்ண மினுமினுப்போடு அந்த ஊரில் பெய்யும் மழையைப் போன்று அழகான மழையை அவன் எங்கும் கண்டதில்லை. அப்படியே மழைக்குள் ஒளிந்து கொள்ள நினைப்பான்..."

அதே நேரத்தில் மனிதனுக்குள் வெறியும் வீம்பும் படிவதன் பின்புலமும் சிலவரிகளில் கோடி காட்டப்படும்; "மனிதர்களின் கொடூரங்கள் அவன் உடலிலும் மனதிலும் வன்மத்தோடு இறங்கின. பசியைத் தாண்டிய குரூரங்களை அவன் சகிக்கமுடியாமல்

உள்ளுக்குள் வெறிகொண்டான். அவன்மேல் செலுத்தப்படும் வன்முறைகள் ஒரு மிருகத்தைப் போல வன்மமாக வெறிகொண்டு அவனுள் வளர்ந்து கொண்டிருந்தது''.

சந்திராவின் சிறுகதைகள் ஒரு பெண்ணின் எழுத்து என்ற வகையில் உணர்வு நுட்பங்கள் சார்ந்து பேசுகின்றன. பெண்ணியம் பேசாமலேயே பெண்ணின் அடையாளத்தை முன்வைக்கின்றன. வாழ்வின் ஒரு பக்கம் கதவு அடைத்திருந்தால், இன்னொரு பக்கம் திறக்கும் வாய்ப்பிருப்பதைச் சொல்கின்றன. குடும்பம் என்னும் அமைப்பு நெருக்கடிக்குள்ளாகி, பெண் வெளியேறுவது / பைத்திய நிலைக் குள்ளாவது சந்திராவின் கதைகளில் பதிவாகியுள்ளன.

இந்தச் சிக்கலை தமிழ் நதி இப்படிக் குறிப்பிடுகிறார் தன் 'கானல்வரி'யில்;

"பெண் என்ற கடலுக்கு முதல் தடுப்பு குடும்பம் என்றும், அடுத்ததை சமூகம் என்றும் வேடிக்கையாக நினைத்துப்பார்த்தேன். இரண்டையும் தாண்டத்தான் இத்தனை ஆரவாரம், ஒயாத இரைச்சல். அலைகள் தடைகளைத் தாண்டுவதுமில்லை, செய்வது மில்லை''.

சந்திராவினால் கிராமச்சூழலை சரியாக விவரிக்க முடிவது போல, நகரப் பின்புலத்தையும் துல்லியாமக் காட்ட முடிகிறது. ஆணையும் பெண்ணையும் அவரவர் கோணத்தில் நிறுத்த முடிகிறது. பால்யத்தில் படியும் நேசமும் வன்மும் எப்போதும் அடங்காது இருப்பவை என்று சொல்ல முடிகிறது. **கல்குதிரை**யிலும் **ஆனந்த விகடனி**னும் வெளியிட முடிகிறது. என்றாலும் தீவிரம் குன்றாமல் பரவலான வாசகர்களைச் சென்றடையும் பண்பைப் பெற்றிருக்க முடிகிறது. இது சிலருக்கே வாய்க்கும்.....

ஆதார நூல்கள்

1. காட்டின் பெருங்கனவு, சந்திரா, உயிர் எழுத்துப் பதிப்பகம், திருச்சி, 2009.

2. அழகம்மா, சந்திரா, உயிர் எழுத்துப்பதிப்பகம், திருச்சி, 2011.

10. கௌதம சித்தார்த்தனின் படைப்புலகம்

நவீன எழுத்து என்றதும் இன்னும் பல வாசகர்களுக்கு திகைப்பாய் இருக்கிறது. ஏன் இது உடனடியாகப் புரியவில்லை என்ற கேள்வியை முன்வைக்கின்றனர். இன்னும் சிலர் ஆத்திரங்கொண்டவர் களாய் இது வாசகனை முட்டாளாக்கும் வேலை என்கின்றனர்.

நவீன எழுத்துலகம் அப்படியானதல்ல. அது நிலவுகின்ற யதார்த்தத்தை அப்படியே தருவதில் அக்கறை கொள்வதில்லை. ஏனெனில் தோற்றம் ஒன்றாகவும் அதன் பின்னுள்ள நிஜம் வேறோன்றாகவும் புதைந்து கிடக்கின்றது. புதைந்து கிடக்கும் நிஜத்தை வெளிக் கொணருவது எப்படி?

அதற்கு, இதுவரையிலும் பழகிவந்த மொழி உதவிபுரிவதாய் இல்லை; இதுவரையிலும் கூறிவந்த கதை சொல்லும் பாங்கு பொருத்தமான தாய் இல்லை.

சிக்கல் நிரம்பிதையும் பண்முகப்பட்டதாகவும் உள்ள விஷயத்தைத் தொற்றச் செய்ய, சிக்கல் நிரம்பினதும் வளமானதுமான மொழி தேவையாகிறது. புதிய கதையாடல் மொழி தேவையாகிறது.

'கடந்த காலத்தை நினைவு கூரும்போது கற்பிதமான கடந்த காலத்தையும் நாம் கட்டியமைக்கிறோம்' என்று குறிப்பிடும் போர்கே, எழுத்தாளன் தனக் கென்று ஒரு மொழியினையும் விதிகளையும் கொண்டு, தனியொரு உலகினை உருவாக்கிக் கொள்கின்றான் என்பதை உணர்த்துகிறார். அத்தனி உலகில் புனைவியலானது, யதார்த்தம் போலவும், யதார்த்தம், புனைவியலானது போலவும் தோற்றம் தரும் விதத்தில், புனைவியலும் யதார்த்தமும் பிணைந்து கிடக்கின்றன.

இந்தப் பின்னணியில் கௌதம சித்தார்த்தனின் எழுத்து ஓரிழையாகப் பிரிந்து செல்கிறது. உள்ளீடற்ற மனிதர்களையும் பெறுமையான உலகத்தையும் சந்தித்துச் சந்தித்து அலுத்துப் போன விற்பனைப் பிரதி நிதி, கடற்கரையில் வண்ணத்துப் பூச்சியை துரத்திச் செல்லும் சிறுமியைக் கண்ட மாத்திரத்தில், தன்னுள் இருந்த மலரின் நினைவு வரவும், அது கருப்புத்துப்பாக்கியாக மாறுவதும் ஆன அனுபவங்களை உணர்வதும் நிகழ்கிறது.

கிராமத்தில் குடும்பத்தினருடன் கலகல வென்றிருந்த பெண், அடுக்குமாடிக் குடியிருப்பில் தனிமையை எதிர் கொள்வதற்காக, கற்பிதமான ஒருகாதலனை சிருஷ்டித்துக் கொண்டு, அவனுடன் சதுரங்கம் ஆடுவதான அனுபவம் பெறுகின்றாள்.

“மஹோன்னத கணங்கள் உடம்பெங்கும் எழ, எனக்குள் படீரென ஊற்றுக்கண் உடைந்து நெஞ்சில் பாய, பாயுமிடமெல்லாம் தூய்மைப்படுத்திக் கொண்டு, உடம்பு எல்லைகளற்று விரிந்தது. என் அக்குளில் சிறகு முளைப்பதை உணர்ந்தேன்” என்கிறாள்.

இரயில் பயணத்தின் போது பால்யகாலத்துச் சிநேகிதியின் நினைவுகள் அடுக்கடுக்காய் வரும் போது,

“கிராமத்து மண்ணும் பச்சை வயல் அழகும் பால்ய சிநேகிதியும் புல்லாங்குழலும் நெடுந்தூரம் போய்விட்டார்கள்” என்பதை ஒருவன் உணருகின்றான். கூடவே அம்மாவின் முகம் செதில் செதிலாக உதிர்கின்றது. அப்பா யயாதியைப் போல சிரித்துக் கொண்டிருக்கிறார். நகரில் முகத்தை இழந்து போனவன். கிராமத்தில் வாஞ்சனை கொண்ட மனிதர்களிடையே மீண்டும் கண்டடைவதான உணர்வைப் பெறுகின்றான்.

இலக்கியத்தில் அதிகபட்ச சாதனையாக, ஒருவரியில் கதை சொல்வதை வற்புறுத்தும் போர்கே, அதற்கு உதாரணமாக அகஸ்டோ மாண்டெரெஸோவின் ஒற்றை வரிக்கதையைக் குறிப்பிடுவார்.

“நான் தூங்கி எழுந்த போது டினோசார் இன்னும் இருந்தது”.

கௌதம சித்தார்த்தன் ஒருவாக்கியத்தில் எழுதும் கதையாக "வெற்றுவெளி"யை அமைத்திருக்கிறார். 4-பக்க கதையை ஒரு வாக்கியத்தில் எழுதிப்பார்த்திருக்கிறார். ஆடுமேய்ப்பவன், புதிர்வழிப்பாதை கொண்ட குகையில் நுழைந்து, திகைத்துப்பிரமிக்கும் போது, பழைய நினைவுகளும் பாட்டியிடம் கேட்ட மயில் ராவணன் கதையும், திரும்பிப்பார் என வற்புறுத்தம் அசரீரியும், திரும்பிப் பார்த்தவர்கள் கல்லாகிப் போனார்கள் என்ற சாப எச்சரிக்கையும் இவையெல்லாம் சேர்ந்து, காலமற்றதான வெளியில் சஞ்சரிக்கும் அனுலத்தை அவனுக்கு வழங்குகின்றன.

இரயில் பயணத்தின் போது குறத்தியின் உடலிலுள்ள கழுகின் பச்சை குத்திய வடிவம் உயிருடன் எழுந்து வந்து சிறகடிப்பதாகத் தோன்றுகிறது இன்னொரு பயணிக்கு, இக்கதையாடலில், அர்ச்சுனன் தபசிருக்கும் போது கழுகு வரவேண்டி காத்திருக்கும் நாட்டார் கதையினூடே ஒரு காதலும் அதனை முறியடிக்கும் சதியும் சொல்லப்படுகிறது. அத்துடன் மட்டுமல்லாது வேறு பல குறிப்புகளும் இடம் பெற்று, ஒரு மையத்தினை நோக்கிய குரலாக இல்லாது, பல்வேறான திசைப் போக்குகளில் கதை கிளைத்துப் போகிறது. சுழட்டியடிக்கும் தன்மையில் மொழியும் ஆற்றல் கொண்டுள்ளது இக்கதையில்.

குறிசொல்லும் முத்தேழ், சூத்திரத்தின் இறுதி முடிச்சை அவிழ்த்து விடத் துணியும் போது, சாத்தாவை வசப்படுத்த முடிகிறது; ஆனால் அதற்காகத் தன்னைப் பலியிட வேண்டி வருகிறது. தன்னைப் பல கொடுக்காது சாதனை சித்திப்பதில்லை. முப்பரிமாணத்தில் முக்காலங்களில் மட்டும் இயங்கினால் சாத்தாவு விரோதம் கொள்ளாது; முத்தேழுக்கும் ஆபத்தில்லை. நான்காம் பரிமாணத்தில் காலமற்ற ஆதீதத்தில் கால்வைத்து சாத்தாவை எதிர்க்க முற்பட்டால், மனிதனும் யட்சனும் இணைந்த எதிர் தரிசனத்தைக் சாத்தியமாக்கினால், விளைவு பயங்கரமான தாயிருக்கும்.

சிலகதைகளில் வேறொரு இழை காணக்கூடிய தாயுள்ளது. நாட்டார் மரபிலுள்ள நம்பிக்கையும் தொன்மங்களும் இவற்றில்

மறுபரிசீலனைக்கு உள்ளாகின்றன. பச்சைமண்குடத்தில் நீர் எடுத்து வந்து மூன்று முறை ஊரை வலம் வந்து, தன் கன்னித்தன்மையை நிரூபணம் செய்ய வேண்டிய நிர்ப்பந்தத்தை, மண், கதையில் கொண்டு வருகிறார். ரேணுகாவின் தலை வண்ணாத்தியின் உடலில் பொருத்தப்பட்டு ரேணுகா காப்பாற்றப்பட்டாலும், வண்ணாத்தி, கோயிலுக்குள் இடம் பெறலாகாது என்பதால், ரேணுகாவின் தலை மட்டுமே பூசிக்கப்படும் அருகதை பெறுகிறது சநாதன தர்மத்திடம்.

ரேணுகாவைக்காப்பாற்ற வண்ணாத்தி ஒருத்தி பலியிடப்பட்டு, வண்ணாத்தியின் உடல் ரேணுகாவுடன் பொருத்தப்படுகிறது; பின் ஆசாரம் குறைந்த அவ்வுடலும் சநாதன தர்மத்தால் கோயிலிலிருந்து தூக்கி எறிந்து இரண்டாவது முறையும் பலியாகிறது. வண்ணானின் வதந்தியால் சீதையின் புனிதம் மாசுற்றது ஒருமுறை, ரேணுகாவுக்காக வண்ணாத்தி பலியாகிறாள் இருமுறை. பழங்குடி மக்களிடையே உருவான ஒரு கதையிலும் வண்ணானுக்கும் இராமனுக்குமிடையேயான சிக்கல் இடம் பெற்றுள்ளது. போகிற போக்கில் இராமன் தலையில் அப்பிரதி வைக்கும் குட்டு, சநாதனத்தின் தலையிலும் வைத்ததாகும்.

விந்திய சாத்பூரா மலைகளின் சாரலில் வாழும் பில்லர்கள் என்னும் ஆதிவாசிகளிடையே நிலவும் ஒருகதை;

துணிதுவைத்து விட்டு உணவு அருந்தும் போது ஒருபிடி சாதத்தை தினந்தோறும் மீன்களுக்குப் போட்டு விடுவதை வழக்கமாக கொண்டிருக்கிறான் ஒரு வண்ணான். ஒருநாள் பெரிய மீன் ஒன்று, "பிரளயம் வரப்போகிறது. நீயும் உன் சகோதரியும் ஒரு சேவலும் பெட்டிக்குள் அமர்ந்து வேண்டிய உணவுகளுடன் இருந்து கொள்ளுங்கள்", என்று கூறிச் சென்றது. அப்படியே செய்தான்.

பிரளயத்துக்குப் பின் பூலோக நிலை எப்படி இருக்கிறது என்று அறிந்துவர தூதுவனை அனுப்புகிறான் இராமன். சேவல் கூவும் சப்தத்தைக் கேட்டு, அப்பெட்டியை தூதுவன் எடுத்துச் சென்று இராமன் முன்னாக வைக்கின்றான். திறந்து பார்த்த இராமன், அவனிடம் கதையை தெரிந்து கொள்கிறான்.

வடக்கு, கிழக்கு, மேற்கு என்னும் முத்திசைகளிலும் வண்ணானனை திரும்பும்படி சொல்லிவிட்டு, 'கூட இருப்பவள் யார்?' என்று கேட்கும் போது 'சகோதரி' என்கிறான் வண்ணான். தெற்கே திரும்பும்படி கூறிவிட்டு, 'இவள் யார்?' என்ற போது 'என் மனைவி' என்கிறான்.

பின், அவன் தப்பிப் பிழைக்க உபாயம் கூறிய மீன்வர்க்கங்களின் நாக்கை வெட்டும் படி கட்டளை இடுகிறார். எனவே தான் அவ்வகை மீனின் நாக்கு வெட்டுண்டே இருந்து வருகிறது.

வண்ணானிடம், 'இனவிருத்தி பெருகுவதற்காக, நீ உன் சகோதரியுடன் இன்பமாக நீண்டநாள் வரையில் வாழ்வாயாக' என்கிறான்.

இத்தம்பதியருக்கு ஏழு பிள்ளைகளும் ஏழு பெண்களும் பிறக்கின்றனர். முதல் பையனுக்கு இராமன் ஒரு குதிரையைப் பிரிசளிக்கின்றான். ஆனால் அக்குதிரை மீது சவாரி செய்ய சக்தியற்றவனாய் இருந்ததால், முதல் மகன் அதனைச் சமவெளியில் விட்டுவிட்டு, காட்டில் வசித்து தேன் சேகரிக்கலானான். எனவே தான் அச்சந்ததிகள் காட்டுவாசிகள் ஆனார்கள். (பிலோ இருதயநாத் / மஞ்சரி/ ஜீலை 1957)

'இராமனின் தற்கொலை', என்னும் கவிதையில் வால்மீகியின் கூரையிலிருந்து சுரைக்குடுவை போல ஆற்றில் விழுந்த இராமனின் எலும்புகளை கடலின் உப்புத்தீர்ப்புக்காக அனுப்பிவைக்கிறது ஆறு என்று குறிப்பிடுவார் அருண் கோலாட்கர் என்னும் மராத்திக் கவிஞர்.

கடலின் உப்புத்தீர்ப்பு என்பது என்ன?

கடலின் உப்புக்குத்தான் மாசு நீக்கும் குணமும் சாரம் சேர்க்கும் குணமும் உண்டு, இராமனின் எலும்புகளில் உள்ள மாசினை நீக்குவதும் சாரத்தினைச் சேர்ப்பதும் கடலின் பொறுப்பாகி விடுகிறது. கடல் அதனைச் செய்யுமா?

தொழிலால் தையல்காரராக இருந்த நாமதேவர் என்ற பக்திமரபின் ஞானி, இறைவனைப் பற்றி பாடும்போது, தன்தொழிலின் பெருமையினையும் இணைத்துக் கொள்கிறார்.

'என்மனம் தையல் இயந்திரம்
என் நாக்கு கத்திரி
பிரார்த்தனை முடித்து
வாழ்வின் துணியை வெட்டியிருக்கிறேன்
அதிலே சாவாலும் தங்க இயலாது
உன்சாதி பற்றிய கவலை எனக்கில்லை
என் பிரார்த்தனை பொன் ஊசியாகும்
பிரபுக்குப் பிரியமான ஆடையை
வெள்ளி இழையால் அது தைக்கும்'.

வட இந்தியாவின் இடைக்காலப்பண்பாட்டு வரலாறு உருவாக்கப்பட்டது யாரால்? தையல்காரரான நாமதேவரால், நெசவாளியான கபீரால், செருப்புத்தைப்பவரான ராம்தாஸால், பருத்தி சேகரிக்கும் தாவூத் தயாளால், மளிகை வியாபாரி துகாராமால், குயவர் கோராவால், பண்டிதன் சேனாவால், காய்கனி வளர்த்த சவ்தா மாலியால்.. இன்னும் இவர்களைப் போன்ற பிறரால்.... ஆனால் உரிமை கொண்டாடுவோர்.....

இதுவரையினுமான தமிழின் நவீன எழுத்தின் மொழி மனதின் மொழியாயிருந்து வந்தது. அது உடலின் மொழியாகவும் மாறவேண்டிய அவசியத்தை நவீன எழுத்து உணர்ந்துள்ளது. செம்பகக் கொடிச்சாறினால் உடலில் பதிவு கொண்ட எழுத்துக்களும், பாட்டியின் பச்சை நரம் போடும் சருமத்தில் ஒடும் வரிவடிவங்களும், ஒரு நூற்றாண்டு கால வம்சாவளியின் பசும் நரம்புகள் ஓடிக் கொண்டிருந்த துடிப்பும், பச்சை குத்தியால் பதிக்கப்பட்ட ஆதிவார்த்தைகளும், நவீன கதை சொல்லியின் மொழியில் சேர வேண்டும். அது புலன்களின் வேட்கையினையும் மனதின் தீவிரத்தையும் உள்வாங்கிய கூரிய மொழியாயிருக்க வேண்டும்.

II

நவீன எழுத்து மறு எழுத்தாக்கமாக இருக்கிறது. ஏற்கனவே சொல்லப்பட்டவைகளை கலைத்துப் போட்டு மீண்டும் கட்டிமைத்துப் பார்க்கிறது. அப்போது புதிய பார்வைகளும் புதிய பிரதிகளும் கிடைக்கின்றன.

கௌதமசித்தார்த்தனது **பச்சைப் பறவை** தொகுப்பிலுள்ள கதைகள் புராண கதை களையும் நாட்டுப்புற கதைகளையும் மறுபரிசீலனை செய்கின்றன; அவற்றின் முடிவுகளை கேள்விக்குட் படுத்துகின்றன; விமர்சனம் செய்கின்றன.

ஒரு பக்கம் நாட்டுப்புற வழக்காறு பெருந்தெய்வ வழிபாட்டால் ஈர்த்துக் கொள்ளப்படுகிறது; இன்னொரு புறம் பெருந்தெய்வ வழிபாட்டிலுள்ள புனைவை நாட்டார் வழக்கியல் மயக்கத்துடன் தழுவிக் கொள்கிறது.

ரேணுகாம்பாள் கதையில் நாட்டார் வழக்காற்றியலும் பாரதக் கதைப் போக்கும் கலந்துள்ளன. அர்ஜீனன் தபசு இன்னொரு விதமான புனைவாகப் போகின்றது.

இவற்றை எதிரும் புதிருமாக நிறுத்தி சித்தார்த்தனின் புனைவு விரிவு கொள்கிறது. கதைகளையும் நம்பிக்கைகளையும் தொட்டுச் செல்லும்போது வரலாற்றின் முடிச்சுகளிலுள்ள பயங்கரம் அம்பலமாகிறது.

'கறுத்த மக்களின் மீது தெய்வத்தின் பெயரால் ஆதிக்கத்தை நிலை நாட்டிய வேதங்களின் வருகையில் துருவேறுகிறது சூரியன்'

'கழுமரத்தில் உறைகிறது சமணம்'

'சநாதன வீச்சத்தின் வெறிச்சிரிப்பு'

என்றவாறு.

குருவிக்காரப் பெண்ணின் உடலில் பச்சை குத்தப்பட்டுள்ள கழுகு ரூபம் உயிர் கொண்டு வந்து தன்னை கொத்தி விட்டதாக உணரும் பயணி, அர்ஜீனன் தபசில் கழுகின் வரவிற்காக காத்திருப்பவனை வீழ்த்துவதற்காக வந்து கொண்டிருக்கும் கழுகை வீழ்த்திவிடும் பன்னாடி என்றவாறு செல்லும் **பச்சைப்பறவை** கதையில் உழலின் பச்சை, பச்சைப் பறவை பச்சைக்குரல் பச்சைவார்த்தைகள், பச்சைக்கதை, பச்சை வேர்கள் என விரிந்து பச்சைவரப்புகள் ஓடும் வயல்வெளிக்குள் பாய்கின்றது. தான் கெட்டுப்

போகவில்லை என்பதை நீருபணம் செய்ய கன்னிப் பெண் பச்சை மண்குடத்தில் நீர் எடுத்து மூன்று முறை ஊரை வலம் வர வேண்டும். என்னும் நம்பிக்கை பச்சைமணலில் பூஜைக்கு நீர் எடுத்து வரும் ரேணுகா கதையுடன் எதிரும் புதிருமாக முன்வைக்கப்படுகிறது. **மண்** சிறுகதையில்.

கூத்தில் ரேணுகா கதை சொல்லப்படும் போது, கோமாளியின் பரிகசிப்பு சவுக்காய் சொடுக்குகிறது. தீவிரம் கொண்ட பெண்ணெழுத்தாக உருவாகியுள்ளது. வல்லமையின் / ஆற்றலின் அடையாளமாய் திகழ்ந்த கழுகு பெருந்தெய்வ வழிபாட்டிற்கு பலியாகின்றது. சமணம் சைவத்திற்கு பலியாகின்றது தபசி பன்னாடிக்கு பலியாகின்றான். கிராமம் நகரத்திற்கு பலியாகின்றது ரேணுகா பலியானதை புராணக்கதை சொல்ல, வண்ணாத்தி பலியானதை நாட்டார் மரபு கதை சொல்கின்றது. மனிதன் முகமிழந்து அடையாளமிழந்து மதிப்புகளிழந்து வெறுமையாகிப் பலியானதை சித்தார்த்தன் கதைகள் சொல்கின்றன.

போர்ஹே, மார்க்வெல் எழுத்துகளின் உத்வேகத்தில் எழுதப் பட்டுள்ளது **வெற்றுவெளி** ஒரே வாக்கியத்தில் சொல்லப்பட்டுள்ள பரிசோதனைக்கதை. சந்தர்ப்ப வசத்தால் குகை ஒன்றில் நுழைந்துவிடும் இடையன் ஒருவன், திரும்பிப்பார் என்று வற்புறுத்தும் அசரீரி ஒலி ஒருபுறம் கேட்பதும், திரும்பிப் பார்த்தவர் கல்லாகிப் போவார்கள் என்னும் எச்சரிக்கை மனதில் தைப்பதுமாக இருக்க, பாட்டியிடம் கேட்ட மயில் ராவணன் கதை நினைவில் மீள, புதிர்ப்பாதை யிலிருந்து வெளியேறும் பயணம் காலாதீத அனுபவங்களுக்கு உள்ளாக்குவதை விவரிக்கிறது.

ஆக, மண் சார்ந்தும் வாழ்வு சார்ந்தும் ஒருவித வலுவான விமர்சனத்தை முன்வைப்பதும், எழுத்தில் புதிய எல்லைகளைத் தொடுவதற்கு பரிசீலனை செய்வதுமான இருபோக்குகள் ஆரோக்கியமாக தென்படுகின்றன சித்தார்த்தனியம், பெண்ணின் தன்னிலையை மறுக்கின்ற அவலங்களை பாரதக் கதைகளின் விவரிப்பில் நவீன எழுத்தாக மாற்றியமைக்கும் கீதா ஹரிஹரன் போல,

காரைக் காலம்மையாரின் புராணத்தை தீவிர பெண்ணெழுத்தாக உருவாக்கியிருக்கும் பெருந்தேவி போல, சித்தார்த்தனின் எழுத்து, வீர்யங்கொண்ட பெண்ணெழுத்தின் போக்குகளைப் பெற்றுள்ளது.

III

யதார்த்தத்தின் தேக்க நிலையை உணர்ந்து புதுவகை எழுத்தை அணுகும் எழுத்தாளர்களும் வாசகர்களும் இந்த எழுத்து புரியவில்லை, மிரட்டுகிறது என்கின்ற குறைபாட்டையும் புகாரையும் பரவலாக முன்வைக்கின்றனர். இன்னும் சிலர், இது ஒருவகை அராஜகம் என்று கூட பழிசுமத்துகின்றனர்.

இவர்களின் எதிர்பார்ப்பும் அனுமானமும் எப்படியிருக்கின்றது? வாசித்த மாத்திரத்தில் எழுத்தாளரின் உத்தேசம், நூலின் பொருள், வற்புறுத்தும் மையப் பொருள் என்பன பிடிபட்டுப் போய்விட வேண்டும்.

புதுவகை எழுத்தை அணுக இது சரியான அணுகுமுறையில்லை. ஏன், எந்த எழுத்தையும் அணுக இது சரியான அணுகுமுறையில்லை. "பிரதிகள் என்பவை ஏற்கனவே நிலவி வருகின்ற பிரதிகளிலிருந்தும் சொல்லாடல்களிலிருந்தும் பிறந்து, இனி உருவாக இருக்கும் பிரதிகளுக்கான சந்தர்ப்பங்களாக அமைபவை".

எழுத்தை! படைப்பை வெளியிட்டவுடன் அது முழுமைபெற்று விடுவதில்லை. வாசிக்கப்படும் வாசகர்களால்தான் அது முழுமை பெறுகிறது. பல்வேறு வாசிப்புகளுக்கேற்ப பல்வேறு பொருள் பெறுகின்றது. ஒருகாலத்தில் ஒருவித பொருளமைதியும் இன்னொரு காலத்தில் இன்னொரு பொருளமைதியும் பெறலாம்.

அசலாக ஒருவர் ஒரு பிரதியில் முன்வைப்பது என்று ஒன்றுமில்லை. விஷயங்களும் பார்வைகளும் பலவிதமான சொல்லாடல் களுக்கும் கதையாடல்களுக்கும் உள்ளாகின்றன. அப்போது வேறுவேறு அணுகுமுறைகளுடன் நெருங்கும் வாசகர்கள் விதவிதமான சொல்லாடல்களை உருவாக்கிக்கொள்ளலாம்.

இங்கே வாசகன் நிலை எழுத்தாளனின் நிலைக்கு சற்றும் குறைந்ததல்ல; அவனுக்கிணையாக சொல்லாடலிலும் கதையாடலிலும்

ஈடுபட வேண்டிய பொறுப்பை சுமத்துகின்றது. ஆதலின், தன்னை மிரட்டுகின்றது. அராஜகம் செய்கின்றது என்று புகாரும் பழி சுமத்தலும் செய்வதற்குப்பதிலாக, புதுவகை எழுத்தை அணுகும்போது, தானும் ஒரு படைப்பாளன் / பிரதியை கட்டமைக்க கூடியவன் என்னும் உணர்வை அவன் அடையவேண்டும்.

இந்தப் பொறுப்பையும் கடமையையும் நிறைவேற்ற தயங்கினால் அவன் செயனுக்கமற்ற தன்னிலையாக இருந்து போக நேரிடலாம்; இது இலக்கியத்திற்கு மட்டுமில்ல, அரசியல் துறை வரை பொருந்தும்..

பெண்ணுக்கு மட்டும் கற்பினை வலியுறுத்தி வந்த மரபில், தூய்மையை நிலைநாட்ட வேண்டிய கன்னிப்பெண் பச்சை மண்குடத்தில் நீர் எடுத்து வந்து ஊரை மூன்று முறை வலம் வர வேண்டும் என்றுள்ள நடை முறை வழக்கத்தினை ஆணின் ஆதிக்க மனோபம் தக்க வைத்திருந்தது. இதுவே ரேணுகாம்பாள் கதையில் இன்னொருவிதமாக வடிவம் கொள்கின்றது. தந்தையின் ஆணைப்படி தாயின் தலையை அரிந்த பரசுராமன் மீண்டும் தன் தாய்க்கு உயிர்வேண்மென்று வரம் பெற்றதாக புராணம் சொல்கின்றது.

நாட்டுப்புறகதை இப்புராண கதையில் இன்னொரு இழையை தொட்டுச் செல்கிறது. தாயின் தலையை கொய்துவிடும் பரசுராமன், தந்தையிடம் பெற்ற வரத்தின் படி மீண்டும் தலையை உடலின் மீது பொருந்த வரும்போது, உடல் காணாது போய்விடலே, வண்ணாத்தி ஒருத்தியை பலியாக்கி, வண்ணாத்தியின் உடலில் தாயின் தலையை பொருத்தி உயிர் பெறவைத்தார் என்று புனைவை கட்டமைக்கின்றது. ஆனாலும், வண்ணாத்தியின் உடலை ஐதீகம் ஏற்றுக் கொள்ளுமா? எனவேதான் படவேட்டு அம்மனின் கோவிலில் ரேணுகாவின் தலைமட்டும் வழிபடப்படுகிறது. வண்ணானின் வதந்தியில் மாசுற்றது சீதையின் கற்பென்றால், வண்ணாத்தியின் உயர்த்தியாகத்தால் மீட்சிபெற்றாள் ரேணுகா. வண்ணாத்தி பலியிடப்படுவதை எதிர்பார்க்கும் மரபு, அவள் வழிபடும் தகுதி பெறக் கூடாது என்பதில் எச்சரிக்கை கொள்கிறது. பௌத்தர்கள் விரட்டியடிக்கப்படுவதற்கும், சமணம் கழுவேற்றப்படுவதற்கும், வள்ளலார் உயிரோடு கொளுத்தப்படுவதற்கும்

காரணங்கள் இப்படித்தான் எழுகின்றன. இந்த சொல்லாடல்களை நிகழ்த்துகிறார் அல்லது இவை எழுவதற்கான சந்தர்ப்பங்களை உருவாக்குகிறார் கௌதம் சித்தார்த்தன். பட்டாம்பூச்சியை துரத்திச் சென்று ஏமாந்து போகும் சிறுமிக்கு தன்னுள் மலர்ந்த பூவை தர விழையும் விற்பனை பிரதிநிதி, அது கறுப்புத்துப்பாக்கியாக இருப்பதைக் கண்டு பிரமிப்பதையும், முகத்தை இழந்து போனவன் மீண்டும் அதனைக் கண்டடைய அலைபாய் வதையும், தனக்கென ஒரு ஆளுமை / அடையாளம் இல்லாது போகும் மனைவி, கற்பிதத்தில் ஒரு ஆணுடன் சிநேகத்தை வளர்ப்பதையும் கதையாடல்களில் கொண்டு வருகிறார் கௌதம சித்தார்த்தன்.

மாமனார் பூஜை செய்யும்போது பூக்கொண்டு வந்து வைக்க மறந்து போன மருமகள், வீணை வாசித்துக் கொண்டிருக்கிறாள். பூவைக்க ஏன் மறந்து போனாய் என்று மாமனார் போடும் கூச்சலால், வீணையை தூக்கிவைக்கும் மருமகள், அதன்பிறகு வீணையை மீட்டவே முற்படவில்லை. இந்த சம்பவத்தை எழுதும் கீதா ஹரிஹரனின் பாத்திரம் பாரதக் கதை ஒன்றை அப்போது நினைவு கூர்கின்றது.

முதலிரவில் கணவனுடன் தனித்திருக்கச் செல்லும் காந்தாரி அப்போது தான் உணருகின்றாள் தன் கணவனுக்கு பார்வையில்லை என்பதை. அப்போது தன் கண்களை கட்டிக்கொண்டவள் கடைசிவரை அப்படியே இருந்துவிட்டாள்.

திருதராஷ்டிரனுக்கு இயற்கையிலேயே பார்வையில்லை, குருடாயிருக்கிறான் கணவனுக்கில்லாத பாக்கியம் தனக்கு எதற்கு என தானும் குருடாக இருந்து விட்டாள் என்று கூறும் மரபு. அது அப்படித்தானா? அல்லது நிர்ப்பந்திக்கப்பட்டாளா? என்பது போன்ற கேள்விகைள எழுப்புவது கீதா ஹரிஹரனின் எழுத்து. கௌதம் சித்தார்த்தனின் எழுத்தும் இப்படியான கேள்விகளை எழுப்புவது. மறு பரிசீலனை செய்வது. இத்தகைய பணியாற்றும் போதுதான் எழுத்து உயிர்ப்பு கொண்டதாக, படைப்பாற்றல் கொண்டதாக இருக்கிறது.

வாசிப்பு விபரீதமாகும்போது அனர்த்தம் விளைகின்றது. நாச்சியார் திருமொழிக்கு உரையெழுதும் அண்ணங்கராசாரியார்

கொன்றைமலர் என்ற வார்த்தையை கண்ட மாத்திரத்தில் சித்தாந்த சந்நதம் பூண்டவ ராகிவிடுகிறார்.

‘கோங்கலரும்பொழில் மாலிருஞ் சோலையில்
கொன்றறைகள் மேல்
தூங்கு பொன்மாலைகளோடு உடனாய் நின்று தூங்குகின்றேன்.
பூங்கொள் திருமுகத்து மடுத்தூதிய சங்கோலியும்
சார்ங்கவில் நாணொலியும் தலைப்பெய்வ தெஞ்ஞான்று
கொலோ,

என்பது பாடல்.

‘கோங்குமலர்ள் நிறைந்த திருமாலிருஞ்
சோலையில் கொன்றை மலர்களோடு
சேர்ந்து நானும் தூங்கி கொண்டிருக்கிறேன்.
உனது சங்கொலியும் வில்பூட்டும் ஒலியும்
என்றைக்கு கேட்கப போகின்றேனோ’

என்பது இப்பாடலின் சாதாரண பொருளமைதி.

கொன்றை மலர்கள் சிவனுக்குரியவை, எனவே இழிந்தவை. அதுவும் மாலிருஞ்சோலையில் இருக்கும் கொன்றை மலர்களுக்கு என்ன பயன், ஒன்றுமில்லை என்றெல்லாம் ஆண்டாள் தன்னை கருதிக் கொள்வதாக வியாக்கினம் செய்ய முற்படுகிறார் உரையாசிரியர்.

‘திருமாலிருந் சோலையில் ஸாத்விக புருஷர்கள் ஏறிப் போவார்களே யன்றி, ராஜஸதாமஸ புருஷர்கள் ஏறிப் போக மாட்டார்கள். கொன்றை மலர்கள் சிவன் முதலிய தேவதா நரங்களின் ஆராதனைக்கு உபயோகப்படக்கூடியவையாதலால் அம்மலர்கள் ராஜஸ தாமஸ பருஷர்கட்கு உபயுக்தமாகுமேயன்றி ஸாத்விக புருஷர்கட்டு அவைகொண்டு பயனில்லை.இனி, ஸாத்விகமாத்ர ப்ராப்யமான திருமாலிருஞ் சோலையில் மலர்கின்ற கொன்றை மலர்கட்டு ஏதாவது உபயோகம் உண்டோவென்று சிந்தித்தால், அவை அங்கே மலர்ந்து அங்கே வீழ்வதொழிய வேறோருபயோகமும் அவற்றுக்கு இல்லை

யென்றே சொல்ல வேண்டும் ஆகவே, அம்மலர்களின் ஜன்மம் எப்படி வீணோ, அப்படியே என் ஜன்மமும் வீணாயிற்று என்கிறாள்' (பக் 106–107)

(நாச்சியார் திருமொழி, ஸ்ரீ வெங்கடேஸ்வரா பிரஸ், காஞ்சிபுரம், 1956)

சைவம் மட்டந்தட்டப்பட வேண்டியது. வைணவமே முக்திக்கு வழிகாட்டக் கூடியது என்னும் சித்தாந்த நிலைபாடு, இத்தகைய எதிர்மறை வாசிப்புகளை செய்யும். எதிர்மறை வாசிப்பு பயங்கரங்களை கட்ட விழ்த்து விடக்கூடியது. மாமல்லபுரத்து சிற்பங்கள் / கோயில்கள் எல்லாம் வைணவ நெறியின்பாற்பட்டவை என்று நிரூபிக்க முயலும். எம்.எஃப் ஹீசைனின் ஓவியக் கூடத்தை தரையில் போட்டு நசுக்கும் சல்மான் ருஷ்டியின் நாவலை தடைப்படுத்தும்.

11. ந.பிச்சமூர்த்தி:
வானம் பாடியின் சிறுகதைகள்

"அவர் கர்மயோகி. எழுத்துக்கும் வாழ்வுக்கும் அவரிடம் வித்தியாசம் இருந்ததில்லை. வறுமை அவரை மிரட்ட முடியவில்லை. அவர் வேகம் கண்டு, அவரது நெருப்புக் கண்கள் கண்டு வறுமைதான் பயந்தது".

—தஞ்சைப்ரகாஷ்

கவித்துவத்துடன் பழுத்த ஞானியின் தத்துவார்த்தமும் தேர்ந்த ஓவியனின் தூரிகை வீச்சும் சேர்ந்து, தீராது கதைகள் சொல்லிக் கொண்டிருந்த ந.பிச்சமூர்த்தி (1900–76) ஒரு வானம்பாடிதான். தஞ்சை ப்ரகாஷ் சொல்வது போல அவர் ஒரு முக்குளித்தான் பறவைதான். அவர்கதைகள் நமக்குச் சொத்துதான்.

ந.பிச்சமூர்த்தியின் கதை உலகிலிருந்து புறவுகளும் குருவிகளும் வானம்பாடிகளும் சிறகடிக்கின்றன. துறவிகளும் சாமியார்களும் பயணிக்கின்றனர். பைத்தியங்களும் அப்பாவிகளும் பிதற்றுகின்றனர். வாழ்க்கையில் உழலும் கடைகோடி மனிதர்கள் கண்ணியத்துடன் தென்படுகின்றனர். பிச்சை எடுப்பவன் யாசகம் கேட்கையில் தனக்கான உரிமையைக் கோருவதாக அதட்டுகிறான். நாயும் பூனையும் சப்தமெழுப்புகின்றன. உறவில் விரிசல் கண்டு கசப்பினை ருசிக்க நேர்ந்தாலும் அதனைப் பக்குவமாக எதிர் கொள்கின்றனர் ஆணும் பெண்ணும். எந்தவிடத்திலும் உரத்த கண்டனம் தென்படாது; விரக்தியுள்ளவன் கூட அடுத்த கணமே நம்பிக்கையைப் பெற்று ஆறுதல் கொள்வான்; மோதலும் முரணும் சிறிதளவிலேயே இணக்கம் கொண்டுவிடும்.

அற்புதமாகப்பாடும் வானம்பாடியைக் கொண்டு, யாசக வாழ்வை நடத்தும் ஒரு பக்கிரி, தனக்குப் பிச்சை போட்டுவிட்டு அப்பறவையினை விலைக்கு வாங்கிவிடலாம் என்று முயலும் ஜமீந்தாரின் முகத்தில் யாழ்ப்பாணக்கப்பறையை வீசி எறிவது; தன்னை அடகு வைத்து சதா குடித்துத்திரிந்து கிடக்கும் கணவனைக்கண்டு சீறும் மனைவி; வறுமையின் நிர்பந்தத்தில் இன்னொருவனைச் சேர்த்துக் கொண்டாள் மனைவி என்று ஆத்திரத்தில் அவனைக் கொலை செய்யும் கணவனிடம், அதுவரை தனக்குப் பிறந்தாக அவன் எண்ணிக் கொண்டிருக்கும் மகனும் வேறு ஒருவனுக்குப் பிறந்தவன் என்று விஷயத்தை வெட்ட வெளிச்சமாக்கும் போது அவன் பைத்திய நிலையை அடைவது இவைதான் பிச்சமூர்த்தியின் கதைகளில் காணப்படும் அதிக பட்ச சீற்றங்கள்.

ஆறுகுழந்தைகள். அவற்றில் ஒன்று நோயில் துடிக்கிறது. கடை வாடகை தராவிட்டால் காலி செய்யும்படி, உரிமையாளர் மிரட்டுகிறார். மருந்து வாங்கக்கூட காசில்லாத அந்த டெய்லர் எப்படி இப்பிரச்சினைகளை தீர்க்கிறார்? கைத் தாயத்திலுள்ள பொன்னை விற்று, குழந்தைக்கு மருந்துவாங்கலாம் என்று போகும்போது, கிறித்தவ மருத்துவமனைச் செவிலியரே காப்பாற்றி விடுகின்றனர். உடனே அவன் கையில் உள்ள காசினை மாதாகோயில் உண்டியலில் போட்டு நிம்மதியடைகின்றான். அவனிடம் இம்மாற்றத்தை ஏற்படுத்தியவர்கள் காபூலிக் குழந்தைகள். துருதுருப்பாக விளையாடும் கள்ளமற்ற அக்குழந்தைகளிடம் முதலில் தன்னிடமிருந்த காலணாவையும் கொடுத்து விட்டிருந்தான் அவன்.

கதையின் தொடக்கத்தில் ஆசிரியர் கூற்றாக ஒருவரி வருகிறது: “உண்மையில் கடவுளிருந்தால் தையற்காரனை இவ்வளவு சோதனைக் குள்ளாக்க வேண்டியதில்லை”. இறுதியில் தையற்காரன் தாய்த்துப் பொன்னை விற்ற காசை உண்டியலில் போட்டுவிட்டதாகக் கூறுமிடத்தில் “நான் சிந்தனையில் ஆழ்ந்தேன்” என்று கூறுகிறார் கதை சொல்லி. தாயில்லாக் குழந்தை. அதுவும் கக்குவான் இருமல் தாக்கிய கைக்குழந்தை. இருமலை அடக்க பிராந்தி கலந்த பாலின்

துளிகளைத் தகப்பன் கொடுப்பதைக் கண்டு சகிக்கப் பெறாது, ஒரு தாய் அதனைத் தட்டிவிட்டு, அச்சிவுவை கையில் வாங்கி பாலுட்ட முற்படுகிறாள். தன் குழந்தைக்கே பால் சுரக்காமல் வேதனைப்படும் தாயவள்... “குழந்தையின் இருமல் ஒய்ந்தது அவன் நெஞ்சில் அருள் சுரந்தது. ஆனால் மார்பில் பால் சுரந்ததோ என்னவோ!” என்று முடிகிறது தாய் என்னும் அச்சிறுகதை.

வீட்டில் இருப்பு கொள்ளாமல் தோட்டத்திற்குச் செல்லும் ஒருவனின் கண்களில் இணைபிரியா மணிப்புறா ஜோடி தென்படுகிறது. அடுத்து அவன் கடற்கரை போகையில் போலியான அன்பில் தம்பதியராய் இருக்கும் ஒரு ஜோடி, உலகியல் தேவை பற்றி வாக்குவாதம் செய்கிறது. பின் வீடு திரும்பு கையில், பேருந்தில் பார்க்கும் ஒரு ஜோடியினர். நோய் வாய்ப்பட்டு, யார் யாரைத் தாங்கி நிற்கிறார்கள் என்று அறிய முடியாத வண்ணம், அவ்வளவு நெகிழ்ச்சி கொண்டவராய் ஒரு மருத்துவமனை நிறுத்தத்தில் இறங்குவதைப் பார்க்கிறான். இது ‘காதல்’ என்ற கதையில்.

கணவன் – மனைவி உறவில் பிணக்கு ஏற்பட, அதிருப்தி கொண்ட கணவனுடன் இன்னொருத்தியும் வந்து போவதைக் கவனிக்கும் மனைவி ஒரு நாள் சிட்டுக்குருவிகளை வைத்து பிரச்சினையைத் தீர்த்து விடுகிறாள். வீட்டுக்குள் வந்து குஞ்சுக்கு உணவூட்டும் குருவிகளைச் சுட்டிக் காட்டி, அக்குருவிகளைப் பாருங்களேன். எவ்வளவு அழகாக குடும்பத்தை நடத்துகின்றன! என்கிறாள்.

“அவர்கள் கண்ணெதிரிலே ஆயிரம் ஆயிரம் குருவிக் குஞ்சுகள் பறந்து கொண்டிருந்தன. ஆயிரம் ஆயிரம் குழந்தைகள் அவைகளைப் பிடிக்க ஒடிக் கொண்டிருந்தன.

அதற்குப் பிறகு பிரசாரகி வரவே இல்லை என்று “வெள்ளம்” கதையை முடிக்கிறார் ந.பி.

இன்னும் சில கதைகள் உள்ளன. ‘நேஹால்’, என்பது விஜயநாக காலகட்டத்து வரலாற்றுக்கதை. அவ்வளவாக மாற்றங்கள் இல்லாமல்

அப்படியே விவரிக்கப்பட்டுள்ளது. பாத்திரம் கழுவிப்பிழைக்கும் கிழவி வேண்டாவரம், பேத்திகளை வளர்த்து விட வேண்டும். என்பதற்காகச் சொல்லும் பொய். அதிக வாடகை பெற்றுவிட வேண்டும் என்பதற்காகத் தங்களுக்குள் சண்டையிட்டுக் கொள்வதாகத் தந்திரம் செய்யும் ஜட்கா வண்டிக்காரர்கள்; கடன், செலவுகளை ஈடுகட்ட முடியாத குடும்பத்திலும், பொறுப்பில்லாமல் ஏனோ தானோ வென்று, இயங்கும் அலுவலகத்திலும் பற்றற்ற மனோபாவத்தில் இயங்கும் ஒருவர், விபத்தில் முதலாளி உயர்துறக்க, தப்பிப்பிழைக்கும் ஒட்டுநர் பின்னர் தச்சராகி வாய்பேசாமல் மௌனமொழியில் உலகியலை நடத்தும் தன்மை; சாமியராகி மடத்தில் சேர்ந்தாலும் கிடைக்கும் பணத்தை இரகசியமாகச் சேமிப்பதும் அதைப் பாதுகாக்க தங்ககட்டியாக்கி ருத்ராட்ச கொட்டையில் பதித்துக் கொள்வதும், பின் அது திருடுபோக, நிஜமாகவே துறவுவாழ்க்கையினை பழகிக் கொள்ளத் தொடங்குவது; பெருவிரல் வீக்கத்திற்கு எந்த மருத்துவமும் துணைக்கு வராத நிலையில், கடவுள் நம்பிக்கையற்ற ஒருவர் வற்புறுத்தல் காரணமாக மலைராஜப் பாட்டாவுக்கு நேர்ந்து கொள்ள, அதிசயமாக குணமாகிறது, ஆனால் தன்னுடன் சேர்ந்த இருவர் செய்த குற்றத்திற்காக தண்டிக்கப்பட, தன்னை மட்டும் ஏன் தண்டிக்கவில்லை என்று மலையடிவாரத்தில் சதா பூசிக்கின்ற ஒருவர் தன்னை மட்டும் கைவிட்டுவிட்டார் பாட்டா என்று ஏங்குகிறார்.

....

இவ்விதமாக கதைகள் எழுதியுள்ள ந.பி. என்னும் ஆளுமை எப்படிப்பட்டது? தலைமுறைக்கு ஒருவர் என ஏழுதலைமுறை வரையிலும் சாமியார்கள் உருவான பூர்வீகத்தைக் கொண்டிருந்தவர் ந.பி.யின் தந்தை நடேசய்யர்; மராட்டி, தமிழ், தெலுங்கு, வடமொழிகளில் புலமையும் பாடல் இயற்றும் திறமையும் மிக்கவர்; பாய்ஸ் கம்பெனியைத் தொடங்கிவைத்தவர். பிச்சமூர்த்தியோ வழக்குரைஞராகவும் கோவில் நிர்வாகியாகவும் விளங்கியவர். ஒரு கட்டத்தில் ரமணரைச் சந்தித்து ஆலோசனை கேட்கப் போனவருக்கு, சரியான பதில் கிடைக்காமல் திரும்ப நேர்கின்றது. 'எழுத்து அகவாழ்வின் பாலம்; கலைமுடியும்

இடத்தில் கடவுளின் உலகம் தோன்றும்' என்று கருதியுள்ளார். 1940–50 களில் 15 (அ) 20 வருட காலம் எழுதாமல் இருந்திருக்கிறார்.

"பட்சிகள், விலங்குகள், தாவரங்கள் மீது அவருக்கு இருந்த ஆர்வம் போலவே, குடும்ப வாழ்க்கை பேணிய துறவி மனத்தோடு இருந்தது போலவே, இத்துறவிக்கு குழந்தைகள், ஞானிகள், இன்னம் பைத்தியங்களிடம் கூட ஈர்ப்பு இருந்தது, இதை அவரே சொல்லியிருக்கிறார்" என்கிறார் வெ.சா.

இப்போது ந.பி.யின் கதைகளை நோக்கினால், அவரது ஆளுமையின் பல்வேறான அம்சங்களாகவே தோன்றுகின்றன. பிரச்சனைகளைப்பக்குவமாகக் கையாளுதல், பற்றற்ற தன்மையுடன் வாழப்பழகுதல், ஒவியம் இசை என்பதெல்லாம் உயர்ந்ததொரு தளத்தை நோக்கியவை என்று வற்புறுத்துதல், இயற்கை மனித வாழ்வுக்கு வழிகாட்டும் என்ற நம்பிக்கை, நம்பிக்கையின்றித் தவிக்கும் கணங்கள் சிலவேதான், பின்னர் ஆறுதல் கிடைத்து விடும் தன்மை, வறுமை, ஏழ்மை, என்பனவெல்லாம் மனம் என்னும் வேர் ஆழ ஊன்றியுள்ளவனுக்கு ஒரு பொருட்டில்லை என்றெல்லாம் அவரது கதைகள் அமைந்துள்ளன.

"ந.பிச்சமூர்த்தியின் எழுத்துலக ஆளுமையைப் பார்த்தால் அடிப்படையில் அவர் ஓர் கவிஞர். அக்கவி உள்ளம் உரைநடையிலும் எழுதி உள்ளது என்றும் அவை சிறுகதை, மனநிழல், குறுநாவல், நடைச்சித்திரம் என இன்னம் பல பெயர் சொல்லாத வடிவங்களில் நமக்குக் கிடைத்துள்ளது என்றும் சொல்ல வேண்டும்" என்கிறார் வெ.சா.

ந.பி.யின் நெடுநாளைய நண்பரும் சிறுகதையாசிரியரும் நாவலாசிரியரும் கட்டுரையாளருமான தஞ்சை பிரகாஷ் அவரை இப்படி மதிப்பிடுகிறார். "அவரது கதைகளைப் போலவே பூடகமில்லாத எளிமை, இன்னதென்றே காணமுடியாத இயற்கையின் ஆழமும் தத்துவத்தின் சரடும் ஒன்றையொன்று பின்னி அழகுணர்ச்சியை வளப்படுத்தும். கவிதை அனுபவமும் ஒன்றையொன்று போட்டியிட்டு மிஞ்சும்..."

ந.பி.யின் சிறுகதைகள் என்று பொதுவாகச் சொன்னாலும், அவை சிறுகதை என்ற வடிவத்துடன் மட்டும் நின்று விடுவதில்லை. சமயங்களில் சிறுகதை உருவத்தைத் தாண்டிச் சென்று குறுநாவலாக விரிவு கொள்ளும்; சமயங்களில் ஒரு ஆளுமையை விவரிக்கும் நடைச்சித்திரமாக நின்று போகும்; இன்னும் வடிவம் என்பது நிர்ணயிக்க முடியாதபடி வெளியானவற்றை 'மனநிழல்' என்றழைத்தார். "இந்தப்படைப்புகள் கவிதையுமல்ல; கட்டுரையுமல்ல; சிறுகதையுமல்ல" என்கிறார் ப்ரகாஷ், மனநிழல் என்னும் தலைப்பிலேயே ஒரு தொகுதியும் வந்துள்ளது; இதனைச் சிறுகதைத் தொகுப்பாகவே சி.சு. செல்லப்பா வெளியிட்டிருக்கிறார்.

பலதினுசான இக்கதைகளின் போக்கை வெ.சா.இப்படிச் சுட்டிக் காட்டுகிறார். "கதை, பாத்திரங்கள், சம்பவங்கள் என பின் ஆண்டுகளின் அவர் எழுத்து (ஏதோ ஒன்றின்) வெளிப்பாடு என்ற அளவிலேயே தன் எல்லைகளை சுதந்திரமாக விஸ்தரித்துக் கொண்டது. இவற்றில் பலவற்றிற்கு மனநிழல் என்று அவர் பெயர் கொடுத்தார். அவரின் பல கதைகள் ஈஸாப் கதைகளைப் போல, பஞ்சதந்திரக் கதைகளைப் போலத் தோன்றும்.. பல தமிழ்மரபின் விக்கிரமாதித்தன் கதை போலவும் தோன்றும்".

....

ஒட்டு மொத்தமாக ந.பி. என்ற ஆளுமையினையும் ந.பி.யின் சிறுகதைகளையும் சேர்த்து நோக்கும் போது கிடைக்கும் சித்திரம் எப்படி அமையும்? தாகூர் போல் தோற்றச் சாயல் மட்டுமல்ல, தாகூர் போன்றே ஆன்ம விகசிப்பும் கொண்ட எழுத்தாளராக பிச்சமூர்த்தி இருக்கிறார். இருவரும் ஒருவரி கூட எழுதாது போனாலும் பெரிய ஆளுமைகளாக இருந்திருப்பார்கள். காபூலிக் குழந்தைகள் சிறுகதை தாகூருக்கு ந.பி. செய்யும் மரியாதையாகக் கூட இருக்கக்கூடும். இந்தியத் தன்மை கொண்ட எழுத்து என்று க.நா.சுவுக்கு ஒரு தேடல் இருந்தது. ந.பி.யின் சில சிறுகதைகள் மாங்காய்த்தலை, திண்ணைப் பேர்வழி, வானம்பாடி, காபூலிக்குழந்தைகள், தாய் அத்தன்மையிலானவை என்று நிச்சயம் சொல்லலாம். தாகூரின் கவிதைகள் சிலவற்றையும்

கதைகள் சிலவற்றையும் இவ்வரிசையில் சேர்க்கலாம் என்பது போன்றே. ஓர் ஆன்மிகப் பக்குவமிக்க கவிஞன் கதைகள் எழுதினால் எப்படியிருக்கும் என்ற கேள்விக்கு விடைகளாக ந.பி.யின் கதைகள் இருக்கும். வாழ்வின் நெருக்கடிகளும் பிரச்சனைகளும் எவ்வளவு தீவிரம் கொண்டிருப்பினும், முரண்களும் மோதல்களும் எவ்வளவு உக்கிரம் கொண்டிருப்பினும், இவற்றை எதிர்கொள்ளும் தனிநபர் உருக்குலைந்து உரமிழந்து, நம்பிக்கையிழந்து சிலகணங்கள் தவிப்பினும், அடுத்த சில கணங்களிலேயே இவற்றைச் சிக்கல் இல்லாத வையாக மாற்றி விடும் இரசவாதம் தெரிந்திருக்கிறான். இயற்கை அவனுக்கு உதவி செய்கிறது; நம்பிக்கை துளிர்த்து விடுகிறது. இப்போது தனிநபரும், சமூகமும், பிரபஞ்சமும் இணக்கமான நிலைக்கு வந்து விடுகின்றனர்.

இந்த இடத்தில் புதுமைப்பித்தன், கு, அழகிரிசாமி போல தார்மிகக் கோபமும், சமூக விமர்சனமும் வெளிப்பட்டிருக்க வாய்ப்புண்டு, ஆனால் ந.பி.யின் ஆளுமை, அந்த எதிர்வினையாற்ற அனுமதியாது, அமைதிகாண வைத்து விடுகிறது.

ஆதாரங்கள்:

1. ந.பிச்சமூர்த்தியின் தேர்ந்தெடுத்த சிறுகதைகள், தொகுப்பு; வெங்கட் சாமிநாதன், நூற்றாண்டு விழா வெளியீடு, சாகித்திய அக்காதெமி, புது டெல்லி, 2000

2. தஞ்சை ப்ரகாஷ் கட்டுரைகள், காவ்யா, 2003.

12. ந.பிச்சமூர்த்தி கவிதைகள்

"சொல்லாரு சூது கவிதைகள் இருபுறம் ஓடும் காக்கைக் கண்"

இருபதாம் நூற்றாண்டின் தொடக்கத்திலிருந்து சுமார் 75 ஆண்டுகள் வாழ்ந்த ந.பிச்சமூர்த்தி (1900–76) புதுக்கவிதை இயக்கத்தை தமிழில் தொடங்கிவைத்தவர். புதுக்கவிதைக்கெதிரான எதிர்ப்பையும் தாக்குதலையும் எதிர் கொண்டு வளர்த்தவர். மரபுக்கவிதை, வசன கவிதை, சுயேச்சா கவிதை என்றெல்லாம் எழுதியவர். புதுக்கவிதையை அதன் பல ரூபங்களிலும் வளர்தெடுத்தவர். அத்துடன் கணிசமான அளவு சிறுகதைகளும் எழுதியவர்.

தேசிய எழுச்சியும் இருஉலக யுத்தங்களும் நிகழ்ந்த அரசியல் தளம்; மதமாற்றங்கள், மதிப்பீடுகளின் மாற்றங்கள் நிகழ்ந்த சமூகத் தளம்: நெருக்கடிமிக்க பொருளியல் தளம்; இப்பின்புலத்தில் பிச்சமூர்த்தி இயங்கும் போது நீண்ட நெடிய மரபை பரிசீலிக்க வேண்டியவராகிறார்.

"வேலியை உடைத்தெறிவதற்கு முன் அதுஏன் போடப்பட்டது என்பதைக் கண்டு கொள்ள வேண்டும்"

(ராபர்ட்ஃப்ராஸ்ட)

மரபின் பலத்தையும் பலவீனத்தையும் ஆராய்ந்து பார்த்து, சமயங்களில் அதனைத் தொடர்பவராகவும், சமயங்களில் அதனின்றும் விலகிச் செல்பவராகவும் இருக்கிறார்.

கிறித்தவமரபின் சங்கிலியில் வில்லியம் பிளேக் ஒரு கண்ணியாகத்தான் தன்னைக் கருதிக் கொண்டார். அவரது கவிதைகளில் பத்தில் ஒன்பது பங்கு பைபிளை வற்புறுத்துவதுதான். ஆனால் அவரது காலகட்டத்தில் அவரை பைத்தியக்காரனாகவே

கருதினர். அவரது கவிதைகள் குறியீடுகளும் புதிர்களும் பரிபாஷைகளும் கொண்டிருந்ததுடன், மரபுக்கு புது விளக்கமளித்தன. அவரது புது விளக்கம் மரபுக் கெதிரானதாய் மரபை மறுப்பதாய் தோற்றமிளத்தது. அது போலவே

அவரது ஓவியங்களும்

தெய்வம் வேறு சாத்தான் வேறு,
நன்மை வேறு தீமை வேறு,
தேவதை வேறு பிசாசு வேறு

என்று மரபார்ந்த கிறித்தவம் கூறும் பேதங்கள் தோற்றமே, ஒன்றிலிருந்தே இன்னொன்று ரூபங்கொள்ளும், இருளின் இன்னொரு முகமே ஒளி, நம்மையின் மறுபக்கமே தீமை. ஆற்றலிலிருந்து பிறப்பதே தீமை, ஆற்றலிலிருந்து பிறப்பதே தீம் முரண்பாடுகளின்று முன்னேற்றமில்லை என்றெல்லாம் பிளேக் கூறுவார்.

நிறுவனமாகிவிட்ட தேவாலயத்திலும் வேடம் கொண்டுள்ள பாதிரியாரிடத்திலும் பிளேக்கிற்கு மதிப்பில்லை. மாசுமருவற்ற ஆதாமை மீண்டும் மானுடமிடம் காணவேண்டும். அழகிய நங்கை போன்றசேருசலேமிற்குத் திரும்ப வேண்டும் என்பதே பிளேக்கின் இலட்சிய மாயிருந்தது.

‘காதல்’ என்னும் தலைப்பில் இரு கவிதைகள் எழுதியிருக்கும் பிச்சமூர்த்தி, ஒன்றில், காதல் உணர்வு உறவில் ஈடேற்றம் காண்பதைவிடவும் கிளர்ச்சி அளவில் தகித்துக் கொண்டிருப்பதே போதுமானது என்கிறார்.

‘கேட்பதல்ல காதல்
தருவதுதான் என்று
தரையில் அமர்ந்தார்
என்னைக் காணேன்’

என்கிறார் இன்னொரு கவிதையில்

இங்கே காதலாகத் தொடங்கியது அனுபூதி நிலைக்குப் போய்விடுகிறது.

பெண்ணை உடைமையாகக் கொள்வது, குடும்பம் என்ற இறுகிய அமைப்பின் பாதுகாப்புக்காக உணர்வுகளைப் பலி இட்டுக் கொள்வது என்பவற்றையெல்லாம் கேள்விக்குள்ளாக்குகிறார்.

பாரதியின் **குயில் பாட்டி**லிருந்து உத்வேகம் கொண்ட பிச்சமூர்த்தி, ஆண் பெண் உறவு நிலையை அகல்யை என்னும் புராணம் கதையை முன்வைத்தும் விவாதிக்கிறார். கணவன் என்ற நிலையல் அகல்யை மீது உரிமைகொண்டாடும் கௌதம முனியை விட, தன் காதலுக்காக வேட்கை கொண்டு தவித்து அகல்யை அடையும் தீவிர காதலனான இந்திரனையே அவர் போற்றுகிறார்.

சிற்றின்பம் பேரின்பம் என்ற பேதத்தையும் அவர் ஏற்பதில்லை. உலகம் மாயை என்பதையும் ஒப்புவதில்லை.

'உடல் பஞ்சரமல்ல
புலன்கள் பஞ்சரத்தின் கம்பியல்ல'

"உலகமோர் மாயை அன்று
வெறுக்கே ஓர் வேம்பு அன்று
அகலிகை உனக்கே என்று
ஆணவம் மிகப் படைத்தாய்"

என்று ராமன் கூறுவதாகவும்

"விலங்கிடா உயிர்ப்பெருக்கே!
பெருக்குக்கு கரைகள் போட
பேதமையில் விதி வகுத்தோம்"

என்று கோதமன். கூறுவதாகவும் அமைத்திருக்கிறார்.

கொம்பையும் கிணற்றையும் பிணைப்போம், விசும்பிலும் வீட்டிலும் களிப்போம், என்பது அவரது பார்வை. ஒளிக்கும் இருளுக்குமான முரண்பாட்டை இந்திரனுக்கும் விருத்திரனுக்குமான சண்டையாக்கி, சண்டையில் இந்திரன் வென்று விட்டாலும், ஒளியாவது தோன்றி மறையும், இருள் நித்தியமானது என்று விருத்திரன் எடுத்துரைப்பதாகக் காட்டுவார்.

"ஒளி வந்து வளர்க்கும்;
இருள் வந்து காக்கும்
உயிரின் வளர்ச்சிக்கு
அலையாம் ஓய்வாம்,
ஒளியை வணங்குவமே தோழர்காள்!
இருளில் மகிழுவமே"

என்பார்.

பேதங்காற்றுக் காண்பதில் ஒரு அபாயமும் இருக்கிறது. முற்றிலும் ஆன்மிக விசாரமாய் இருந்து, அங்கே பேதங்களில்லாது, ஒருண்மையினை ஒராற்றலை கண்டு கொள்வதில் சிக்கல் இருக்காது போகலாம். ஆனால் இரத்தக்கறைகளும் வடுக்களும் பலிகளும் சாபங்களும் நிறைந்துள்ள வரலாற்றை தன்னுள் கொண்டுள்ள மரபில், எல்லாவற்றையும் இப்படி வாசித்து விட முற்படுவது தன்னையே ஏமாற்றிக் கொள்ளும் காரிய மாகிவிடும். காணவேண்டியதை கண்டு கொள்ளாது போகச் செய்துவிடும்.

'தீக்குளி' கவிதையில் தீச்சுடரில் விழுந்து இறந்து போகும் வீட்டிலின் செயலை, சிறப்பாக காணாமல், அகண்டத்துடன் ஜீவாணு சேர்வதாக, அத்வைத சாதனையாக, லயமாகக் காண்கிறார்.

'மணல்' கவிதையில் கண்ணில் விழுந்து விட்ட மணலை எடுப்பதற்கான முயற்சிகளை வீண் என்று பரிகசித்துவிட்டு, தன்னுள் விழுந்த மணலை சிப்பி முத்தாக்கிக் கொள்வது போல, நாமும் முயலவேண்டும் என்று வற்புறுத்த,

"மாசுமணி ஆச்சு
மணலை நீ மணி செய்வாயா?"

என்று கேட்பார்.

அவலங்களெல்லாம் அவலங்களல்ல, அநீதிகளெல்லாம் அநீதிகளல்ல, துரோகமெல்லாம் துரோகமல்ல என்ற படி இப்பார்வையும் இவ்வாசிப்பும் போய்விடும் அபாயமுண்டு.

'நந்தி விலகவில்லை' கவிதை முடிவில்,

"வழி மறைக்கும் நந்தி
முன்னர் இருந்ததுண்டு
இன்றும் விலகவில்லை
எனில்
கரை ஏறல் எங்ஙனம்?
கடைத் தேறல் எங்ஙனம்?"

என்று கேட்கிறார்.

'கரை ஏறவிடமாட்டார்
கடைத்தேற மாட்டோம்'

என்று தொடங்கும் கவிதை, பிரச்னை எங்கு யார் காரணம் என்பவற்றில் தெளிவில்லாது இருண்மைக்குள் போய்விடுகிறது. வேளாண்மை நவீனமாவதால், பழைய அடக்குமுறையிலிருந்து மனுவின் ஆதிக்கத்திலிருந்து விடுபட்டுவிட முடியும் என்பதைச் சொல்ல வருகிறாரா என்பது தெளிவாய் இல்லை.

தர்க்க முறையிலான பகுத்தறிவை அவர் ஒப்புவதில்லை. அவரது உலகம் உணர்வோட்டங்களின், உள்ளுணர்வின் உலகம், மணலில் கட்டிய கிளிக்கூண்டில் கிளி வந்தமரும் என்று நம்பும் மனது அவருடையது. 'சிறியோர்கள் இரங்கலைத் தள்ளினேன்' என்பது. சகல பிரச்னைகளுக்கும் சிக்கல்களுக்கும் தீர்வு கண்டு விட்டதாய் கூறிக் கொள்ளும் தத்துவங்களை அவர் ஏற்பதில்லை. முற்றுப்புள்ளி வைத்து விடுவதில்லை அவர். தன்கையில் காற்புள்ளிகளாய் நிறைந்திருப்பது கண்டு ஆனந்திப்பவர். வாழ்க்கை என்பது தொடர்ந்து கண்டறிய வேண்டிய ஒன்று, தீராத தேடல், முடியாத பயணம். 'ஓர் எழுத்தாளன் சட்டை உரித்துக் கொண்டே இருக்க வேண்டும்' என்பார்.

"பிச்ச மூர்த்தி உணர்வுகள் மீதும், உள்ளுணர்வுகள் மீதும் அபாரமான நம்பிக்கை கொண்டவர். உணர்வுகளுடனும் உள்ளுணர்வுகளுடனும் மனம் கொள்ளும் லயம் கூடிய உறவு அவற்றைப் போஷிக்கும். சகல ஜீவராசிகளுடையவும் உயிர் தத்துவம் எவ்வாறு விவேகமாக விரிந்து கொண்டிருக்கிறதோ அவ்வாறே

மனிதனின் உயிர்த்தத்துவமும் விவேகமாக விரியும்''[2] எனபார் சுந்தர ராமசாமி (பக்.100)

அறிவின் சாதனையாகக் கருதிப் பெருமை கொள்ளப்படுகின்ற அறிவியல் எவ்வளவு அபாயகரமானது என்பதை அங்கதத்துடன் எடுத்துரைப்பார். இயற்கையுடன் முரணாது, மேலாதிக்கம் செலுத்தாது இணக்கத்துடன் வாழவேண்டுமென வற்புறுத்துவார்.

அறிவின் சாமர்த்தியம், கைவினைத்திறன், கெட்டிக்காரத் தனத்துடன் செய்கின்ற காரியங்களால் விளைவது, பரிசீலக்கப்பட வேண்டிய தென்பார். கைத்தடியை சிருஷ்டகரமாய் உருவாக்க முனைந்தவன் எல்லாவற்றையும் மறந்துவிட்டு, அதிலேயே ஆழ்ந்து போனான். காலம் அவனைத் தொடவில்லை. ஆண்டு பல கழிந்தாலும் அவன் பருவமாற்றங்களுக்குள்ளாகவில்லை. நித்தியனாக இருக்கிறது. இந்த வரத்தை அளித்தது எது? படைப்பாற்றலே. 'மனம் விரலாய் மாறுவதால் உயிரியக்கத்தில் வனப்பா?' என்று கேட்பார். பாண்டங்களாய் குவித்துத் தள்ளும் குயவன் கூட அப்படைப்பின் உயர்ப்பைக் கண்ட மாத்திரத்தில் சிலிர்ப்புறுவதைக் காட்டுவதும் அழகான விஷயம்.

எதிர் புரட்சியாளன் எனச் சந்தேகிக்கப்பட்டு கணவன் கொல்லப் படவும், விசாரணையின் பேரில் மகன் வதைபடவும் என பீதியும் மிரட்சியுமாக அலைவுற்ற **அன்னா அக்மதோவா**, ஆதியாகமத்திலிருந்தும் எகிபதிய வரலாற்றிலிருந்தும் புதிய தரிசனங்களைக் காண்கிறார்.

தான் வெளியேறும் நகரை திரும்பிப்பார்த்தால் உப்புப்பாறையாகி விடும் சாபம் இருந்தும் திரும்பிப்பார்த்தாள் லோத்தின் மனைவி.

> 'ஒரு நொடி நேரப் பார்வைக்காகத் தன் உயிரை ஒப்படைத்த
> அவளை ஒரு போதும் மறக்கா தென் நெஞ்சம்'[3]

"...மொழியின் வழக்கமான அர்த்தங்களைக் குலைப்பனவாய், அந்த மொழியில் தோய்ந்திருக்கும் அன்றாட வாழ்வுக்கேற்ற அறிவின் எல்லையை மீறுவனவாய், தமக்கே உரிய அர்த்தங்களைத் தேடுவனவாய் அமைந்துள்ளன்''[4]

பெரிய ஆகிருதியுடன் ஆட்சி செலுத்தும் மரபிலிருந்து விலகி வரும் போது, மாறுபடும் போது, மீண்டும் புராணக் கதைகளுக்கும் நம்பிக்கைகளுக்கும் போக வேண்டிய அவசியம் பிச்ச மூர்த்திக்கு வருகிறது, அவற்றை வேறு கோணத்தில் அணுகி புதிதான கதையாடலை நிகழ்த்தி விடுகிறார். நீண்ட கவிதைகளில் ஈர்ப்புக் கொண்டுள்ள பிச்சமூர்த்தி தொடர்ச்சியான எடுத்துரைப்பாற்றல் கொண்டவராயிருக்கிறார். எதிரும் புதிருமானவை உரையாடுகின்றன. மோதல் நிகழ்கிறது. முரண் வலுக்கிறது. திடீர்ப்பாய்ச்சலாய் அகத்தில் மலர்ச்சி வாய்க்கிறது.

பிச்சமூர்த்தியின் ஆன்மிக அணுகுமுறை, ஒன்றே பிரம்மம் என்று இறுதி உண்மையை வற்புறுத்திக் கொண்டே வர்ணாசிரமதர்மத்தையும் மனுவின் சட்டங்களையும் பிரயோக்கின்ற வைதிக மரபிலிருந்து மாறுபட்டது.

லௌகீகம் வேறு ஆன்மிகம் வேறு என்று பாரபட்சம் பாராமல், சிற்றன்பம் பேரின்பம் என்று பேதப்படுத்தாமல், இருளை உதறி ஒளியை அரவணைக்காது காதலில் அனுபூதியையும், வீட்டில் விசும்பினையும் கண்டு விடுகின்ற சூஃபிகளின், சித்தர்களின் மரபைச் சேர்ந்தது.

"பிச்ச மூர்த்தியன் கவிதைப் பொருள் உலகம் மிக வீச்சானது, ஆழ்ந்தது, மதிப்புகள் வாய்ந்தது, பிச்ச மூர்த்தி தன்காலத் தளத்தில் கால்பதித்து எதிர்காலத்துக்குப் பேசும் கவி. தரையைப் பார்த்துவிட்டு வானுக்குப் பார்வையை உயர்த்தும் கவி. நிகழ் நடப்பை வைத்து மேம்படுத்தப்பட்ட நடப்பை உணர்த்தும் கவி. காரியாம்சத்தை முன் வைத்து லட்சியத்துக்கு வழித்துணையாகப் பேசும் கவி. மரபைப் போற்றி, மரபுவழிச் சிறப்பைக் கையாண்டு புதுமையையும் போற்றி, புதுமைச் சிறப்பையும் பிணைத்து மரபும் தற்காலமும் இணைந்த பார்வைக் கவி"[5] என்பார் சி.சு. செல்லப்பா.

ஆதாரங்கள்

1. பிச்ச மூர்த்தி கவிதைகள், கரியா, 1985.

2. ந.பிச்சமூர்த்தியன் கலைமரபும் மனித நேயமும், சுந்தர ராமசாமி, வானதி பதிப்பகம், சென்னை, 1991.

3. அன்னா அக்மதோவா கவிதைள் தமிழில்; எஸ்.வி.ராஜதுரை வ.கீதா, வயல், 1989.

4. Selected poetry and prose of William blake, Ed by Northoop Frye, The modern Librery, Newyark, 953.

5. சி.சு.செல்லப்பா.

13. எஸ்.பொன்னுதுரை; ஒரு புதுமை வேட்கை

எஸ். பொன்னுதுரை என்னும் பெயர் சர்ச்சைகளுக்குரிய பெயராகவே இது காறும் திகழ்ந்து வந்திருக்கிறது. தீவிர இலக்கிய வாதிகளுக்கும் சரி, இடது சாரிப் போக்கினருக்கும் சரி அவர் புதிரானவர். அரசியல் ரீதியலான அவரது படைப்புகளும் துணிச்சல் கொண்டவை.

மரபுவழியான இலக்கிய அணுகுமுறைகளுக்கு மாற்றுத் தேடுபவர் எஸ்.பொ. என்னும் படைப்பாளி, புதிய இலக்கியம் படைக்க வேண்டும், அதன்வழி புதிய இலக்கணம் தோன்ற வேண்டும் என்று கருதுபவர்.

அவரது அடிப்படையானதும் மையமானதுமான இழை பாலியல், இனக்கவர்ச்சி, ஆண்–பெண் உறவு நிலை என்றெல்லாம் சொல்லக் கூடியதான காமம்.

சிலவற்றைத் தவிர்க்க வேண்டும், சிலவற்றை சொல்லக்கூடாது, சிலவற்றை நாசூக்காக சொல்லவேண்டும் என்பது மரபாக இருந்து வருகிறது. அதுவும் காமம் பற்றி சொல்லும்போது நிறையவே எச்சரிக்கையுணர்வு வற்புறுத்தப் படுகிறது. மிகுதியான எச்சரிக்கை யுணர்வும் தயக்கங்களும் அவ்விஷயத்தைப் பற்றிய புரிந்து கொள்ளதலும் எடுத்துரைத்தலிலும் தடைகளை உண்டுபண்ணி விடுகிறது. எனவே இதில் மரபை உடைத்தவர் எஸ்.பொ.மரபுடைத்த, எஸ்.பொ.புதிய பாய்ச்சல்களை நிகழ்த்தி புதிய புரிந்து கொள்ளல்களை ஏற்படுத்தினாரா?

'அவா' (மித்ர, 1993) தொகுப்பினுள்ள படைப்புகள் பழகிய தன்மையிலான சிறுகதை வடிவங்களாக இல்லை. 'சில நேரங்களில் சில தோழர்கள்' நாட்குறிப்பு வடிவில் ஒரு விஷயத்தைச் சொல்லிப்போகிறது,

'அவா' என்பது குரு–சிஷ்ய உரையாடலாக வளர்ந்து போகிறது. 'யானைக் கதை' நாட்டுப்புற கதையாக உருவெடுக்கிறது. 'ஆகுதி' வரலாற்றுப் புதினமாய் எழுகின்றது. 'சுவடு' மற்றும் adieu ஓரளவு மரபையொட்டிய விவரிப்புகள். 'சுழி' ஒரு குறுநாவலின் பீடிகையாக நின்றுபோகிறது.

கம்ப்யூனிஸ்ட் கட்சியின் நெடுநாளைய தோழர்களாயிருக்கும் தம்பதியர். கணவர் மேயராகின்றார். மனைவி அவரது தேர்தலின் போதும் பின்னர் பதவிக் காலத்திலும் உறுதுணையாக இருக்கிறார். ஆனால் தாம்பத்திய உறவில் நிறைவில்லை. இதன்காரணமாக மனைவி இன்னொரு தோழருடன் நெருக்கமாகிறார். நோயாளியாகி விடும் கணவனை பின்தள்ள விட்டு சகதோழருடன் ரகசிய பதிவுத் திருமணம் செய்யும் அளவுக்கு மனைவி போய்விடுகிறாள். இதனை மனைவி மற்றும் சக தோழரின் நாட்குறிப்புகள் மூலம் நுட்பமாக உணர்த்துகிறார் எஸ்.பொ. இது சில நேரங்களில் சில தோழர்கள்.

இலங்கையின் வரலாற்றில் சாணக்கிய தந்திரமிக்க புத்த மடாதிபதி ஒருவர் தன் சாதுர்யத்தால் மன்னர்களை ஆக்கவும் செய்கிறார். அழிக்கவும் செய்கிறார். அந்தரங்கத்திலே காமக்கிழத்தி ஒருத்தியையும் வைத்துக் கொள்கிறார். இந்த வரலாற்றுப் புதினம் / வரலாற்று கற்பனை ஆகுதி.

மனைவி போதாதென்று மைத்துனியையும் சுகித்து, இவ்வெறியாட்டத்தில் மனைவி தற்கொலை செய்து கொள்ள, மைத்துனி காணாது போகிறாள். விளைவாக உலகியல் துறந்தவன் ஆன்மிக குருவாகிறான். சதா காமவிளையாட்டாய் தாம்பத்தியத்தை நடத்தி வெறுப்புற்றவன் இவனுக்கு சீடனாகின்றான். சீடன் நோயாளியாகி இறக்கும் தருவாயிலும் இச்சை போகவில்லை. கடைசியாய் ஒருமுறை சுகித்து விட முற்படுகையில், மனைவி தூக்கி எறிகின்றாள். மரணமடைந்த பின் இளைஞன் ஒருவன் உடலில் புகுந்து கணிகை ஒருத்தியுடன் உடலுறவு கொள்கின்றான். இந்த கதைப்போக்கின் இடையே உலகியல் துறவற தாரதாம்மியங்கள் சிற்றின்ப–பேரின்ப விசாரமாக நிகழ்கிறது. இது 'அவா'.

அடங்காப் பிள்ளையாய் இருந்தவன் பௌத்த மடாலயத்தில் சேர்க்கப்பட, அவனோ சக மாணவியாகவும் கணிகையாகவும் இருக்கும் பெண்ணுடன் காம இன்பம் நுகர்கின்றான். ஆனால் அவள் கணிகை என்பதை அறியும்போது விரக்தி கொள்கின்றான். வேறு மடாலயம் சென்றும் நிம்மதியில்லை. உலகியல் வாழ்வுக்கு திரும்புகின்றான். இது 'சுவடு'.

மரபுகளை வரம்புகளை தயக்கங்களை உதறிவிட்டு புதுமையான விடிவங்களில் துணிச்சலான குரலில் பேசத் தொடங்கும் எஸ்.பொ. மரபிழையை முற்றாக அறுத்தெறிகின்றாரா?

அவரது விவரிப்புகள் சிற்றின்ப பேரின்ப கதையாடல்களாகவே விரிந்து போய்க் கொண்டிருக்கின்றன. பிரம்மச்சர்யம் மேற்கொள்ளத் தொடங்குவோன், கட்டுப்பாடு இழப்பதும், கணிகையின் காம விளையாட்டில் திளைப்பதும், விரக்தி கொண்டு புலம்புவதும் தான் பிரதானப் போக்காக உள்ளது. இது கதை மாந்தர்களிடம் மட்டுமல்லாது கதையை எடுத்துரைப்பவனிடமும் உள்ளது. கதைவிவரிக்கும் குரலும் காமத்தில் அழுந்தியதாகவே இருக்கிறது. சூழலை விவரிக்கும் போதும் சரி, பாத்திரங்களை அறிமுகப்படுத்தும் போதும் / மதிப்பிடும் போதும் சரி காமமுனைப்பு கொண்டதாகவே அக்குரல் ஒலிக்கின்றது.

'முற்றத்திலுள்ள மாமரத்தின் கிளைகள், கர்ப்பவிதியின் எழிலுடன் பூவும் பிஞ்சும் வழிய, கணிகையின் நெஞ்சில் கிளர்ந்தெழும் காமத்தின் வேகத்தில் வீசிவரும் தென்றலின் ஆட்டத்திற்கு அபிநயம் பிடிக்கும் பயிற்சியில் ஈடுபட்டிருக்கின்றன. (சுவடு, பக்.1)

'இரவென்ற வரைவின் மகள், பக லென்ற ஆணைத்தன் பாவாடைக்குள் சிக்காராகச் சிக்க வைத்து விடுகிறாள். இருப்பினும் புஷ்பவதியின் லயம் காட்டி வாணிலே புஷ்பித்துத் துலங்கும் ஒளித்துகள்கள் கண் சிமிட்டிலே ஜாலம் காட்டுகின்றன. வசமிழக்கின்றேனா?' (–அவா, பக். 269))

'கடலலைகள் வந்து, கரையைதட்டித் தழுவும் கலவிக் காட்சியில் வெறுப்பு' –அவா, (பக்.268)

'பகலும் இரவும் புணரும் சந்தி நேரப் பாங்கில் புதுமைக்கும் பழைமைக்கும் பாலமிட்ட போக்கில், அவருடைய வீடு' (அவா, பக். 222)

இது போன்ற விவரிப்புகள் அவரது கதைகளிலெல்லாம் ஆக்கிரமிப்பு கொண்டு விடுகின்றன. இதே தொனிதான் பாத்திரங்களின் பேச்சிலும்;

'நான் சிற்றின்ப விவகாரத்தில் முற்றாகத் தோய்ந்தேன்' (அவா, 235)

'அப்பா அம்மா என்று பின்னர் தங்களை அறிமுகம் செய்து வைக்கும் இரு ஜீவாத்துமாக்கள் இயற்கையின் வழியை கலவி இன்பம் அனுபவித்தன் அறுவடை நான்!' (சுவடு, பக்.37)

'அடுக்களைப்பெண்ணாகவும் படுக்கைப் பாவையாகவும் இருப்பதில் பூரண திருப்தி அடைவேன், (சில நேரங்களில் சில தோழர்கள், பக். 139)

II

எஸ். பொ.வின் பிரதிகள் புதிய வாசிப்புக்கு இடந்தருவதாயில்லை. அரசியிலிலும் துறவு நிலையிலும் உலகியல் நெறியிலும் இருப்போரின் நிஜ சொரூபங்கள் வேறாய் இருக்கின்றன என்று அம்பலப்படுத்துவதையே நோக்கமாகக் கொண்டு விடுகின்றன. யதார்த்தவியல் படைப்புகள் திருப்தி தருவதாக இல்லை என்று வேறு பரிசோதனை முயற்சிகளில் எஸ்.பொ. இறங்கினார். ஆனால் அவரது பரிசோதனைகள் புதிய எல்லைகளை நோக்கியதாக புதிய பிரதேசங்களை காண்பதாக புதிய மானுடர்களை தரிசிப்பதாக, புதிய அனுபவங்களை அடைவதாக இல்லை. சரியல்லை என்று எதை ஒதுக்குகிறாரோ அதனையே அவதானித்துக் கொண்டிருக்கிறார். காமத்தின் வேறு வேறு பரிமாணங்களை கண்டு கொள்வதில் அக்கறையில்லாது, மரபான குரலிலேயே சிற்றின்பம்– பேரின்பம் என்று பேசிப்போகிறார். பட்டினத்தார் போல அருணகிரியார் போல புலம்புகிறார். டி.எச். லாரன்ஸ் போல தி.ஜானகிராமன் போல, கு.ப.ராஜகோபாலன் போல காமத்தின் வேறுமுகங்களை அடையாளங்

காட்ட முடியாது போய்விடுகிறார். பிரச்னைக்குள் போவதும் அதன் இண்டு இடுக்குளை விலக்கிப் பார்ப்பதும் அதனைப் புரிந்து கொள்வதும் உத்தேசமாய் இருக்கும் போது தான் பிரதி வெளிகள் கொண்டதாய் பல குரல்கள் ஒலிப்பதாய் பல வாசிப்புகளுக்கு இடந்தருவதாய் அமையும். சீறுஞ்சினத் திற்கு சொந்தக்காரரான எஸ்.பொ. போலி மனிதர்களை தோலுரித்துக் காட்ட வேண்டும் என்பதை உத்தேசமாக கொண்டு விடுவதால், அவரது பிரதி, சரி/தவறு, உண்மை / பொய், சிற்றின்பம் / பேரின்பம், சத்தியம் / யதார்த்தம் என்றுள்ள நிலைபாடுகளை விசாரிப்பதாகவே போய்விடுகிறது.

'மனிதனிடம் இருள் திட்டுகளாக சாத்தானும் வாழ்கின்றான்; ஒளிக்கீற்றுகளாக தெய்வீகமும் ஜொலிக்கின்றது. மானுஷீகத்தின் ஒளிக்கீற்றுகளைத்தரிசிக்க நடத்தும் இடைவிடாத தேடலும் இலக்கிய வாதியின் பணியாகின்றது. சாத்தானின் சங்காரமும், தெய்வீக ஆராதனையும்! இரண்டும் வேறல்ல. ஒரே தேடலின் இருமுகங்கள்' (பக்.)

எஸ்.பொ.வின் தொடக்கம் இப்படியான அற்புதமான புள்ளியிலிருந்து தொடங்குகின்றது. இன்றைய இலக்கியச் சுவைஞரின் மெச்சுதலை மட்டுமின்றி, நாளைய இலக்கியச் சுவைஞரின் மரியாதையையுஞ் சம்பாதித்தல் வேண்டும் என்ற அக்கறையும் சேர்ந்து கொள்கிறது.

ஆனால் பிரதி உருவாகும் போது இவையெல்லாம் விடைபெற்றுக் கொள்கின்றன. உருவாக்கப்பட்ட பிரதிகள் சாகசம் நிறைந்த கற்பனைகளாக, விரக்தியின் புலம்பல்களாக போலிகளின் அம்பலப் படுத்தல்களாகி விடுகின்றன. வகை மாதிரியான கணிகையரும், சபலம் கொண்ட ஆண்களும், போலியான அரசியல் பிரமுகர்களும், சூதுவாதான பிக்குகளும் குருக்களுமே நம்முன்னர் வருகின்றனர்.

'கலை உபாசனை சடங்காகிவிட்டது. சடங்குகளுக்கு சனாதனிகள் விதிகள் ஏற்படுத்திவிட்டார்கள். விதிகள் தர்மங்கள் அல்ல. தர்மம் விதிகளுக்கு மேலானது. இதனால், சனாதன இலக்கிய வாதிகள் கற்பிக்கும் தேடல் முறைமைகளையும் நிராகரித்தவன்'. (பக்)

சனாதன விதிகளை மறுத்து எஸ்.பொ. படைத்தது என்ன? கலகத் தன்மை கொண்டவர்களையா? கிளர்ச்சிக்காரர்களையா? பன்முகங் கொண்ட மனிதர்களையா? தேடல்களில் புதையல்கள் எடுப்போரையா? இல்லை.

III

எஸ்.பொ.இறுக்கமான தத்துவ நிலைபாடுகளை சாராமல், காந்தி என்ற மனிதரையும் அவரது தத்துவங்களையும் சிலாசிக்கத் தெரிந்தவர்; அதே வேளையில் சனாதான நெறிகளை புறக்கணிப்பவர்; காமத்தைப்பற்றி துணிகரமாக விவரிப்பவர்; புதிய தடம் போடுபவர்..... இருந்தும் அவரது உத்தேசங்களுக்கும் நிலைபாடுகளுக்கும் நேர் எதிரானவையாகவே அவரது கற்பனைப்படைப்புகள் இருந்து விடுகின்றன.

எஸ்.பொ.வின் கற்பனைப்படைப்பு சரியாக செயல்படுவது யானைக்கதையின் தான், இதனை நாட்டுப்புற கதை வடிவிலே எழுதியிருக்கிறார். இது நாட்டுப்புற கதையாகவே ஆகியிருக்கிறது. இங்கே எள்ளளுடன் பரிகாசமும் சேர்ந்து புதுப்படைப்பு கிடைத்து விடுகிறது. இதுவும் ஸ்ரீமாவோ பண்டார நாயக்காவின் அரசியலை விமர்சிப்பதற்காக எழுதப்பட்டதுதான். ஆனால் அது பிரதியாகும் போது இயல்பான நாட்டுப்புற கதையாக ஆகிவிடுவதால் வாசிப்புகளுக்கு இடந்தரக் கூடியதாக அமைந்து விடுகிறது.

இந்த ரஸமாற்றம் / தளமாற்றம் / வெளிமாற்றம் மற்ற கதைகளில் நிகழாது போனது தான் துர திருஷ்டம்.

யாழ்ப்பாணத்து மண்மீதும் கலாச்சாரத்தின் மீதும் பெரிதும் நேசங்கொண்ட எஸ்.பொ. நைஜீரியா, ஆஸ்திரேலியா என்று புலம் பெயர்ந்து இருக்கும் போதும் தமிழையும் தொடியல் கூழையும் மறந்திடாத எஸ்.பொ., எதிர்ப்புகள் சர்ச்சைகளால் நிலை குலைந்திடாது செயல்பட்டு வரும் எஸ்.பொ. இடது சாரி முனைப்புடன் சீற்றங் கொண்ட எஸ்.பொ. இலக்கியத்தில் மேற்கொண்ட முயற்சிகள், பரிசோதனைகள் நிச்சயம் கவனம் கொள்ளத்தக்கன.

14. ஒரு நடிகையும் ஒரு நாவலும்

'சினிமாராணி' என்று பாராட்டப்பெற்ற டி.பி. ராஜலட்சுமி (1911–1964) வசீகரமான ஆளுமை கொண்ட திரைப்பட நடிகை மட்டுமல்ல, முதலாவது தமிழ்ப் பெண்ணியவாதி என்ற சிறப்புக்கும் உரியவர். 1931 இல் வெளிவந்த முதல் பேசும் படமான காளிதாஸின், கதாநாயகியான அவரே, கமலவல்லி அல்லது டாக்டர் சந்திரசேகரன் (பதிப்பாசிரியர் ப.பத்மினி; புலம் வெளியீடு, 2009) என்னும் நாவலையும் எழுதியவர். பெண்ணின் பார்வையில் எழுதப்பட்ட முதல் புதினம் இதுவே.

மூவலூர் ராமாமிர்தம் அம்மையாரின் ''தாசிகளின் மோசவலை'' நாவல் 1936 இல் வெளியானதே. அதுவும், பெண்களால் ஆண்கள் படும் இன்னல்களை விவரிப்பதுதான். ஒரு சீர்திருத்த வாதியான அம்மையாரின் படைப்பு என்பதால் முக்கியத்துவம் பெற்றது.

கமலவல்லி என்பவள் கண்ணப்பன் என்னும் இளைஞனைக் காதலித்துவர, அவளது பெற்றோரது நிர்ப்பந்தத்தால், சந்திரசேகரன் என்னும் டாக்டருக்கு மணம் செய்து வைக்கப்படுகிறாள். அவளின் காதலனை அறிந்து கொள்ள நேரும் கணவன், தானே முன்வந்து, அவளது காதலனை மணந்து வாழுமாறு செய்கிறான். இந்த அடிப்படைக் கருத்தினை மையமாக வைத்து இந்தப் புதினத்தை எழுதியிருக்கிறார் ராஜலட்சுமி. அத்துடன் பால்யவிவாகம், இளமையிலேயே விதவையாகி ஒடுக்கப்படுதல், அனைத்து நிகழ்வுகளிலும் ஆணின் ஆதிக்கம் என்பவற்றை எல்லாம் நிந்துத்து பெண்ணின் விமர்சனத்தை முன்வைக்க இப்புதினத்தைப் பயன்படுத்திக் கொள்கிறார்.

''கல்யாணம் ஆணுக்கா? அல்லது பெண்ணுக்கா? இருபாலருக்குந் தானே. அப்படியிருக்க ஆண்கள் மட்டும் பல பெண்களை மணக்க

அனுமதிக்கும் நாம், பெண்கள் தங்கள் விருப்பப்படி ஒருவரை விவாகம் செய்து கொள்ளவதை ஏன் அனுமதிக்கக் கூடாது?" என்று பெண்ணிற்கான சமத்துவத்தை முன்வைக்கும் ராஜலட்சுமி, ஆண் வர்க்கத்தன் முகத்தில் அறைவது போன்று ஒரு வாசகத்தை எழுதுகின்றார்; பெண்களைப் போலவே ஆண்களும் மனைவிமார்களைப் பிரிந்தவுடன் மொட்டையடித்து மூலையில் உட்காரவைக்கப்பட்டால் அப்போதுதான் ஆணுலகம் அறிவு பெறும்.

பெண்ணின் ஆவேசக் குரலை இப்படி ஒலித்த ராஜலட்சுமி, நாடக மேடைகளில் தேசிய உணர்வுடன் ஏகாதிபத்திய எதிர்ப்புப் பாடல்களைப்பாடியிருந்தார்.

"வெட்கங்கெட்ட வெள்ளைக் கொக்குகளா
விரட்டியடித்தாலும் வாரீகளோ"

என்றும்

"ஒரு மாசில்லா இந்து சுதேச வளையல்
வச்சிரம் பதித்த உச்சித வளையல்"

என்றெல்லாம் நாடகமேடைகளில் முழங்கினார்.

திருவையாறுக்குப் பக்கத்திலுள்ள சாலிய மங்கலத்தில் பிறந்து 5–ஆம் வகுப்புவரையே படித்திருந்த ராஜலட்சுமியின் 7–வது வயதிலேயே முத்துமணிக்கு மனைவியாக்கப்படுகிறார். ஆனால் சீக்கிரமே இரு குடும்பத்தினருக்குமிடையே ஏற்பட்ட பிணக்கினால், அவர் தன் கணவன் இல்லமே செல்லாது இருந்து விடுகிறார். பின்னர் நடிகையாவது தெரியவந்ததும் கணவன் வீட்டார் திருமண பந்தத்தை விலக்கிக் கொள்கின்றனர்.

11–வது வயதிலேயே சங்கரதாஸ் சுவாமிகளால் அடையாளம் காணப்பட்டு, நாடக நடிகையாகி, அப்புறம் திரைப்பட நடிகையாகிறார். 23 படங்களில் நடித்திருந்த ராஜலட்சுமி தென்னிந்தியாவின் முதல்பெண் இயக்குனர், முதல் பெண் தயாரிப்பாளர் என்னும் சிறப்புகளுக்குரியவர். இந்திய அளவிலே முதல் பெண் இயக்குனர் என்னும் பெருமைக்குரியவர் பாத்திமா பேகம் என்றால், இரண்டாவதாக

வருபவர் சினிமா ராணி ராஜலட்சுமியே, படத் தொகுப்பு உள்ளிட்ட நுணுக்கங்களிலும் ஆர்வங்காட்டியிருக்கிறார்.

20–வது வயதில் சக நடிகரான டி.வி. சுந்தரத்தை மணந்து கொண்டு, பெண் சிசுக்கொலையிலிருந்து பாதுகாக்கும் விதத்தில் ஒரு பெண் குழந்தையைத் தத்தெடுத்து வளர்க்கிறார். விடுதலைப் போராட்டங்களில் பங்கேற்று சிறைவாசம் ஏற்ற வரலாற்றுக் குறிப்புகளுண்டு.

தன் முதல் குழந்தைக்கு கமலா என்று பெயரிட்ட ராஜலட்சுமி, மிஸ் கமலா என்ற பெயரில் 1936 இல் ஒருபடத்தை இயக்கினார். இப்படம் பெரும்புகழ் ஈட்டித்தந்தது அவருக்கு, இந்தியத்தாய் என்ற பெயரில் அவர் எடுத்தபடம் கடும் தணிக்கைக்குள்ளாகி வெளியாகி வெற்றிபெறாது போகவே, கடுமையான பண நெருக்கடிக்குள்ளாகினார். அதுவரை நன்கு சம்பாதித்து செல்வாக்குடன் வாழ்ந்து வந்த அவர், இந்த இழப்புகளை ஈடுகட்டுவதில் கீழ்ப்பாக்கத்திலிருந்த தன் சொத்துக் களையெல்லாம் விற்றிருக்கிறார். பேத்தியின் பிறந்த நாளைக் கொண்டாட, தமிழ்நாடு அரசு கௌரவித்த கலைமாமணி விருதின் தங்கத்தை உருக்கி மோதிரம் செய்து அணிவித்தார் என்பது கண்ணீரின் ஈரத்தில் பதிவான ஒரு குறிப்பு. புற்று நோயாலும் சர்க்கரை நோயாலும் பாதிப்புற்று 52–வது வயதில் இறந்துபோது பல பத்திரிகையாளர்கள் கூட அறிந்திருக்க வில்லை என்பது தான் துன்பியல் நாடக இறுதிக் காட்சி.

கல்கத்தாவில் தங்கி கோவலன் 'திரௌபதி வஸ்தீராபரணம்', 'அரிச்சந்திரா', 'குலேபகாவிலி' மற்றும் 'லலிதாங்கி' ஆகிய படங்களைத் தயாரித்தார்.

1931இல் எழுதப்பட்டு டி.வி. பாலகிருஷ்ணநாயுடுவால் வெளியிடப்பட்டிருந்த இந்நாவலின் பிரதியைச் சென்னை ஆவணக் காப்பகத்தில் கண்டறிந்து 2009–இல் பதிப்பித்த பேராசிரியை ப.பத்மினி ராஜலட்சுமியின் பங்களிப்பை இப்படிக் குறிப்பிடுகிறார். "பொதுவான பெண்கள் முன்னேற்றக் கொள்கைகளான பெண்கல்வி, கைம்பெண்டிர் மறுமணம், குழ்ந்தை மண எதிர்ப்பு போன்றவைகளிலிருந்து அடுத்த

கட்டத்திற்குச் சென்று புரட்சிகரமான ஒரு கருப்பொருளை மையமாக்க் கொண்டு புதினத்தைப் படைத்துள்ளார்".

'விமலா',' மல்லிகா', 'சுந்தரி', 'வாஸந்திகா' என்றெல்லாம் நாவல்கள் எழுதியுள்ள இவர் இந்த நாவலுக்கு மட்டும் கமலவல்லி அல்லது டாக்டர் சந்திரசேகரன் என்று பெயரிட்டுள்ளார். நேரிய குணமும் முற்போக்கு சிந்தனையும் உள்ள சந்திரசேகரன் இந்நாவலில் தியாகம் செய்யுமளவுக்கு உள்ள பாத்திரமாக இருப்பதால் இப்படிப் பெயரிட்டிருக்க வேண்டும். திரைக்கதை உருவாக்குவது போல பட்டுக் கத்தரித்த பாணியில் எழுதப்பட்டுள்ள இப்புதினம், அங்கங்கே சினிமாபாணி சம்பவங்களைக் கொண்டிருப்பினும், பெண் தன் மூன்றாம் விழி திறந்த முதல் படைப்பு என்னும் சிறப்புக்குரியது.

தன் காலகட்டத்தின் தேசியவாதம், சீர்திருத்தம், பெண்ணுரிமை ஆகிய வற்றில் பங்கேற்று, தனிப்பட்ட வாழ்விலும் பொது வாழ்விலும் முரணின்று இடங்கிய ராஜலட்சுமியின் பங்களிப்பு திரைப்படம், நாடகம், சமூகம் மற்றும் எழுத்து என்னும் நான்கு தளங்களிலானது என்பது குறிப்பிடத்தக்கது.

15. இரு சிறுகதைகளும் ஒரு வரலாற்றுத் தடயமும்

கொந்தளிப்பான சமூகக்காலகட்டங்களை தமிழ் இலக்கியம் பதிவு செய்துள்ளதா? அல்லது இலக்கியவாதி கடப்பாட்டு உணர்வுடன் இயங்குகிறானா? என்னும் கேள்வி அடிக்கடி கேட்கப் படுவதுண்டு. ஆம் என்று உரத்துச் சொல்லும் வகையில் இரு சிறுகதைகள் சமீபத்தில் வந்துள்ளன.

தருமபுரி மற்றும் மரக்காணம் பகுதிகளில் இரு உயிர்களைக் காவு வாங்கியும் சில கிராமங்களைச் சூறையாடியும் வெறிதணிந்துள்ள இச்சூழலில். இதன் பதிவுகளாக உள்ள இரு சிறுகதைகளைப் பரிசீலிக்கலாம்.

பிரிட்டீஷ் இந்திய காலகட்டத்தில் கொண்டை கட்டிச் சமூகத்தினருக்கும் கட்டையன் சமூகத்தினருக்கும் இடையிலான மோதலில் அடிதடி ஏற்பட்டு குற்றவழக்கு நீதிமன்றத்திற்குப் போய் விடுகையில், பாதிக்கப்பட்ட கட்டையன் சமூகமே மீண்டும் வஞ்சிக்கப்படும் நிலையில் தந்திரமாக இருவரைக் கொன்று, பழியும் போட்டுவிடுகின்றது கொண்டை கட்டி சமூகம். காதல் செய்யும் அவர்கள் வீட்டுப் பிள்ளைகளை முதலில் கண்டிப்பது என்றும், அதுவும் சரிப்படாத போது கைகால்களை எடுத்து விடுவது என்றும் பழக்கம் வைத்திருந்தார்கள்.... என்று இக்கதையில் (மணிக்கூண்டுகளுக் கிடையில் கொலை வழக்கு / தமிழவன் / குமுதம் தீராநதி செப்டம்பர் 2013) ஒரு குறிப்பு வருகின்றது.இக்குறிப்புத்தான் இக்கதையை பிரிட்டீஷ் இந்திய காலகட்டத்திலிருந்து நம் காலகட்டத்திற்குக் கொண்டுவந்து விடுகின்றது.

'சோகமுடிவுடன் ஒரு காதல்' என்னும் அம்பையின் சிறுகதை (உயிர்மை அக்டோபர் 2013) தேவி மகாத்மியத்தின் மகிஷாசுரமர்த்தினி கதையை மறுஎழுத்தாக்குகின்றது. மகிஷனை எதிர் கொள்ள முடியாத ஆண் தெய்வங்கள் தேவியை அனுப்ப, பெண்ணால் மட்டுமே தனக்கு மரணம் சம்பவிக்க வேண்டும் என்று வரம்பெற்றிருந்த அவன், தாயன்பு உள்ளிட்ட எந்த நேசமும் கிடைக்கப் பெற்றிராத தனக்கு அவளின் அன்பு மட்டும் கிடைத்துவிட்டால் சண்டையை நிறுத்திவிடுவதாக மன்றாடுகிறான். பன்றிகள் மத்தியில் பாதாளத்தில் கிடக்க வேண்டியவன் தேவலோக வாழ்க்கைக்கு ஆசைப்படலாகாது என்று தீர்மானகரமாக அவனை அழித்து விடுகிறாள் தேவி.

"அவன் சென்ற பாதையின் பின்னால் தலைவேறு முண்டம் வேறாக உதிரம் பெருக்கோட, அவனை அள்ளி எடுத்து அணைப்பார் இல்லாமல் கிடந்தான். அவலட்சணம், எருமையின் மகன், அசுரன் என்று இகழப்பட்ட மகிஷன் என்ற காதலன், சாகும் கணத்தில் எதிர்காலத்தில் அவனை அறியப்போகும் விதம் தெரிந்துவிட்டதாலோ என்னவோ அவன்முகம் சாந்தமாக இருந்தது. மிகவும் எட்டத்தில் வசப்படாமல் நிற்கும் ஒன்றைப் பிடிக்க முயல்வது போல அவன்பெரிய விழிகள் மேலே வானத்தைப் பார்த்தபடி நிலைத்து நின்றன" என்று அம்பை எழுதுவது அசுரனின் முடிவை மட்டும் தானா?

நூற்றாண்டு விழா கொண்டாடும் இந்திய சினிமா வரலாற்றில் ஒரு முரண்சுவையிலான பதிவு உள்ளது. இந்திய சினிமாவின் முதல் திரைப்படம் 'ராஜாஹரிச்சந்திரா', வைத்தயாரித்த தாதா சாகோப் பால்கே, தனது சொத்துக்களை எல்லாம் விற்று, தாரமதியின் பாத்திரத்தில் நடிக்க, சிவப்புவிளக்குப் பகுதியில் இருந்த பெண்கள் உட்பட, யாரும் வராததால் அன்னா ஹரிசலுக்கே, என்னும் ஆணை அப்பாத்திர மேற்று நடிக்க வைத்து எடுத்து முடித்தார்.

மலையாள சினிமாவின் முதல் படம் 'விஜதகுமாரன்' (காணாமல் போன குழந்தை) எடுத்த ஜே.சி.டேனியல் என்பவரும் தம் சொத்துக்களை விற்று ஏறக்குறையத் தன்னைப் பணயம் வைத்தை இருந்தார். நாயர் பெண்பாத்திரத்தில் தாழ்ந்த சாதிப் பெண்ணை

(பி.கே.ரோஸி) நடிக்க வைத்ததற்காக உயர் சாதியினரால் புறக்கணிக்கப் பட்ட இப்படத்தின் பிரதிகள் எதுவும் இல்லாது போய் தடயமின்றிப் போகுமாறு கவனமாகச் செய்யப்பட்டுள்ளது.

பால்கேயின் திரைப்படப்பிரதி இன்றும் கிடைக்குமளவுக்கு வரலாற்று ஆவணமாக பாதுகாக்கப்பட, டேனியலின் பங்களிப்பு அழித்தொழிக்கப்பட்டுவிட்டது. காரணம்? பால்கே பிராமணர். டேனியல் அக்காலகட்டத்தில் இழிநிலையில் வைக்கப்பட்டிருந்த நாடார் சமூகத்தவர்.

எனவே தான், 574 சிறுகதைகளும் பல ஓவியங்களும் படைத்து, 11 கோடி ரூபாய் மதிப்பிலான தன் சொத்துக்களை சமூக நிறுவனங்களுக்கு விட்டுச் சென்ற சூடாமணி என்னும் எழுத்தாளர் ஒரு முறை இப்படிக் குறிப்பிட்டார். சமூகம் மாற மனிதச் சிந்தனை அடிப்படையில் மாறவண்டும். தீண்டாதார் இக்கொடுமையை எதிர்த்துப் புரட்சி செய்வதோடுகூட, இந்தச் சமூக அநீதியினால் பயன் அடையும் மேல் வருணத்தாரும் அப்படிப் பயணடைவது அதர்மம் என்று உணர்ந்து நாடு தழுவிய அளவில் இந்தக் கொடுமையை எதிர்த்துக் குரல்கொடுக்க வேண்டியது மிகவும் அவசியம்"

இது சூடாமணியின் ஆசை. நம் சமூகத்தின் ஆசை?

– தி இந்து அக்டோபர் 26, 2013

16. தமிழின் முதல் துப்பறியும் நாவல்

தமிழில் இயற்கையியலாளர்கள் என்றால் பி.எல். சாமி, தியோடர் பாஸ்கரன் பெயர்கள் நினைவுக்கு வரும். இந்தப்பட்டியலில் மா.கிருஷ்ணன் என்னும் பெயர் சமீபத்திலேதான் சேர்கின்றது. காரணம் அவர் ஆங்கிலத்தில் தான் அதிகம் எழுதியிருக்கிறார். தமிழில் சில வேளைகளில்தான், அதுவும் நண்பர்கள் தூண்டுதலில் எழுதினார்.

1950 லிருந்து 1996 இல் அவர் இறக்கும் வரை கல்கத்தாவின் Statesman பத்திரிகைக்கு வாரந் தவறாமல் கானுயிர்கள் பற்றி எழுதி வந்திருக்கிறார் மா.கிருஷ்ணன், கட்டுரைகளுடன் அவரது புகைப்படங்கள் (அ) கோட்டோவியங்கள் (அ) நீர்வண்ணங்கள் இடம் பெறும். தாவரங்கள், விலங்குகளை நுட்பமாகக் கவனித்துப்பதிவு செய்வதில் கவனம் கொண்டவர் என்பதை ஏ.ரங்கராஜன், தியோடர் பாஸ்கரன் போன்றவர்கள் சுட்டிக் காட்டுகின்றனர். குறிப்பாக யானைகளின் இயல்புகளை, நவீன சாதனங்கள் இல்லாமலேயே, ஆராய்ந்து குறித்துள்ளார். ஒரு மந்தையிலுள்ள யானைகள் ஒன்று மற்றதுடன் தொடர்பு கொள்ள, வயிற்றிலிருந்து கிளம்பும் உருள்தல் ஓசையைப் பயன்படுத்துகின்றன என்று அவர் கருதுகோளாக முன்வைத்தார். இன்று அது நிரூபிக்கப்பட்டுள்ளது.

II

ஆரம்ப கட்டத்தில் சில சிறுகதைகளை எழுதியுள்ள மா.கிருஷ்ணன், தனது இறுதிக்கட்டத்தில் அதாவது 1995இல் தொடங்கி 1996 இல் முடித்தது ஒரு துப்பறியும் நவீனம். **கதிரேசன் செட்டியாரின் காதல்** என்பது தலைப்பு.

மதுரை, திருப்பரங்குன்றம், சோழவந்தான், சின்னமடை, சிலைமான் என்னும் ஊர்களில் தொடர்புடையதாக அமைத்து அசலான

தன்மையில் ஒரு சுவையான கதையை நல்ல தமிழில் தந்திருக்கிறார். மா.கிருஷ்ணன். சின்ன மடை என்னும் கிராமத்திற்கு வெளியில் உள்ள தோட்டத்தில் வீடுகட்டி வாழ்ந்து வரும் கதிரேசன் செட்டியார், அவர் மனைவி வள்ளியம்மை, சமையல் காரர்கள் முத்து, கண்ணம்மா, தோட்டக்காவல்காரன் சண்முகம் (ம) காவல்நாய் சிவப்பன் இவர்களை வைத்து இந்த ஊர்களின் பின்புலத்தில் ஒரு கொலை நிகழ்வதையும், ஏற்கனவே சின்னமடையில் கோயில் நகைகள் திருடு போயிருப்பதையும் கொண்டு இந்த நாவல் விவரிக்கப்படுகிறது.

சண்முகம் மற்றும் சிவப்பன் நாய் இருவரும் ஒரு நாள் கொல்லப்பட்டுக் கிடக்கின்றனர். கொன்றது யார்? அவ்வீட்டுக்குள் இருக்கும் நபர்களா? வெளியில் உள்ளவர்களா? கோயில் நகை கொள்ளைக்கும் இக் கொலைக்கும் சம்பந்தம் உண்டா? இந்தக் கோணங்களில் புலனாய்வு நடைபெறுகிறது. கொலைக்கு பயன்படுத்திய குறுங்கத்தி தனிச்சிறப்பான வேலைப்பாட்டுடன் இருப்பது, சர்க்கஸில் பழகிய நபர்தான், இக்கொலையைச் செய்திருக்க வேண்டும் என்று யூகம் தோன்றுவது, இப்போது சமையல் ஆளாக இருக்கும் முத்து, முன்னர் முத்து விஜயசேதுபதி பாண்டியனாக சர்க்கஸில் இருந்தது தெரியவருவது, ஆக கொலையாளி முத்துதான் என உறுதிப்படுகிறது.

இப்படி ஒரு கதையைப் பின்னி விடுவது சுலபம். இந்தக் கதைக்கான விபரங்களைத்தருதல், கொலையாளிகளின் மன உலகம் எப்படிப்பட்டது என்று கோடிகாட்டுதல், சர்க்கஸ், ஜல்லிகட்டு நிகழ்வுகளை விவரித்தல், சித்த வைத்தியர், போலீஸ் காரர்கள், பண்டிதர், பண்ணையார் போன்றவர் போக்குகள் என ஒரு சூழலிலிருந்து இயல்பாக எழும் நிகழ்வாக இதில் பதிவாகியுள்ளது.

ஊஞ்சல் ஒன்று கதையில் வருகின்றது என்றால், அது தோதகத்தில் பலகையில் செய்யப்பட்டது என்று கூறப்படும். ராமசுப்புவின் மனைவி சரஸ்வதி சமையல் என்றால், வாழைப்பூப் பருப்புசிலி, கத்தரிப் பிஞ்சு ரஸம், பொரித்த பிரண்டைக் கூழு வடகம் தயிருஞ் சாதத்துடன் வடுமாங்காய், முன்னிரவு செய்த வற்றல் குழம்புடன் சுண்டிய கீரை என தேர்ந்த ஒரு நாகரிகத்தின் முகம் தலைகாட்டுவதாய் இருக்கும். இடைமத்தியானம் என்னும் ஒரு பொழுது

அடிக்கடி இடம் பெறுகிறது. நாளா சருதில (நாளடைவில்) என்னும் பரிச்சயமற்ற தொடர் காணப்படுகிறது. இராஜபாளையம், சிப்பிப்பாறை நாய்கள் வேட்டை நாய்கள் என்றும், கோம்பை நாய்கள் காவல்நாய்கள் என்றும் பேதப்படுத்தப்படுகின்றன.

நாவலின் தலைப்பை கதிரேசன் செட்டியாரின் தோட்டம் என்று மாற்றலாமா என்னும் ஊசலாட்டம் ஒரு சமயம் கிருஷ்ணனுக்கு எழுந்திருக்கிறது. காதலே சரியாயிருக்கும் என்பதை இப்படி உறுதி செய்திருக்கிறார்; காதல் எங்கு போய் முடியுமென்றுயாரால் சொல்ல முடியும்? சங்க இலக்கியம் அதை இருண்ட மலைச்சிகர அடவிகளுக்குக் கொண்டு போகிறது. வறண்ட பாலைவனத்திலும் கிடத்துகிறது.

மனித வாழ்க்கையில் காதல் வெறுப்பிலும் பகையிலும் முடியலாம். நிலைத்தும் நிற்கலாம் ஆனால் எங்கு மது ஒரு தோட்டமாக மாறவில்லை.... இரண்டு வார காலத்தில், ஒரு கொலை நிகழ்ந்து துப்பு துலங்கி கொலையாளி பிடிபடுவதான ஒரு கதைச் சட்டகத்தை உருவாக்கி, ஓர் எடுத்துரைப்பை நிகழ்த்துகிறார். துப்பறியும் கதையில் தனது அணுகுமுறை என்னவென்பதையும் கிருஷ்ணன் குறிப்பிடுகிறார்; சிறந்த துப்பறியும் நவீன முறைகளில் இரண்டு முக்கியமானவை. ஒன்று ஒளிவு மறைவின்றி எல்லாத் துப்புகளையும் அவை நேர்ந்தபடியே வாசகர்களுக்குத் தெரிவிக்க வேண்டும். மற்றது, முடிவு யூகிக்கக் கூடியதாக இருக்க வேண்டும். இவ்விரு முறைகளையும் மேற்கொண்டே நான் எழுதுகிறேன்

தமிழில் துப்பறியும் நாவல் உண்டு, அதுவும் செவ்வியல் அந்தஸ்துடையது என்றால் சொல்லப்படக்கூடியது "கதிரேசன் செட்டியாரின் காதல்" தான்.

தமிழ் நாவல் ஆசிரியர் மாதவய்யாவின் எட்டாவது மகனான கிருஷ்ணன் தாவரவியல், சட்டம் என்னும் பிரிவுகளில் பட்டங்கள் பெற்று, பதிப்பகத்தின் ஓவியர், வானொலியில் மக்கள் தொடர்பாளர், கர்நாடகத்தின் சண்டூர் சமஸ்தானத்தில் ஆசிரியர், மக்கள் தொடர்பு அலுவலர், நீதிபதி, மன்னனின் அரசியல் செயலர் எனப் பல்வேறு பணிநிலைகளில் இயங்கியவர். எந்தச் சந்தர்ப்பத்திலும் அவரது கானுயிர் ஈடுபாடும் எழுத்தும் நில்லாமல் தொடர்ந்திருக்கிறது.

III

பறவைகள் மற்றும் விலங்குகளைப் பற்றிய பதிவுகளில், உணர்வு நெகிழ்ச்சிகள் கலயாமல் வறண்ட தகவல்கள் புள்ளி விவரங்கள் மட்டுமே இருப்பது இவருக்கு உடன்பாடில்லை. "புலனுணர்வும் உணர்வோட்டமும் நீங்கி, ஒரு நூலில் பதிவில்லாவிடில் நம்ப மறுப்பது தான் அறிவியல் எனில், எனக்கு உதவாது" என்று ஒரு முறை குறிப்பிட்டார்.

இயற்கையைப் பாதுகாப்பதில் இந்தியாவுக்கு உரித்தான இருமுறைகளை விவரிப்பார்; (1) வேட்டைக் காரனின் அம்பிலிருந்தும் துப்பாக்கியிலிருந்தும் பறவைகளைக் காலங்காலமாக காத்துவரும் மரபும் மதச் சம்பிரதாயமும் உடைய வேடந்தாங்கல் முறை; (2) அரிய பறவைகளையும் தாவரங்களையும் பாதுகாக்குமாறு மக்களுக்குக் கட்டளையிடும் அசோகனின் கல்வெட்டு.

Hornbill மே, 1989 இதழில், காட்டு எருதுகள் பற்றிய ஏ ஆர் எச் புலு இமாமின் கட்டுரையில் உள்ள தவறுகளை / குறைபாடுகளைச் சுட்டிக்காட்டி அவர் எழுதிய கடிதம் மிகச் சுருக்கமானது மற்றும் துல்லியமானது. காட்டு எருதுகள் தொங்குதாடைகள் கொண்டிருக்கும்; காட்டுப் பசுக்களில் இவை முனைப்பாக இருப்பதில்லை. நன்கு வளர்ச்சியுள்ள எருதுகள் கருமையாயும், ஒருபோதும் சாக்கலேட் நிறமுடையனவாக இருக்காது.

அவருக்குத் தெரிந்த வேட்டைக்காரன் ஒருவன் வளர்த்த நாய் நோய்வாய்ப்பட்ட போது அவர் தனக்குத் தெரிந்த சிகிச்சைகளை எல்லாம் செய்து பார்த்தும் பலனில்லை. இறந்து விட்டது. இதில் நம்மைத் தொடும் விஷயம் என்னவென்றால், அச்சமயத்தில் அவர் எழுதிய பதிவுதான், வாழ்வின் ஒரு நெகிழ்ச்சியான அணுகுமுறையான அதிலிருந்து அவர் பெற்றுக் கொண்டதை நமக்குத் தெரிவிக்கிறார்.

"காலையில் நாய் இறந்து விட்டது, அதன் தலையை என் பாதங்களில் வைத்தபடியே அதன்பாடு முடிந்துவிட்டது. எனக்கு ஒரு வகையில் நிம்மதியாகத்தான் இருந்தது. அந்த இரவில், வாழ்வில், இறப்பது பற்றி எனக்கு ஒரு புரிதல் ஏற்பட்டது. பல ஆண்டுகளுக்குப் பின்பும், வாழ்வில் பல துயரங்களையும் மகிழ்ச்சிகளையும் உன்னத கணங்களையும் அனுபவித்த பின்னரும் அந்த நாயைப்பற்றி

நினைக்கையில் எனக்கு ஒன்று புரிகின்றது. இன்னொருவருடன் தொடர்பை ஏற்படுத்த, தேர்ந்தெடுத்த சொற்களைவிட வார்த்தை நயங்களை விட நாம் பேசும் தொனி முக்கியமானது. வறண்ட அறிவுபூர்வமான கருத்தாக்கங்களை விட உணர்ச்சித் தூண்டலுடன் கூடிய தொடர்பு அர்த்தம் பொதிந்தது என்பதுதான்''

IV

இயற்கையியல் குறித்து அவர் எழுதிய நூல்களுடன், தொகுக்கப் படாதுள்ள கட்டுரைகள் ஏராளமாய் உள்ளன். ''சுற்றுச்சூழலியல் தேச பக்தர்'' என்று போற்றப்படும் அவருக்கு பத்மஸ்ரீ விருது உள்ளிட்ட பல அங்கீகாரங்கள் கிடைத்துள்ளன.

குக்குறுவான், வல்லூறு, வால் நீண்ட கருங்குருவி, உழவாரக் குருவி, செம்போத்து, வேட்டைச் சிவிங்கி என்று இயற்கை உயிர்களைப் பேசி, சிறுகதைகள், ஒரு துப்பறியும் நவீனம் என எழுதி, 46 ஆண்டுகாலம் My Country note book என்னும் வாராந்திரப்பத்தியை வழங்கிய கிருஷ்ணனுக்கு அவரது நூற்றாண்டில் (2012) அவருக்குச் சிறந்த அஞ்சலி செலுத்துதலாக எது இருக்கும்?

ஆதாரங்கள்:

1. கதிரேசன் செட்டியாரின் காதல், மா.கிருஷ்ணன், மதுரை பிரஸ், 2009.
2. Committed patriot of the indian jungle, A. Rangarajan, The Hindu, June 30, 2012.
3. மழைக்காலமும் குயிலோசையும், தொகுப்பு , தியோடர் பாஸ்கரன், காலச்சுவடு.
4. Hornbill, May 1989 (1)
5. The WGds of M.Krishnan , Ramachandra Guha , The Hindu 17.03.1996.
6. ஒரு நாயின் மரணம், மா.கிருஷ்ணன், உயிர்மை, ஜூலை 2008.

17. பின் நவீனத்துவத்தை நோக்கி நகரும் கீரனூர் ஜாகீர்ராஜாவின் படைப்புலகு

கீரனூர் ஜாகீர்ராஜாவின் 'வடக்கேமுறிஅலிமா' நாவலைப் படித்தபோது, மனதில்பட்ட ஒரு விஷயம் 'இவ்வளவு நாட்களாக ஏன் இவரை வாசிக்காது இருந்திருக்கிறோம்' என்பதுதான். 15 ஆண்டுகளாக எழுதிவருபவர் கீரனூர் ஜாகீர்ராஜா என்றும், இரு சிறுகதைத் தொகுதிகளும் மூன்று நாவல்களும், சிறுவர் இலக்கியங்களும் பிரகாஷின் படைப்பாளுமை குறித்த ஒரு நூலும் எழுதியுள்ளவர் என்றும், சில பரிசுகளும் பெற்றுள்ளவர் என்றும் இவரைப் பற்றிய குறிப்பு தெரிவிப்பதைக் கவனிக்கும்போது ஆச்சரியமாக இருந்தது.

இதனைவிட ஆச்சரியமாக இருந்தது 'வடக்கேமுறிஅலிமா' நாவலைப் படித்து முடித்ததும் தமிழக–கேரள நிலவியல் சூழல்களில், பெரும் பகுதியும் மலையாளம் கலந்த தமிழில் விவரிக்கப்படும் இந்நாவலின் வடிவம் புதிது. படர்க்கை ஒருமையிலும் பத்திரிக்கைப் பேட்டியாகவும் பிரதானப் பாத்திரமான அலிமா எழுதிய சிறுகதை களாகவும் சுயசரிதமாகவும் நெருங்கியவர்களின் பத்திரிக்கைக் குறிப்புகளாகவும் விதவிதமாகப் போய்கொண்டிருக்கிறது. ஓர் உரத்த எடுத்துரைப்பு எனலாம்.

'என் சிரசின்மேல் நான் யுகயுகமாய் சுமந்துவந்த பிரபஞ்சத்தின் சுமை கிடக்கிறது' என்னும் வாசகத்தில் ஒரு பார தூரமான வலியை உணர்த்தும் இந்நாவலில் மனநோய் என்பது குடும்பம், சமூகம் போன்ற நிறுவனங்களால் ஒருவரிடம் சுமத்தப்படுகின்ற நோய்த்தன்மை என்று சுட்டிக்காட்டப்படுகிறது.

பாலின அடையாளங்கள் புரிந்துகொள்ளப்படாததால், தம் ஆளுமையில் இந்த சிக்கல்களைக் கொண்டவர்களை ஒதுக்கிவைக்க (அ) புகலிடம் ஒன்றில் ஒப்படைக்கக் குடும்பத்தினர் முற்படுவதிலிருந்து, ஓர் உளவியல் பிரச்சனைதோன்றுகிறது. இதனை அலிமாவின் தோழி இப்படி முன்வைக்கின்றாள்.

"...உனக்கு மனநலக் கோளாறில்லை. ஆனால் உன்வீட்டில் நீ இருந்த சமயங்களில் ஒரு ஆணைப்போன்ற உன் பாவனைகளைக் கொண்டு வெறுப்படைந்த உன் பெற்றோர் செய்வதறியாது திகைத்து உன்னை காப்பகத்தில் கொண்டுவந்து தள்ளியதாகவும் உனக்கு நிச்சயத்திருந்த உன் அத்தைமகன் அப்துல்லா இதன் காரணமாகவே வேறொருத்தியை மணந்து கொண்டதாகவும் பெருங்கதைகள் உன்னை முன்னிறுத்தி நிகழ்த்தப்பட்டதுண்டு. அதுமுதற் கொண்டு நீ அயர்ந்துறங்கிய பொழுதுகளில் உன்னை ஆழமாகக் கவனிப்பதும் உன் ஸ்பரிசங்களின்போது அதை ஆய்ந்து பார்ப்பது மாயிருக்கிறேன். காப்பகத்தின் பொழுதுகளை நீ பெரும்பாலும் உறங்கிக் கழித்திருக்கிறாய். உனக்கான சம்பாஷணைகள் என்று ஏதுமிருந்ததில்லை. விழித்திருக்கும் அபூர்வ கணங்களிலும் ஒருவித மயக்கத்திலேயே உழலும் உன்முகம்... ஒரு சுவாரசியமான கனவில் நீ ஒரு முழுமையான இளைஞனாக மாறியதுடன் என் காதலனாகவும் இருந்தால்..." (பக். 116–117)

இவற்றுடன் இந்நாவல் குறித்து ஆசிரியர் தரும் குறிப்பையும் சேர்த்துப்பாக்கையில் இப்பிரச்சனையின் தீவிரத்தையும் மூல காரணத்தையும் புரிந்து கொள்ளலாம்:

"இந்தப் பிரதியில் ஏன் இத்தனை
வீச்சமெடுக்கிறது என்று
கேட்காதீர்கள்
இந்தச் சமூக அமைப்பு
ஏன் இத்தனை அலங்கோலமாயிருக்கிறது
என்று வேண்டுமானால்
கேளுங்கள்"

வீட்டைவிட்டு வெறியேற, மனநலக் காப்பகத்தி லிருந்தும் தப்பியோடி, நாடோடியாகத் திரிகின்ற சிதறுண்டுபோன ஆளுமை பெற்ற தன் ஆசைகளை / வேட்கைகளை அழுத்தி வைத்த ஒரு பெண்ணின் சித்திரத்தை சிதறுண்டவடிவங்களில் காத்திரத்துடன் உருவாக்கிக் காட்டுகிறார் ஜாகீர்ராஜா.

பிரச்சனை யதார்த்தவாத சித்தரிப்பில் அணுகப்பட்டாலும் விலகிய பார்வையுடன் பின் நவீனத்துவக் குரலும் சேர்ந்து கொள்கிறது எடுத்துரைப்பில்.

“அவளுக்குப் பிம்பம் கிடையாது. அதை இனி கட்டமைக்கவும் முடியாது. அதற்கு மிகுந்த பிரயாசைப்பட வேண்டும். ஏற்கனவே எல்லாவற்றையும் அலிமா சுக்குநூறாக உடைத்தெறிந்தவள்”. (பக்...99)

நிலம் சார்ந்தும் மொழி சார்ந்தும் மட்டுமல்லாது பாலின அடையாளம் சார்ந்தும் குறிப்பிட்ட ஒன்றில் அடையாளங் கண்டுகொள்ள முடியாது பன்மைத்துவத் தன்மைகள் வாய்க்கப்பெறும் அலிமா, எந்த ஒன்றுடனும் தன்னைப் பொருத்திக் கொள்ள இயலாமல் தவிப்பது என்றும் முரண்நிலை மிகவும் நுட்பமாகப் பதிவாகியுள்ள பிரதி இது.

‘துருக்கித் தொப்பி’ நாவல் இப்படித் தொடங்குகிறது:

“எட்டுக்கல் பதிச்ச வீட்டுக்கு குட்டி லெவை மகள் நூர்ஜஹான் பேகம் வாக்கப்பட்டு வந்த நாளில் தலைவாசலில் நின்ற வேம்புகள் இரண்டும் பூப்பூக்கத் தொடங்கியிருந்தன. இளம்பச்சை நிற இலைகளினூடாக வீட்டுக் கூம்பிலே மேற்குத் தொடர்ச்சி மலைச் சாரலின் மைனாக் குருவிகள் நான்கைந்தும் வந்து குடியேறியிருந்தன”.

செல்வமும் செல்வாக்குமுள்ள ஓர் இஸ்லாமியக் குடும்பத்தின் தலைவரான கேபிஷே வணிகம் புரிகின்ற உயர்ந்த பிரிவைச் சேர்ந்தவர். மருமகளாக வரும் நூர்ஜஹான் குரான் ஓதி அதில் கிடைக்கும் வருவாயைக் கொண்டு குடும்பம் நடத்தும் பிரிவைச் சேர்ந்தவள். இங்கு தொடங்கிவிடும் பேதம், வாழ்க்கை நிகழ்வுகள் அனைத்திலும் பரவி, இரண்டு வேம்புகளில் பெரியதை வெட்டி வீழ்த்தும்படி நூர்ஜஹான்

பேகம் சொல்வது வரை விரிவு கொள்ளும். எட்டுக்கல் பதிச்ச வீட்டிலிருந்து கேபிஷவும் பட்டம்மாளும் வெளியேற வேண்டிய நிர்ப்பந்தம் வந்து சேரும். மரம் வெட்ட வரும் சாம்பான் "எங்க பாட்டனப் பெரிய பண்ணாடி கட்டி வைச்சு அடிச்ச மரமுங்கோவ்" என்று சொல்லி விட்டு அரிவாளை வீசுவான்.

தன் அந்தஸ்த்தை வெளிக்காட்டும் விதத்தில் சென்னையில் தேடிப்பிடித்து கேபிஷே வாங்கும் துருக்கித் தொப்பி, அவர் பணத்தைத் தொலைத்து செல்வாக்கிழந்து போகும்போது, அது சின்ன வேம்பில் வந்து தொற்றிக் கொள்ளும். இப்படி சந்தோஷமான தருணங்களிலும் வேதனையான தருணங்களிலும் இந்த வேம்புகள் இடம் பெற்றுக் கொண்டே இருப்பது ஒரு முக்கிய அம்சம்.

பங்களாத் தெருவீட்டின் சரிவை ஒரு வரியில் சாடிவிடுவாள் நூர்ஜஹான்.

"எட்டுக்கல் பதிச்ச வீடாம் பத்தாயத்து வகையறாவாம், துருக்கித் தொப்பியாம். அது ஒன்றுக்கும் அர்த்தமில்லை..." (பக். 85)

இஸ்லாமியக் குடும்பங்களின் பின்புலத்தில் ஒரு கதை சொல்லப் படுவது மட்டும் இந்நாவலின் தனிச் சிறப்பில்லை. அக்குடும்பங்களின் உள்ளார்ந்த வாழ்க்கைப் போக்குகளை, மனிதர்களின் அக உலகங்களை நுட்பமாகவும் பதிவு செய்கிறது. இதுவரையிலான யதார்த்தவியல் எழுத்துக்களில் சொல்லப்படாத பாலியல் சார்ந்த சித்திர–விசித்திரங்களும் பதிவாகின்றன, கொச்சையும் வேகமும் சுழித்தோடும் மொழியில்.

நுட்பமான மனித உறவுகள் வெகு கருத்துடன் பேசப்படுகின்றன. ஆர்மோனியத்தின் இந்துஸ்தானி கஜல்வாசிக்கும், மர்லின் மன்றோவின் படங்களை ஈடுபட்டு ரசிக்கும், ஆங்கில அரபுப் புத்தகங்கள் வாசிக்கும், துணி விலக்கிப் பால்கொடுக்கும் மருமகளின் முலை ரசிக்கும், வேலைக்காரியை நினைத்து கரமைதுனத்தில் ஈடுபடும் சொந்த மகன் அத்தாவுல்லா மீது வன்மம் பாராட்டும் கேபிஷே தனது பேரன் மீதான காமம் புலப்படுத்துவது: பன்னிருவயதில் சொந்தத்

தாயை ஒளிந்து நின்று பார்க்கும், தன்னை விட ஐந்து வயது பெரிய மல்லிகா மீது எழுகிற கிளர்ச்சியைத் தேடித்திரியும் ரகமதுல்லாவின் அறியாப் பருவத்துக் குறுகுறுப்பு என எதையும் ஒளிக்க விரும்பவில்லை ஜாகீர்ராஜா என்று நாஞ்சில் நாடன் இவ்வம்சங்களைத் தொட்டுக் காட்டுகிறார் முன்னுரையில்.

ரகமதுல்லாவுக்கு சிறுவயதிலேயே உண்டாகி விடும் பாலியல் கிளர்ச்சிகளைப் பதிவு செய்யும்போதே அவனது குற்றவுணர்வுத் தவிப்பையும் சொல்லிவிடுகிறார் ஜாகீர்ராஜா:

''பெண்ணின் மர்மபாகங்களை இவன் தாயின் வழியாகவே அறிந்துகொள்ள நேர்ந்தது தவறா? சில நேரங்களில் குற்ற உணர்வு மேலிட கொட்டடத்தில் உட்கார்ந்து அழுது கண்ணீர் வடிப்பான். தனக்குமட்டும் ஏன் இப்படி வாய்க்கிறது. இந்த வயதில் இது மிகையில்லையா? என்று கேட்டுக் கொள்வான். திரும்பத்திரும்ப காமாந்திர ரூபங்களின் மேல் கவனம் போகிறது. அடக்கு அடக்கு என்று சொல்லிப் பார்க்கிறான். புலன்களுக்குச் செவி இல்லையா? புலம்பலைக் கேட்கிற மனமில்லையா? தெரியவில்லை.'' (பக்... 107–108)

தான் விரும்பிய நூர்ஜஹான் தனக்குக் கிடைக்காமல் பெரிய வீட்டுக்கு வாக்கப்பட்டுச் சென்றதிலிருந்து மனதில் வேதனையைத் தேக்கி வைத்திருக்கும் அப்பாஸுக்கு, அவள் மனத்தில் தன்மீது பிரியம் இருந்தது என்பதைப் பின்னாளில் அறிய நேர்கிறபோது அவன் கொள்ளும் தவிப்பை அலாதியான முறையில் பதிவு செய்கிறார் நாவலாசிரியர். தனக்கு கிடைக்காதுபோன பால்ய சிநேகிதன் நினைவிலேயே பட்டாம்பூச்சியைத் துரத்திச் செல்லும் அலிமாவையும் இம்முறையில் பதிவு செய்திருப்பார் ''வடக்கே முறி அலிமா''வில்.

பின் நவீனத்துவம் வற்புறுத்தும் விளிம்பு நிலை மனிதர்களைப் பேசுவதால்தான் ஜாகீர்ராஜாவுக்கு சொல்வதற்கு விஷயங்கள் வந்து கொண்டே இருக்கின்றன. அவருக் கும் யதார்த்தவாதம் அலுத்துப் போவதை ''மீன்குகைவாசிகள்'' எடுத்துக்காட்டுகிறது. வடக்கேமுறி அலிமா யதார்த்தவியல் சித்திரமாயினும் பின் நவீனத்துவக் குரல் சேர்ந்தது.

பழநி, திண்டுக்கல், ஒட்டன்சத்திரம் பகுதிகளின் பேச்சு வழக்கை அப்படியே நாவலில் கையாளும் ஜாகீர்ராஜா, அங்கு புழக்கத்திலுள்ள அபூர்வமான தொடர் ஒன்றையும் பதிவு செய்திருக்கிறார். "என்னடா ஊமப்புத்தராட்ட எதக் கேட்டாலும் தெரியில தெரியாதுங்கிற..." (பக்.201–202) ஒருவகையில் விளிம்புநிலை மக்களான இவர்களது பேச்சுவழக்கில், இன்னொரு விளிம்புநிலை ஆன்மீககுரு இடம் பெறுவது ஆச்சரியத்திற்குரியது இல்லைதான்.

"மீன்காரத்தெரு" என்னும் ஜாகீர்ராஜாவின் முதல் நாவல் யதார்த்தவாத எழுத்தில் சில காட்சிகளை சில விளிம்புநிலை மனிதர்களை முன்வைக்கிறது. அவ்வளவுதான். இதன் தீ பசியாக விரிவு கொண்டிருப்பது "மீன்குகை வாசிகள்" நாவல். இந்த நாவலில், எழுதிக் கொண்டே வருகையில் "நட்சத்திரங்களை விழுங்கும் நிலவு" என்று ஓர் அத்தியாயத்தை புனைவியல் விசித்திரமாக ஆக்கிவிடுகிறார் ஜாகீர் ராஜா. ஏன்? ஒரே விதமாக சொல்லும்போது ஏற்படும் சலிப்பில் தன்னையே ஊக்கப்படுத்தி உற்சாகம் கொள்ளச் செய்வதற்கான தந்திரம்தான்.

"விடியலைச் சுமந்துவந்த தேவதை மீன்காரத் தெருவிற்கும் கொஞ்சம் வெளிச்சம் வழங்கி விட்டுப் புறப்பட்டாள். கொடிக்காப்புளி மரத்தின் முள் நெருடலில் வந்தமர்ந்த பறவை ஒன்று எழுத்தில் சொல்லிவிட முடியாத சரணத்தை கூவலாய் ஒப்பித்தது. குளத்தம்மா தன்னைத் தழுவிய ஈரக்காற்றை மேலும் மணல்வீடு குளிர்வித்து தெருவுக்கனுப்பினாள். மனிதர்கள் குகைக்குள்ளிருந்து வரும் விலங்குகளைப் போல மந்தகாசத்துடன் வெளிவந்து ஆகாசத்தையும் மரம் செடி கொடிகளையும் இழந்த மதில் களையும் மண் புழுதியையும் ஆச்சரியத்துடன் பார்த்தனர். எப்போதுமே மீனுக்குப் போகாத தெருப்பிரஜை ஒருவன் வலையை எடுத்துக் கொண்டு வேகமாக நடைகட்டினான். உலகம் எப்போதும் ஒரே மாதிரி இருப்பதில்லை என்பது அன்றைக்கு அவனுடைய வாசகமாக இருந்தது. ஊரின் நட்சத்திர அந்தஸ்து பெற்ற நாய் ஒன்று தன் மோப்பத்தால் பிரபஞ்ச மர்மங்களைத் துப்பு துலக்கியவாறு அனாயசமாகத் தெருவைக் கடந்து சென்றது. (பக். 126)

நாவலில் இந்தப் பத்தி மிக வசீகரமானதாய், தனிச் சிறப்பானதாய், பல விஷயங்களைப் பேசுவதாய் அமைந்துள்ளது.

“மீன்காரத் தெரு”வில் சமூக பேதங்கள் குறித்த ஒரு குறிப்பு சொல்லப்படவேண்டியது. மதம் என்று வருகையில் இந்து என்றாலும் இஸ்லாம் என்றாலும் கூடவே பேதங்களும் பிரிவுகளும் இருக்கவே செய்கிறது என்பதை அது சுட்டிக்காட்டுகிறது.

“கலிமா சொல்லி குரான் வழி நடக்குற எல்லாமே முஸல்மானுங்கதே? அவங்களுக் குள்ள ஜாதியோ பிரிவோ கிடையாதுண்டு சொல்லியிருந்தாலும் ஏதோ ரூபத்துல நமக்குள்ளயும் ஜாதி இருக்கத்தேஞ் செய்யுது. குரான் ஓதிக் குடுக்கற லெப்பைங்க அதுல கெடைக்கிறத வச்சுதேம் பொழப்பு நடத்திக் கறாங்க. அதுனால அவுங்க மட்டம், ராவுத் தருங்க சொந்தமா தொழில் செய்யுறாங்க. வசதியா வாழுறாங்க. அதுனால அவங்க ஒசத்தி. நாம மீன்புடிச்சு வித்து பொழைக்கிறம். அதுனால இன்னம் கீழ. மட்டத்திலயும் மட்டம், நம்ம மீங்காரன்தான் கபுறு குழிவெட்டுறான். மய்யத்த குளிப்பாட்டுறான். மவுத்து சேதிய வீடுவீடா தட்டிச் சொல்றான். பள்ளிவாசலக் கூட்டறான். தொடைக்கிறான். இந்த ஊரு ராவுத்தர்லயோ லெவைலயோ எவனும் பந்து செய்யறானா செய்ய மாட்டான்... (பக். 49–50)

ஆக, ஜாகீர்ராஜா யதார்த்தவாத எழுத்தில் தன்னை நிலைநிறுத்திக் கொண்டதை இப்படி விளக்கலாம்.

யதார்த்தவாத எழுத்தில் விளிம்புநிலை மனிதர்களை விவரிக்கிறார். இதுவரையிலும் சொல்லப்படாத பாலியல் விசித்திரங்கள் போன்றவற்றை முன்வைக்கிறார். கொச்சைப் பேச்சுக்களை வசவுகளை விலக்காது உயிர்ப்பான மொழியைக் கையாளுகிறார். இதனால் மொழியின் அதிசயப்பதிவுகளை வெளிபடுத்த முடிவது போலவே, மனிதர்களின் அந்தரங்க உலகங்களை வெளிச்சத்துக்கு கொண்டு வரவும் ஒரு கலாசாரத்தின் பன்முகங்களை எடுத்துரைக் கவும் இயலுகின்றது.

“மீன் குகைவாசி”களில் வரும் “நட்சத்திரங்களை விழுங்கும் நிலவு” அத்தியாயம் ஒரு மாயப்புனைவாக எழுதப்படும்போது அதில் வரும் முதல்பத்தி அதியற்புத எழுத்தின் போக்கை தமிழுக்குத் தருகின்றது.

இதுபோலவே, “வடக்கே முறி அலிமா” நாவலில் மனநிலை சிதறுண்ட ஒரு பெண்ணின் வாழ்வை விவரிக்கப் பொருத்தமாக, சுயசரிதம், பேட்டி, சிறுகதை, பத்திரிகைக் கட்டுரை என விதவிதமான வடிவங்களில் எழுதிப்பார்க்கிறார் ஜாகீர்ராஜா. போகிறபோக்கில் பின் ந வீனத்துவக்குரல் சேர்ந்து விடுகிறது இந்த நாவலில்.

“துருக்கித் தொப்பி” நாவலுக்கு நாஞ்சில் நாடன் எழுதியுள்ள முன்னுரையில் ஒரு குறிப்பை முன் வைக்கிறார்.

“யதார்த்த நாவல் என்றால் நமது அதி நவீனத் தமிழ்ப் படைப்பாளிகளிடம் இதழ்க் கடையோரம் இளக்காரமானதோர் கீற்றொன்று காணப்படும். “யதார்த்தவாதத்துக்கும் எல்லை ஒன்று இன்மை எனும் தன்மை உண்டு. அனுபவத்தின் நேர்மை, மொழியின் பாசாங் கின்மை, வெளிப்பாட்டில் தீவிரத்தன்மை, தரிசனத்தேடல் இவை இருக்கும் படைப் பாளிக்கு எந்த வடிவமும் சிறந்த வடிவம்தான்”. (பக். 7–8)

யதார்த்தவாதம் கேள்விக்குள்ளாக்கப்படுவது ஒரு வரலாற்று நிர்ப்பந்தம்தானே தவிர மோஸ்தரினால் அல்ல. தமிழைப் பொறுத்தவரை, யதார்த்தவாத எழுத்து மத்தியதரவர்க்க வாழ்க்கையில் ஆண்– பெண் உறவுச்சிக்கல்களையே வட்டமிட்டு தேய்ந்துபோன நிலையில், வாழ்வின் பிற அம்சங்களைக் காண்பிக்கவும் கண்டு கொள்ளவும் ஆன ஒரு அவசியங்கருதி, நவீனத்துவம் நோக்கிச் சென்றது ஒரு காலகட்டம். அதுவும் போதாது என்னும் உணர்வு தோன்றி, பின் நவீனத்துவம் நோக்கிப் போய்க் கொண்டிருப்பது தற்போதைய காலகட்டம். இடையில் அற்புத யதார்த்தத்தின் மீதான ஒரு ஈர்ப்பு இருந்ததையும் குறிப்பிட வேண்டும்.

ஆக இவையெல்லாம் ஒவ்வொரு காலகட்டத்தி லான போக்குகள். இதற்கிசைந்ததாக தமிழ் இலக்கியவாதிகளும் இயங்குவதுதான் சரியானது. 'எனக்கு யதார்த்தவாதம்தான் பிடிக்கும்' என்று பிடிவாதம் காட்டுவது நாஞ்சில்நாடனே குறிப்பிடும் தரிசனத் தேடலை மறுதலிப்பதாகி விடும்.

பின் நவீனத்துவம் வற்புறுத்தும் விளிம்பு நிலை மனிதர்களைப் பேசுவதால்தான் ஜாகீர்ராஜாவுக்கு சொல்வதற்கு விஷயங்கள் வந்து கொண்டே இருக்கின்றன. அவருக்கும் யதார்த்தவாதம் அலுத்துப் போவதை "மீன்குகைவாசிகள்" எடுத்துக்காட்டுகிறது. "வடக்கேமுறி அலிமா" யதார்த்தவியல் சித்திரமாயினும் பின் நவீனத்துவக் குரல் சேர்ந்தது.

ஆதாரங்கள்:

1. துருக்கித் தொப்பி, அகல், சென்னை, 2008.

2. மீன்குகைவாசிகள் , ஆழி பப்ளிஷர்ஸ், 2010.

3. வடக்கே முறி அலிமா, மருதா, 2009.

4. மீன்காரத் தெரு, மருதா, 2006.

18. நகுலனின் படைப்புகள்

ஒரு குளிர்காலத்தின் அதிகாலைப் போதுகளில் நகுலனின் எழுத்துக்களில் ஈடுபட்டது தீவிரமான ஆன்மீக யாத்திரையாய் போய்க்கொண்டிருந்தது. சுசீலாவையும் பூட்ரிஸையும் நவோமியையும் தேடுகையில், புல்லிதழ்களில் மணிப்புள்ளிகளும் ஒளிரும் வெண்பனிப் புள்ளிகளும் பிரண்டைப் பூக்களின் மணிப்புள்ளிகளும் காணக் கிடைத்தது பாக்கியமே. நகுலனிலிருந்து பயணம் தொடங்கும் கோணங்கிக்காக...

".... சிருஷ்டி நியதியில் எனக்கு நான் யார் என்பது தெரியாது என்பதனால், என் உருவம் எனக்குப்புலப்பட, என் உலகம் எது என்று கண்டுபிடிக்க, எழுத்தை நாடுகிறேன்."

(–நகுலன்/'வேளை வந்துற்றபோது'கட்டுரையில்)

நாற்பதாண்டுகால எழுத்துலக இயக்கத்தில் நகுலனிடமிருந்து விதவிதமான பிரதிகள் கிடைத்துள்ளன. ஒரு பக்கம் வார்த்தை விளையாட்டுகளாய், இன்னொரு பக்கம் தீவிரமான தெறிப்பாய்ப் விசாரமாய், வேறொரு பக்கம் ஆவேசமான உணர்வுப் பாய்ச்சல் கொள்பவை அப்பிரதிகள். பைத்தியங்களின் உறைவாய்த் தோற்றம் தரும் அதே வேளையில், பைத்தியங்களின் பீதி நிறைந்த சொரூபத்தைக் காட்டிவிடும் வல்லமையினையும் பெற்றிருக்கும்; ப்ரூகளின், வான்காவின் தீவிரத்தீட்டுதல்களை ஒத்திருக்கும்.

இந்திய ஆன்மீக தத்துவ இழைகளை அடிக்கடி தொற்றியபடி விசாரம் செய்யும் நகுலன், அதனை அப்படியே ஏற்றுக் கொள்கின்றாரா?

வேதாந்த உண்மைகளை எடுத்துரைக்கத்தான் அவரது இலக்கியப் பிரதிகள் உருவாக்கப்பட்டனவா? 'நேதி', 'நேதி' என எதிர்மறையாய் முடிவுறும் தத்துவமரபிலிருந்து நகுலனின் திசைவழி எங்கே போகிறது?

தீவிர ஆன்மிகப் பிடிப்பு இருந்தபோதிலும் தெய்வத்தைப்பற்றி அவர் கவலைப்படவில்லை. இதன் காரணமாகவே பிரம்மத்துடன் சங்கமிப்பது பற்றிய தேடலே எழுத்தில் அவரை ஈடுபடவைக்கிறது. இத்தேடலில் தன்னை அறிந்திட முடிந்ததா?

தமிழில் கதையைத் தவிர்த்துவிட்டுக் கதை எழுதியவர் என்று நகுலனைத்தான் கூற வேண்டும். அதிலும் யதார்த்தவாதத்தில் பாத்திரவார்ப்பு, சம்பவக் கோவை, பிரச்சினைகளின் விவரிப்பு, கதைப் பின்னல் என்றவாறு நவீனத்தமிழ் எழுத்துலகம் போய்க்கொண்டிருந்த காலகட்டத்தில் புதிய வடிவத்தில் புதிய சொல்லாடல்களை நிகழ்த்தியவர். சமூகத்தைப் பாதிக்கின்ற/ சமூகம் சார்ந்த சிக்கல்களை நேரடியாகத் தொடாமல் சில நபர்களின் அக உலகங்களுக்குள் யாத்திரை செய்வதாக அமைந்தது நகுலன் எழுத்து. அதற்காக யதார்த்த பாணியிலான நாவல்களின் வரும் உளவியல் சித்தரிப்பில் இறங்குவதில்லை அவர். சாரதி என்பவனின் கதையைப் படித்துவிட்டு நவீனன் தன் அபிப்பிராயமாக "நிழல்களி"ல் இப்படி பதிவு செய்கிறான்

"வாழ்க்கையின் வியர்வை நாற்றம் சொட்டி லேசான அழுகல் நாற்றம் வீசும் பிரஜைகளின் நடுவில் சிக்கி வதங்கினாலும் அவர்களிடமிருந்து வெளியே வந்து அவர்களையே பார்த்துக்கொண்டு நிற்கும் நிலை"

பெரும்பாலும் பேச்சு நடையிலேயே எழுதுவது நகுலனின் தனிச்சிறப்பான பண்பு. இதனால் நகுலனின் தீவிரமான எண்ண ஓட்டங்கள்கூட தனக்குள் தானே நிகழ்த்திக்கொள்ளும் உரையாடல்களாகி விடுகின்றன. நகுலன் எழுத்து எப்பொழுதும் முடிவுகளை, தீர்வுகளை விளக்கங்களை முன்வைப்பதில்லை. அவரது உரையாடல்கள் புதிர்களைப் போடுகின்றன, குழப்பங்களை முன் வைக்கின்றன. புதிர்களும் சிக்கல்களும் மர்மங்களும் கொண்டுள்ளதான

வாழ்க்கையின் கதியைக் கள்ளங்கபடமற்றதான குழந்தையின் கனிவுடன் கண்டு நகைக்கின்றது; புதிர்களை விடுவித்துப் புதிய புதிர்களைப் போடுகின்றது; மர்மங்களை அவிழ்த்து வேறு விசித்திரங்களைச் சேர்க்கிறது.

"சாமி ஐயங்கார், சகோதரி சாரதா, ஸ்டாலின் பக்தர் பராங்குச நாயுடு, ஆரோக்கியசாமி, ஏன் கேசவமாதவன் கூட இவர்கள் பிரதிரூப பிம்பங்கள் ஒன்றும் என் மனதில் யாதொரு கவனத்தையும் விளைவிக்கவில்லை. இந்த ராமசாமி ஐயங்கார் என்ற சாமி ஐயங்கார் என்பவர் மாத்திரம் என் உயிரை வதைக்கிறார்".

"நவீனா! நான் பிராம்மணன்; ஐயங்கார் பையன். இதெல்லாம் அப்பொழுது என் ஞாபகத்திற்கு வந்தது. 20 வது நூற்றாண்டில் சரித்திர யுகத்தில் பிராம்மணன் சபிக்கப்பட்டவன் ஆகிவிட்டான். தன் சுயரூபத்தை மறந்துவிட்டு, கர்மபந்தத்தில் சிக்கித்தன் சைதன்யத்தை மறந்து விட்டான். அன்றிலிருந்து அவனுக்குத் தவிர்க்க முடியாத வீழ்ச்சி ஆரம்பித்துவிட்டது"

தன் கதையை நவீனனிடம் சொல்லிக்கொண்டிருக்கும் சாரதியின் பேச்சில் இது இடம்பெறுகிறது.

தன் சார்புகளையெல்லாம் சூழல்களையெல்லாம் திறந்த புத்தகமாக்கியிருப்பது நகுலனிடம் உள்ள இன்னொரு வலுவான அம்சம். தமிழில் எழுதும் பெரும்பாலான எழுத்தாளர்களைப் பொருத்த வரை இரண்டு முகங்கள் இருக்கும். எழுத்தில் தெரியும் முகம்வேறு, தனிப்பட்ட வாழ்வுக்குரிய முகம் வேறு. சிலரைப் பொருத்தவரை, திட்டமிட்டு இரகசியமாகக் காப்பாற்றப்படும் அந்தரங்கமுகம். சிலரைப் பொருத்தவரை, உயர்ந்த விஷயங்களை விட்டுவிடவேண்டும் என்ற நடைமுறை. நகுலனுக்கு இந்தப் பேதங்கள் இல்லை. மனதின் மூலை முடுக்கில் ஒளிந்திருக்கும் சபலம், குயுக்தி, வேட்கைகளிலிருந்து சதா ஓடியவாறு இருக்கும் எண்ணப் பிரவாகமெனும் சிந்தனைச் சுழிப்பு வரை அனைத்தும் எழுத்தில் முகம் காட்டும். முதலில், ஒளிவு மறைவின்றி முற்றமுழுதாகத் தன்னைப் பிரதியில் காட்டுவது.

அடுத்து, இது ஒருவகையான ஒப்புவித்தல் – மனதில் உள்ளதையெல்லாம் கொட்டித்தீர்த்து விச்ராந்தியாதல். அப்போது தன்னைச் சரியாக அடையாளங்கண்டு கொள்ளகூடும். 'வார்த்தைகள் வந்தன. கதவுகள் திறந்தன' என்பது மாதிரி அகத்தரிசனங்களுக்கு உபாயம். இந்த அம்சத்தைப் ப. கிருஷ்ணசாமி அழகுபடத் தொட்டுக்காட்டுகிறார்:

''தனது வேர்களை மறக்காமல் (பிராமணீயவேர்) அவற்றைத் தனது எழுத்துக்கிடையே போகும் அதிதீவிர விமரிசனக் கண்ணோட்டத்தோடு பார்ப்பதும் இவர் எழுத்துக்களில் நிகழ்கின்றன. திருக்குறளின் பாதிப்பிலிருந்து விடுபட முடியாமலிப்பதும், சித்தர்களை முழுவதுமாக ஏற்றுக்கொள்ள முடியாமலிருப்பதும், சுசீலா ஒரே சமயத்தில் காம ரூபமாகவும் சக்தி வடிவமாகவும் இருப்பதும் இதன் பரிமாணங்கள்''

''நான் அனுபவத்தைக் கண்டு அதனுள் நுழையும் பொழுது நான் ஏதோ ஒன்றின் பிரதிபலிப்பு என்பதை உணர்கின்றேன். ஆனால் ஒரு ஸ்வரூபம் இருப்பதாகவும் உள்ள ஒரு பிரக்ஞை என்னிடமிருந்து எப்பொழுதும் விலகுவதில்லை''

சாரதி சொன்னதாக நவீனன் தன் டைரியில் எழுதியுள்ள குறிப்பு இது.

''ஏதோ ஒன்றின் பிரதிபலிப்பு'' என்ற உணர்வு அடிப்படையான தத்துவ உண்மை. அதற்கு எதிர்நிலையில் இருப்பது 'ஒரு ஸ்வரூபம் இருப்பதாக' உணர்வது. இந்தச் சிக்கலும் மோதலும் உராய்வும் நகுலனின் சொல்லாடலின் தொடக்கங்கள், பிரதிபலிப்பு என்ற நிலையில் ஒரு ஜீவிக்கு முயன்று அடையவேண்டியது ஏதுமில்லை. தனிச் சொரூபம் உண்டு என்று கொள்ளும்போது உருவாதல் நிகழும்/ பரிணமித்தல் நிகழும். இந்தியாவில் தத்துவப் போக்குகளுக்குள்ளும் இந்தப் பிரிவினைகளும் வேறுவேறான போக்குகளும் நிலவினாலும், ஏகத்துவமாக்கும் சங்கரரின் அத்வைதம் சட்டாம்பிள்ளையாகிவிடும். மற்றவற்றை தலையில் குட்டி அமர்த்திவிடும்.

மேலோங்கி நிற்கும் அத்வைதம் வேதாந்த உண்மையினை நேதி, நேதி என்று விலக்கிக்கொண்டே போயிருக்கும். அது, இதுதான் பிரும்மம் என்று சுட்டிக்காட்டுவதில்லை. பிரம்மம் என்று அடையாளங் காட்டுவதில்லை. மாறாக, இது இல்லை, இது இல்லை என்று எதிர்மறையாக விளக்கிக்கொண்டே போகும்.

நகுலனின் இகர முதல்வியும் இதனைச் செய்கின்றாள். வேதாந்தத்தின் போக்கையும் இகரமுதல்வியின் போக்கையும் ஓரிடத்தில் இணைத்துவிடுவது நகுலன் செய்யும் ரசமான விளையாட்டு

'இன்மை பகரும்
இகர முதல்விக்கு
இந்"நிழல்கள்"
உண்மை பகரும்'

என்று சமர்ப்பனத்தில் அதனைக் கோடி காட்டுவார்.

"வாக்குமூல"த்தில் மஞ்சள்–வெள்ளைப் பூனை–கடுவன் பூனை குறித்த சொல்லாடலிலும் இது தெறிக்கும்.

"அந்தப் பூனையை அதன் சுபாவம் அறிந்து அதை அதாக ஏற்பட்டது. அறிந்து கொண்டபிறகுதான் இந்தப் புரியுந்தன்மை

"...இது மென்மை என்றால் அது கடினம் – இது மிருது என்றால் அது முரடு. இவற்றுக்கிடையில் இருக்கும் உறவு.

"...இந்தப் பூனைகளுக்கு உள்ளதுபோல ஒருவிதப் பயமின்மை, ஒரு அவசிய பாவம் எல்லாம் வேண்டும். எழுத்தாளனுக்குப்பாலும் புலாலும் அவசியம் என்று வைத்துக்கொள்.

இந்தச் சிக்கலை/பார்வையை காப்ஃகாவை வாசிக்கும்போது நகுலன் முன் வைக்கின்றார்:

"...காப்ஃகா கவர்ச்சிகரமாக இருந்தாலும் மனிதன் எப்பொழுதுமே ஒரு குற்றவுணர்ச்சியுடன் இருக்கிறான் என்பதை என்னால் ஏற்றுக்கொள்ள முடியவில்லை. ஒருவகையில் காப்ஃகாவும் அதை ஏற்றுக்கொள்ளவில்லை என்றே நினைக்கிறேன். அரண்மனையில்

இடம் கிடைக்கவில்லை, விசாரணையில் கொல்லப்படுகிறான்; அமெரிக்கா ஆதர்ச உலகமில்லை; மாறுதலில் மனிதன் பூச்சியாகிறான், பிறகு இந்தப் பால் உறவு விஷயம். ஆனால் அவன் தேடல் முடியவில்லை. காப்ஃகா வாழவில்லை என்று எப்படிச் சொல்லமுடியும்?''

அனுபவங்கள் கூடக்கூட சிக்கல்கள் அதிகரிப்பதாக உணர்தல். அதன் காரணமாய் அனுபவங்களைத் தவிர்க்க யத்தனிப்பு.

இது இந்திய தத்துவத்தில் அடிப்படையாய் வற்புறுத்தப்படுவது. நகுலனின் மன உலகிலும் இந்த விசாரமே ஆக்கிரமித்துக்கிடக்கிறது. இந்த வெளிவரிச்சட்டத்திலிருந்து வெளியேறிதாண்டுதலாக அவ்வப்போது வாசகங்களும் தெறிப்புகளும் இடம்பெறும். இப்படியாக ‘‘சுவர்களை எழுப்பிக் கொண்டு என்னால் சொந்தமாக வாழமுடியுமென்று எனக்குத் தோன்றவில்லை. என்னையே நான் தேட முயற்சி செய்து கொண்டிருக்கிறேன்''

தேடுதல் நிற்கும்போது வாக்கியம் முற்றுப்புள்ளி பெற்றுவிடும், வார்த்தைகள் நின்றுவிடும், பிரதி உருவாகாது.

தட்டுமுட்டுச் சாமான்கள் அடுக்கப்படும் மேஜையாகவும் சவிட்டு மெத்தையாகிவிட்டதாகவும் பிரமைகள் கொள்கின்ற இராஜசேகரன் மனநோயாளி இல்லை என்பதற்கான ஆட்சேபத்தை சாஸ்திரிகள் தெரிவிப்பார்:

‘‘...மொழி – அளவில் இவை சில மன நிலைகளைச் சித்தரிக்கின்றன. ஏனென்றால் எந்த மனிதனும் எப்படி ஒரு மேஜையாக ஒரு சாக்ஷாத் சவிட்டு மெத்தையாக மாறமுடியும்... இதனால்தான் எனக்கு இவன் பைத்தியம் இல்லை என்று தோன்றுகிறது. இவன் ஒரு கட்டத்தில் அல்லது இன்னொரு கட்டத்தில் தன்னை ஒரு கலைஞனாகவே ஸ்தாபித்துக்கொண்டு விடுவான்''

தத்துவத்தின் பிரச்சனையை கலைஞனின் பிரச்சனையாக மாற்றிக்கொண்டதுதான் நகுலன் சாதித்த பெரிய சாதனை. இல்லாது போனால் இந்தச் சொல்லாடல்கள் பிறந்திருக்க சந்தர்ப்பம் வாய்த்திருக்காது.

பார்க்கப்படுவதும், பார்ப்பவனும் தீவிரப்படும்போது பார்ப்பவன் இல்லாது போய்ப் பார்த்தல் மட்டும் நிகழவேண்டும். பார்ப்பவன் இல்லாது போகும் போதுதான், கடந்தகாலக் கவலைகளும் முன்னனுமானங்களும் எதிர்கால எதிர் பார்ப்புகளும் இல்லாது நிகழ் காலத்து அனுபவம் மட்டும் அதன் தீவிரகதியில் நிகழ வாய்ப்புண்டு. இந்தப் பார்வையும் அணுகுமுறையும் கலைஞனுக்கு இருந்தால் என்ன நிகழும் என்பதுதான் நகுலனிடம் நாம் காண்பது.

இப்பொழுதான் இக்கணத்திலான அனுபவத்தில் மட்டும் கவனத்தைக் குவிப்பது மற்றவற்றையெல்லாம் விலக்கித்தள்ளிவிட்டு ஓடிக்கொண்டிருக்கும் நதியாக மனதை வைத்திருப்பது, அதில் நினைவுகள் என்ற பாசி படியாது காப்பது – இதுதான் ஜே. கிருஷ்ணமூர்த்தி முன்வைப்பது.

இக்கணத்தின் தீவிரத்தை/உக்கிரத்தை எதிர்கொள்ளத் தயங்குகையில் நினைவுகள் குமிழியிடுகின்றன, சற்று ஆறுதல் தருகின்றன. இத்திசை விலகலில் நிகழின்கணம் இழக்கப்படுகிறது. இந்தப்போக்கில் தப்பித்தலையும் திசை விலகலையும் மனம் நாடத்தலைப்படுகிறது. மனதை அதன் போக்கில் விட்டால் என்ன கிடைக்கும், "நினைவுப் பாதை" கிடைக்கும்.

'தத்துவார்த்தப் பிரச்சினைகள் எழுவதே மொழி தறிகெட்டுப் போவதால்தான்' என்னும் ஜென்ஸ்பீனின் வாசகத்தை நகுலன் மேற்கோள் காட்டுவார். ஆனால், அதில் ஒரு லாபமும் உண்டு. தறிகெட்டுப்போகும் மொழியைப் பதிவு செய்தால் அற்புதமானதும் அதிர்ச்சி தருவதுமான பிரதியாயிருக்கும். அது நினைவுப்பாதை. 'வாழ்க்கையைப்பற்றி ஒரு பரஸ்பரமான சர்ச்சை' செய்திட நாட்குறிப்பு வடிவத்தைத் தெரிவு செய்துகொண்டு 28.03.69 லிருந்து 14.04.90 வரை மனநோய் விடுதியிலிருந்தபோது உண்டான மன அவசங்களை உரைநடையும் கவிதையுமாக நகுலன் தந்திருப்பது "நினைவுப்பாதை". நாட்குறிப்பு என்பதால் அது உணர்வு பாவங்கள் நீங்கிய அறிவார்த்தப் பதிவுகளாக நின்றுபோகவில்லை. நவீனன் நகுலனுடன் கொள்ளும் உரையாடலாக இருக்கிறது. வாசகனுடன் பேசுவதாக அமைகிறது.

பேச்சு மொழியில் போகிறது. கட்டற்ற நகையுணர்வில் தீவிரமான விசாரங்கள் நிகழ்த்தப்படுவது அலாதியான தன்மை பெற்று விடுகின்றன. மொழியில் இறுக்கத்தை தவிர்க்கமுடிந்ததும், உரையாடல் நிகழ்த்த முடிந்ததும், நகை உணர்வுடன் பேச முடிந்ததும் தான், நகுலனால் புதுப்பிராந்தியங்களில் பயணிப்பதை சாத்தியமாக்கி இருக்கிறது. இந்திய தத்துவ விசாரத்தின் நிழலை மாத்திரம் பதிவு செய்திடாமல், சுயரூபம் கொண்ட சொல்லாடலைச் செய்ய முடிந்திருக்கிறது. அத்தீவிரத்தில் உரைநடையை விட்டுவிட்டு, கவிதையைக் கைக்கொள்ள நேர்கிறது. அப்போது கடவுளை நோக்கியதாய்ப் பயணமும் சஞ்சாரமும் இருந்திருப்பின் மானுடத் திளைப்பில் பக்தி மரபினரின் கவிதைகள் கிடைத்திருக்கும். இங்கே கடவுளை. நோக்கியதாயில்லாததால், அனுபூதிகவிதைகளின் இடத்திலே நாவல் பிரதிகள் உருக்கொள்கின்றன.

"... ராமநாதன் போன்றவர்கள் அன்பு என்றால் என்ன என்பதை எனக்குச் சொல்லிக்கொண்டிருந்தனர். என்னிடமிருந்து வாங்கிக் கொள்ள நிறைய இருக்கிறது, எடுத்துக்கொள் என்று சொல்லாமல் சொன்னார். நானும் தாராளமாகவே வாங்கிக்கொண்டேன். சின்னச் சின்ன எறும்பே நீ என்னை இந்தப் பரவசத்தில் ஆழ்த்திவிட்டு எங்கே செல்கிறாய்? வேலை செய்ய சாகவாசமில்லாமல் பேசிக் காலந்தாழ்த்தமாட்டேன், ஆலிலைமேல் லீலைபுரியும் கண்ணன் போல், சர்க்கரைக் கடலில் கரைந்த சர்க்கரைப் பதுமைபோல் எழுத்தில் நான் கரைந்து விட்டேன். என் சிந்தனையால் நான் சாகமாட்டேன்..."

இந்தக் கரைதல், ஆழ்தல் என்பது புறஉலகை மறந்துவிடவா?

இந்த கரைதலும், ஆழ்தலும் உண்டாக்கும் ரசவாதம் ஒன்றுண்டு. நிகழ்ச்சிப் போக்கு ஒன்று நிகழ்கிறது.

"... நான் யார் யாரைச் சந்திக்கின்றேனோ நான் அவர் அவர் ஆகின்றேன்; -ராமநாதன், சச்சிதானந்தம் பிள்ளை, சாரதி, தேசமாதவன், சுசீலா இன்னும் இப்படியாக இப்படியாக. அதனால்தான் இக்கணம் பச்சைப் புழு மறுகணம் சிறகடிக்கிற வண்ணத்திப்பூச்சி."

‘‘நினைவுப் பாதை’’யில் இடம்பெறும் இன்னொரு சொல்லாடல் சுசீலா தொடர்பானது.

காதலிக்கப்பட்டவள் இன்னொருவனுக்கு மனைவியாகி விடுகிறாள். இது சம்பவம். பின்னர் அவளின் நினைவு, பிரிவின் வேதனையாகத் தொடங்கி, அவனுக்கு உத்வேகம் அளிக்கும் உணர்வாக, அவனை மீட்டெடுக்கும் சக்தியாக, விடுதலை தந்து காக்கும் தேவதையாக அவளை மாற்றியமைத்துக்கொண்டே இருக்கிறது. இதில் உருமாறுவது நகுலன் மட்டுமா? சுசீலாவும்தான். ஒரு முகங்கொண்ட சுசீலாவை பன்முகங்கொண்ட வியாபியாக மாற்றிக் காண்பது நகுலன் தானே! இந்த அர்த்தம் தொனிக்க எழுதியதுதானே ‘சுசீலாவிடம் இல்லை சுசீலாவின் சிறப்பு’ என்னும் வாசகம்.

‘‘...ஒரு கணத்தில் கண்டது முதல் இந்தக் கட்டை கீழே விழும்வரை என்னில் இருக்கும் சுசீலா என்ற என் சாபத்தை – இவர்களையெல்லாம் இவைகளையெல்லாம் விட

‘நீ தான் எனக்கு
வேண்டியிருக்கிறது.
நீ வரவும் மாட்டாய்
போகவும் மாட்டாய்
நீ இருக்கிறாயோ
இல்லையோ
என்பதுகூட
எனக்கு நிச்சயமாகத்
தெரியாது’

சுசீலாவை சாபமாகக் குறிப்பிட்டாலும் அவருக்கு வரமாகவே திகழ்ந்திருக்கிறாள் என்பதை நம்மால் காணவே தோன்றுகிறது. நகுலனின் கதைகளும் கவிதைகளும் நாவல்களும் சுசீலா காரணமாகப் பிறந்தவைதானே! மௌனி கதைகளில் முகங்காட்டிய சுசீலா நகுலனிடம் ஊற்றுப்பிரவாகமாகிவிடுகிறாள்.

‘காணும் பெண்களிடம் எல்லாம் சுசீலாவின் ஒரு அம்சம் தோன்றி மறைந்ததாக’ போதங்கொள்ளும் நவீனன் நினைவில் படர்வது:

“அகிலலோகநாயகி, வராபயங்கரி, அன்னலெவியா, ப்ளூராபெல், ஐராவதி, காவேரி, கோதாவரி, கங்கா, யமுனா, நீளமாக ஓடும் நைல்நதி, இந்த நதியைப் பார்த்தால் பயமாக இருக்கிறது, சமுத்திரம்போல் பொங்குகிறது.”

“எப்பொழுதுமே மனிதன் பெண்ணை விரும்பும் அதே சமயம் அவளைக் கண்டு பயப்பட்டிருக்கிறான்....”

“அவளோ அடிப்படையில் தாய்ப்பாம்பு. ஆடு பாம்பே ஆடு நாதன் முடிமேல் இருக்கும் நல்ல பாம்பு. குண்டலினி. சுசீலா நீ கம்பனைப் படித்திருக்கிறாயா? பிரிந்தவர் கூடினால் பேசமுடியுமா? நீ எப்பொழுது என்னைவிட்டுப் பிரிந்தாய்? ஏன் இப்படி உன்னைப் பற்றிப் பேசும்பொழுதும், எழுதும்பொழுதும்–இந்தப் பரவசம்? இந்த அனுபவம் என்னை ஆழ்ந்த வியாகுலத்திலும் ஒருவகை சொல்ல முடியாத ஆனந்தத்திலும் ஆழ்த்துகிறது. இந்த ஜென்மத்தில் நீ எனக்கு அன்பின், பக்தியின் புனிதத்தன்மையைக் கற்றுக்கொடுத்திருக்கிறாய். இந்தத் தீ என்னைப் புனிதமாக்குகிறது; என்னைக் குளிர்விக்கிறது. இந்த நினைவில் நான் வாழ்வையே கடந்து விடுவேன்....”

இளமைக் காலத்தைப் பாரிஸில் கழித்துவிட்டால் பின்னர் அது எப்போதும் எங்கும் ஒருவரை விட்டு அகலாத விருந்தாக இருந்து கொண்டே இருக்கும் என்னும் பொருளில் ஹெமிங்வே குறிப்பிட்ட ‘For Paris is a movable feast’– ஆக நகுலனுக்கு சுசீலாவின் நினைவு.

“நீ இருக்கும் இடம் பார்க்காமல் உன்னைப் பற்றிக்கூட நினைக்காமல், கண் சலிக்க, வாய் குவிய, மனம் வியக்க, நீ இருக்கும் அதே இடத்தில் நானும் இருக்கிறேன் என்ற ஒரு உபபோதமே என்னை உன்மத்தமாக எவ்வளவு நிமிஷங்கள் யுகாந்திர காலமாகக் கற்பூரம் கரைவதைப்போல நான் இருந்திருக்கிறேன். ஆனால் காலந்தான் கற்பாந்தத் தத்துவத்தையும் சிறைப்படுத்தி விடுகிறது

இந்நினைவில் இன்னொன்று தட்டுப்படுகிறது. ஆண் தான் இழந்து போன/மறந்து போன இன்னொரு பாதியான பெண் அம்சத்தை தேடிக்கொள்ளவேண்டும் என்று.

"Some Yogis can make both the penis and the testes disappear in the pubic arch, so that the body has the appearance of that of a woman"

என்னும் அவலானின் வரிகள் நகுலனை வெருட்டுகின்றன.

'இராமகிருஷ்ணர்கூட ஒரு காலகட்டத்தில் தன்னைப் பெண்ணாகப் பாவித்துப் பெண்போல ஆடை அணிந்து கொண்டு நடை உடை பாவனையில் கூடப் பெண் போல் பழகினார் என்று சொல்கிறார்கள்'

என்பது இதப்படுத்துகிறது.

கலைஞன் என்ற நிலையில் இந்த உணர்வும் தேடலும் அவனை எங்கோ கொண்டுபோய் சேர்க்கும்?

"... கலைஞனும் சிருஷ்டி விஷயத்தில் ஈடுபடுகையில் பால் வேற்றுமையிலிருந்து அகன்று நிற்கிறான். அப்பொழுது அவன் ஆணானாலும் சரி, பெண்ணானாலும் சரி அர்த்த நாரீசுவர வடிவைப் பெறுகிறான். கலைக்குப் பொருந்துவதுதான் வாழ்க்கைக்கு பொருந்தும். தான் இழந்த பாதியைத்தான் இங்குப் பிறந்த துவேஷத்தால் நாம் தேடிக்கொண்டிருக்கிறோம்"

'நாம் எது ஆவோம் என்றிருக்கிறதோ அது நம்மைப் பின் தொடர்கிறது. அதன்பின் நாம் செல்கிறோம்; நகுலனைப் பின் தொடர்வது யார்? சுசீலா. சுசீலாவை நகுலன் பின் தொடர்வது எதற்கு? சுசீலாவாக.

ஒரு கட்டத்தில் சுசீலா, கொல்லிப்பாவையாகி ஆட்டி வைப்பதுமுண்டு. வனப்புக் காட்டி வசீகரித்து மயக்கி உருவழித்து விடுபவள்தானே கொல்லிப் பாவை. அழித்து விடுபவள் கொல்லிப்பாவையா? தன்னில் கரைத்து விடுபவள் கொல்லிப் பாவையா? அழித்தல்வேறு, கரைத்தல் வேறா?

"... மறுகணம்
காலங்கண்டு
நகைக்கும்

நிகழும் நிமிஷம் போல்
உயிர் வெளவி
உயிர் காக்கும்
யாதுமறியாப் பேதைபோல்
யான் போற்றும்
கொல்லிப்பாவையாள்
தன்மை பொலியத் தன்னுருவாய்
நீ நிற்பாய்;
அது கண்ட நெஞ்சம்
பறை கொட்ட
நின்முன் மீண்டும் மீண்டும்
வந்தேன்; வகை செய்யப்பட்டேன்"

இது மட்டுமில்லை. பால்பேதமற்று அவஸ்தை கொண்டு மன்றாடுதல் நிகழ்தலும் நடக்கின்றது:

"...நாக்கடித்து
வாய்ப்பறை கொட்டி
வேதாந்தக் கயிறு திரித்துக்
குறிதான் ஏதுமின்றி
ஆண்மை தோற்று
பேடியெனப் பால்திரிந்து
அவள் உருக் கண்டு
உள்ளங் குலைந்து
உரம் வேண்டி
வந்து போகும் அர்ச்சுனன் நான்"

இன்னும் சொல்லிவிட்ட நிறைவு உண்டாகவில்லை. யூங்கின் வாசகம் பொறிதட்டுகிறது.

"அவள் கட்டுக்கடங்காத ஜீவப் பிரளயம்;
மோகினிப் பிசாசு; வாழ்விக்க வந்த பிராட்டி;

தவிர மனிதனைக் காதல் – சாதல் என்ற இரு உச்சங்களுடனே இழுத்துச் செல்லும் வேகம்; கியா சக்தி; பிரளயத்தின் ரூப சத்தியம்"

நினைவுப் பாதையின் 5வது அத்தியாயம் முழுவதும் நனவு மனத்தின் பங்கில்லாது முற்றிலும் நனவிலி மனத்தின் விகசிப்பாய் இருப்பது; 10.04.70 லிருந்து 14.04.70 வரையிலுமான இறுதி 5 நாட்களிலான குறிப்புகளைக்கொண்டது.

கடுமையான கேலி கிண்டலாயிருக்கும். கன்னாபின்னாவென்று போகும். எதையும் ஒன்றுமில்லாததாக்கிவிடும். உற்றார் உறவினர், வேண்டியவர்–வேண்டாதவர், பெரியவர்– சிறியவர் நண்பர் –விரோதி எவரும் விலக்கப்படவில்லை. எல்லாருமே இப்பேனாவரைதலுக்கு ஆளாகி ஒன்றுமில்லாது போகின்றனர். இது, தன்னை ஒன்றுமில்லாதாக்கிக்கொள்ளும் நடவடிக்கையா...! அகத்தின் சுவடுகூட இல்லாது போவதற்கான சாதகமா?

எந்தத் தர்க்க விதிகளுக்கும் கட்டுப்படாது எந்த நியதிகளுக்கும் அடங்காது எல்லா வரம்புகளையும் மீறிப்பாயும் மனத்தில் பாய்ச்சல் இங்கே நிகழ்கிறது.

பயங்கரமாயும் பீதி நிறைந்ததாயும் சவால் மிக்கதாயும் உள்ள சித்தப் பேதலிப்பை இப்படி நையாண்டிக்குரிய விஷயமாக்குவது அவ்வளவு சாதாரணமான காரியமல்ல.

கோயாவும் ப்ரூகலும் வான்கோவும் ரிம்பாவும் தீவிர மனநிலைகளில் சஞ்சாரம் செய்ததைத் தீட்டியுள்ளனர், கவிதையாக்கி யுள்ளனர். தைரியத்தை வரவழைத்துக் கொண்டு காணவேண்டிய திகைப்புகளும் பிரமிப்புகளும் அவர்களிடம் காணவே கிடைக்கின்றன.

ஆனால் அத்தீவிர, உக்கிர கணங்களைத்தாண்டிய அடுத்த கட்டமாகிய எள்ளலும் பரிகசிப்பும் துவம்சமாக்குதலும் நகுலனிடம் இருப்பது தனிச்சிறப்பான ஒன்று. நகுலனிடம் உள்ளது போல எம். வெங்கட்ராமின் 'காதுகளில்' இடம்பெற்றுள்ளது.

பால்யத்திலேயே பெற்றோரை இழந்து அனாதைகள் இல்லத்தில் வளர்ந்ததன் காரணமாக அடையாளச் சிக்கலில் உழன்று மனநோய்க் காப்பகத்தில் சிகிச்சை பெற்று வந்து கவிதைகள் எழுதத் தொடங்கிய பில்நாட் என்னும் அமெரிக்க கவியை இங்கே நினைவுபடுத்தலாம்.

ஃபிரெஞ்சு ஆபாச நாவலின் கதாநாயகனின் பெயரான 'புனித ஜெராட்' பில்நாட், தன்னைத் தனித்தொதுங்கித் தூரத்திலிருக்கும் குளிர்ந்த மீனாகக் கருதுவார்.

வாழ்விலும், கவிதையிலும் ஆளுமை இழந்திருப்பதானது, முடிந்த அளவுக்கு மக்களது உணர்வுப் போக்கையும் எண்ணப் போக்கையும் தன்னகத்தே கொண்டு வரும் வகையில், கற்பனை விரிவுக்கும் ஆளுமை விரிவுக்கும் வழிகோலும் என்று உணர்வார்.

நவோமி என்னும் கற்பிதமான பெண் மீதான காதலில் மொழிக்குச் சாத்தியமான கற்பிதங்களையும் கனவுகளையும் உருவாக்கிவிடுவார்.

"சிறுமி ஒருத்தியின் கல்லறை மீதான
ஒரே எதிர்வினை
அதன் முன்கிடப்பதும் இறந்துவிட்டதுபோல
வேடிக்கை காட்டுவதுமே" என்பார்

"ஒவ்வொரு மாலைப்போதும் கடல், நட்சத்திர மீனைக் கடற்கரையில் வீசிச் சிதறடிக்கின்றது. சூரியனில் இருண்ட வறுமைகளைப் படியவிட்டு, விடியலில் அவை மாண்டு போகின்றன. அக்கோடையில் நாங்கள் அங்கே துயின்றோம். அவற்றின் பிரகாசமான பரிமாணங்களில் எமது உடல்களால் புணர்ந்தோம். மூச்சிறைக்கும் நட்சத்திர மீன்களால் வளைக்கப்பட்ட நாங்கள் எங்களை உருவாக்க இணைந்தோம். எம் அவயவங்களிலிருந்து சொட்டிய வியர்வைத் துளிகளை இராவெல்லாம் உறிஞ்சி, அவை உயிர்த்திருந்தன. அடிக்கடி அவள் கூச்சலிட்டாள். உனது கரம்! – எனது அக்னியுடன் அவளைத் தழுவுகின்ற ஒரு நட்சத்திர மீன் அது" என்பார்

மனதை, புலன்களை முற்றிலும் ஒழுங்கு பிசகச் செய்தால்தான் கவிதை சாத்தியம் என்று இயங்கிய ஃபிரெஞ்சுக்கவி ரிம்பாவை நகுலனுக்கு அருகே கொண்டுவரமுடியும்.

சிறுவயதிலிருந்து தனித்து வளர்ந்து அனுபூதியாளர்களின் நம்பிக்கைகளுக்கு நெருக்கமான எண்ணங்களைக் கொண்டிருந்த

ரிம்பா இடைக்காலத்து ரசவாதிகளை வீரர்களாகக் கருதியிருந்தார். "நான் என்பது இன்னொரு நபர்" என்று அவரது 15வது வயதில் குறிப்பிட்டார். கவிதை உருவாக்கத்தை ஆன்மீக வளர்ச்சியாகக் கொண்டிருந்தவர். மதத்தை இழிவு படுத்தினார். வீட்டிலிருந்து ஓடிச்சென்று தன்பால் புணர்ச்சியாளர்களுக்கு இரையானார். பால் வேர்லைன் என்பவர் மட்டுமே அவருக்கு நெருக்கமாயிருந்தார். இருபால் புணர்ச்சியாளரான வேர்லைன்தான், ரிம்பாவின் நெருக்கடியான காலகட்டங்களில் ஆறுதலாய் இருந்திருக்கிறார், வழி நடத்திச் சென்றிருக்கிறார். ஒரு கட்டத்தில் ரிம்பாவை நீங்கிச் சென்றிருக்கிறார். ஒரு கட்டத்தில் ரிம்பாவைச் சுட்டுக்காயப்படுத்தி விடுகிறார். அதிலிருந்து தன் வீட்டில் தனி அறையில் உணவினைக் கூட மறுதலித்து, கூச்சலிட்டும் குழம்பியும் எழுதியும் தீவிர கணங்களில் வாசம் செய்கிறார். மறுபடியும் வீட்டிலிருந்து ஓடிச்செல்கிறார். அபிசீனியாவில் வர்த்தகராயிருக்கிறார். 37 வயதில் இறந்து போகும் ரிம்பா, 19 வயதுவரைதான் கவிதை எழுதினார் என்பது இன்னொரு புதிர்மிகு விஷயம்..

"சூசிப்பெண்ணே
ரோசாப் பூவே
ராத்திரி வெயிலடிக்கும்
பகல்லிலே பைத்தியம் பிடிக்கும்..."

"வாவா ஜகஜண்டி மாடே
மரத்துக்கு மரம் ஏறும் சம்மந்திக் குரங்கே
ஆனை புகுந்ததாம் தோப்பில்
அழுகப் பழுத்ததாம் மாம்பழம்
குதிரை புகுந்ததாம் தோப்பில்
குலுங்கப் பழுத்ததாம் மாம்பழம்
சித்தானைக் குட்டிக்குக் கொம்பு முளைச்சுதாம்
பட்டணமெல்லாம் சுத்தி சுத்தி வந்ததாம்
கையில் வெண்ணெய் சிந்திற்றோ
கமல முகம் வாடித்தோ
துயில் பட்ட தங்கமே
சங்கூதி ஜலம் தெளித்து..."

என்றபடி, கவிதையில் விசித்திரமான சொல்லாடல்களும் விபரீதமான படிமங்களும் அநாயசமான நினைவு கூர்தல்களும் ஒன்றாய் அமைகின்றன. மிகையதார்த்தப்பாணியில், ஆண்ட்ரே பிரெட்டன் குறிப்பிட்டது போல பேனா தானாக எழுதிச் செல்லும் முறை என்று சொல்லலாமா?

இன்னொரு பத்தியில் தன்னைப் பாடையில் கிடத்தும் காட்சியை விவரிக்கிறார். அப்போது கூட அவரது பேனா வரைந்து செல்வது பாரதி வரியை, புதுமைப்பித்தன் பாத்திரத்தை...

“... என்னைப் பாடையில் வைத்துக்கட்டிட வாயில் துணி அடைத்து, பாடையருகில் போட்டுவிட்டு; நல்ல தாம்புக் கயிறு வாங்கக் குடல் தெறிக்க ஓடினான்; ஐயோ பிழைத்தேன் என்று நானும் சிட்டுக்குருவியாய் விட்டு விடுதலையாய்ப் பறக்கிறேன். சாத்தா, எனக்குப் பைலார்க்கஸ் பைத்தியம் நன்றாகப் பிடித்துவிட்டது; எனக்கு உன் தத்துவச் சாம்பில் கொஞ்சம் தா...”

பிரக்ஞையின் தீவிரகதியில் இயங்கி அதனைப் பிரதியாக்க முற்படும் கவிக்கு வார்த்தைகள் கூட தடையாகின்றன. மேலும் நாம் வாசிக்கும்போது வார்த்தைகளையா படிக்கிறோம்? என்ற கேள்வி வேறு எழுகின்றது. ‘வார்த்தைகள் புத்தகத்தைக் கறைப்படுத்துகின்றன’ என்ற மேற்கோள் நினைவுக்கு வருகிறது.

“படிக்கப் படிக்க வார்த்தைகள் அழிகின்றன. பிரக்ஞையின் நிதானமான போக்கும்”

உக்கிரம் கொண்ட பிரக்ஞையை வெள்ளைத்தாள்கள் எப்படிச் சகித்துக்கொள்ளும் என்பதான கவலைவேறு மூளும்; “பேப்பருக்குத் தான் எவ்வளவு சகிப்புத்தன்மை” போலி செய்தலும் திரும்பச் சொல்வதும் எழுத்தாகா.

“...நானே எழுதின மாதிரி என் பேனா எழுத ஆரம்பிக்கிற பொழுதே, உருவங்கள் நிழல்கள் ஆகி விடுகின்றன”.

தர்க்க நியதிகளை உடைத்துப்போட்டு எழுத்து உடைப்பெடுக்கும் போது தர்க்கரீதியாக ஒரு வாக்கியத்தைப் புனைந்து பார்க்கத் தோன்றுகிறது நகுலனுக்கு:

"எங்கே புத்திசாலித்தனமாக இருப்பது அபாயகரமோ அங்கே முட்டாள்தனமாக இருப்பது புத்திசாலித்தனம்" நவீனன் தான் எழுதிய 500 பக்கங்கள் கொண்ட நாட்குறிப்புகள் ஐந்தினை நகுலனிடம் தந்து விட்டுப்போகிறான். நவீனனைப் பற்றிய நினைவுகளையும் நாட்குறிப்புப் பகுதிகளையும் கொண்டதாக அமைந்தது "நவீனன் டைரி"

"நவீனன் டைரி" முழுவதுமே நனவிலி மனதின் விளையாட்டுத்தான்.

டயரி என்றால் என்ன? மனச்சிதறல்கள் என்பதாக இந்நாவலில் ஓர் உரையாடல் வரும், ஒருவகையில் மனச்சிதறல்கள் என்ற வரையறை இந்நாவலைப் பொறுத்துக் கச்சிதமானதாகவே இருக்கிறது.

எழுத்தாளன், வாசகன், எழுத்துப் பற்றிய சொல்லாடல்கள் அங்கங்கே இடம் பெறுகின்றன. உரையாடல்களாகப் பதிவுகளாக அவை அமைகின்றன. வாசிப்புக் குறித்து பின் நவீனத்துவம் கூறுவதை நினைவூட்டுகின்றன.

"...ஒரு எழுத்தாளர் தரமானவன் என்று ஏற்றுக்கொள்ளப் படுகிறான் என்பதே அவன் ஒவ்வொரு வாசகனுக்கும் அவன் வகையில் ஏதோ ஒன்றைக் கொடுக்கிறான் என்பதுதான் போலும்... எழுத்தாளன் அங்கிருந்து வந்து கொண்டிருக்கையில் இவன் இங்கிருந்து போகிறான் என்பதனால்தான் போல் இருவருக்கும் இருவர் முகங்கள் புலப்படுகின்றன போல"

எழுதுபவன் – வாசகன் உறவு நிலை இப்படி என்றால், எழுதுபவன் எப்படி இருக்கவேண்டும் என்பதற்கான ஒரு விவரணை"

"ஒரு கலைஞனின் கெட்டிக்காரத்தனம் அவன் முட்டாளாக இருப்பதில்தான் இருக்கிறது" 'நானே ஒரு புத்தகம்' என்று கூறிக் கொள்ளும் நவீனன்,

'சூன்யத்தை அறியவேண்டுமானால் நான் சூன்யனாக வேண்டும்' என்பான்.

இந்த எழுத்தின் உச்சமாக ஒரு கவிதை உண்டாகிறது:

"அறையில் நாற்காலி
சுவரில் எட்டுக்காலி
தெருவில் விட்டவழி
அறையுள்
தட்டுமுட்டுச் சாமான்கள்
பயணத்தின் முடிவில் ஒருவன்
பயண வழி நெடுக
ஒருவன்
கடலின் இக்கரையில்
மணல் வெளி
அக்கரையில்
அலைகளின்
அடங்காத வெளி
கரையிரண்டும்
மணலென்று
கண்டால்
எல்லாம் வெட்ட வெளி"

''எழுத் எழுத எழுத்து அழிகிறது, வாசிக்க வாசிக்க வாசகன் தொலைகிறான்''

தத்துவார்த்தச் சொல்லாடலே எழுத்தாக்கச் சொல்லாடலாயும் விரிவு கொள்கிறது. இல்லாது போதலும் அழிதலும் சூன்யமாதலும் எழுத்திலும் வாசிப்பிலும் காணக்கூடியதாக உள்ளது.

தத்துவார்த்த உலகின் அக்கறைகளையெல்லாம் கலை உலகின் பிரச்சனைப்பாடுகளாக மாற்றிக்கொளவதும் கலைஞனாக நின்று தத்துவார்த்த சிக்கல்களை அணுகுவதும் அப்போது சித்தாந்தங்கள் விடைபெற்றுப் பிரிந்து கொள்ள, சித்தர் மொழியில் திருமூலர் மொழியில் சிவவாக்கியர் மொழியில் தாயுமானவர் மொழியில் அனுபூதிக் கவிதைகளும், மிகை யதார்த்தப் படிமங்களும் நனவிலி மனத்தின் சிதறல்களும் பிரக்ஞையோட்டத்தின் தெறிப்புகளும் பிரதிகளாக வந்துகொண்டிருக்கின்றன.

“...எனக்குக் கோவிலில் ஒருவருமில்லாத சமயத்தில் பிரமை புகுந்து திரிகையில் என் வயது கற்பாந்த காலம் சென்ற என் அம்மையின் ஸ்தனங்களின் ரூபமும் ஆண்டவன் குறியும் என்னுள் ஒரு பவித்திர உணர்ச்சியை விளைவிக்கின்றன?” என்பதுபோன்ற அபூர்வமானதும் அதிர்ச்சியூட்டுவதுமான தொன்மக்கவி வரைதல் அப்போது சாத்தியமாகிறது.

நுட்பமான கவித்தெறிப்பும் உக்கிரமான பிரக்ஞைப் போக்குமுள்ள ஒருவன், மரபை எதிர் கொள்ளும்போது சூக்கும நிலையிலான அனுபூதிக்குப் பதிலாக புலனின்பம் சார்ந்த ஒருவித திளைப்பை பவித்திரத்துடன் அனுபவித்தல் நிகழ்கிறது. விக்ரமாதித்யன் கவிதைகளில் அங்கங்கே இத் தெறிப்பு பளிச்சிடும்.

“நாய்கள்” நாவலில் ஓர் இடம் :

“...தானாகவும், பாத்திரமாகவும், எழுத்தாகவும், கண்டதையும் காணாததையும், பார்த்த மனிதர்களையும் பார்க்காத தெய்வங்களையும், கிடைத்த அனுபவங்களையும் தனியாக வந்து சேர்ந்த ஞானங்களையும் அதையும் இதையும் எதை எழுதுகின்றோம் என்று தெரியாமலேயே எதை எதையெல்லாமாமோ எழுதிக்கொண்டிருந்தான்...”

எழுத்தின் தீவிரமான ஒரு முகத்தை அடையாளம் காட்டுவது போல ஒரு குறிப்பு அதே நாவலில் இடம் பெறும் :

“...அவனுக்கு எழுதுவது என்பதே எதை எழுதாமல்விட்டோம் என்பதைக் காண்பிப்பதற்கோ”. அறிந்ததன் மூலம் அறியாததை அறிவது மாதிரி. நகுலனுக்கு எழுத்து என்பதே ஒருவித தத்துவார்த்த தளத்திலான போதமாகிவிடுகிறது.

“எழுத எழுத ஏன் எழுத்துக்கரையமாட்டேன் என்கிறது” என்னும் கவலைபிறக்கிறது. மொழி இல்லாததான ஒரு நிலையை தாயுமானவர் பாடல்களில் காணக்கூடும் என்று தமிழவன் குறிப்பிடுவார். இறையுணர்வில் கரையும் தாயுமானவரால் மொழியைக் கரைந்து போகச் செய்ய முடிந்திருக்கிறது. உள் முகயாத்திரை செய்து செய்து நகுலன் தான் உண்டது என்ன என்பதை விவரிக்கிறார்:

"மனம் என்பதே ஒரு ஆழம் காணமுடியாத குப்பைக்கூடைதானே? கொட்டிக் கவிழ்க்கக் கவிழ்க்க குப்பை கூடிக்கொண்டுதானே இருக்கிறது? இந்தக் குப்பையிலே சில உயர்வகையானவையென்றாலும் அவையும் குப்பைதான்"

எழுத்துப்பற்றி ஹெர்மன் ஹெஸ் சொன்னதை நினைவு கூர்ந்து கொள்கிறார்:

"நம்மை எழுத வைப்பதெல்லாம் நம்வீட்டை பற்றிய ஞாபகம்தான்"

இழந்து போனதும் மறந்து போனதுமான ஒன்றை நினைவில் மீட்டிப் பார்க்கும் காரியமே எழுத்தாகிறது. அப்படி மீட்டிப் பார்க்கும்போது அவ்வளவையும் அப்படியே எழுதி விடலாகாது என்னும் எச்சரிக்கை குறிப்பையும் முன் வைக்கிறார் நகுலன்.

"எழுத்து விஷயத்தில் அர்த்தம் பூஜ்யமாவதில் தான் அர்த்தம் உருவாகிறது என்று : இது எழுத்தின் ஒவ்வொரு அம்சத்திற்கும் பொருந்தும் – வார்த்தை, வார்த்தைச் சேர்க்கை, அந்தச் – சேர்க்கைகளின் முழுரூபம் – ஒன்றிலும் நாம் கண்டு–பழகி – களைத்துப்போன உருவங்களைப் பார்க்க கூடாது. நிறைய – நிறைய எழுதி, எழுதி, எழுதவேண்டுவதை எழுதாமல் விட்டுவிடவேண்டும்"

தென்படுவதை வைத்து தோற்றதைக் கண்டு மனப்பதிவுகளின் அடிப்படையில் எழுதுகிறோம். பேசுகிறோம்.

வார்த்தைக் கூட்டங்கள் என்னும் குறிகள் மூலம் அர்த்தத்தை தொடர்பு படுத்த விழைகிறோம். கேட்பவன்/வாசகன் தன் பார்வைக்கேற்ப ஒன்றை பெற்றுக்கொள்கிறான்.

இந்நிகழ்வில் தோற்றம் ஒன்றாயும் அதன் பின்னுள்ள நிஜம் வேறொன்றாயும் இருக்கலாம். தோற்றத்தை வைத்து உண்டான மனப்பதிவுகள் ஒன்றாகவும், அவற்றை வார்த்தைகளில் இறக்கும்போது இன்னொன்றாகவும் மாறிடலாம். சொல்வதும் எழுதுவதும் ஒன்றாயிருக்க புரிந்து கொள்வதும் வாசிப்பதும் வேறானதாகலாம்.

“தெரிஞ்சவனைப்பத்தி தெரியாதவற்றை, தெரியதவர்களைப் பற்றி தெரிஞ்சதைப்பற்றி, ஆள் இல்லாமல் பேர் இல்லாமல் தன்மைகளை மாத்திரம், தகவல்கள் இல்லாமல், தகவல்களைக் கொடுத்து தன்மைகளைக் காட்டாமல், எப்படியும் எப்படியாவது சுற்றி வளைத்துச் சொல்ல வந்ததைச் சொல்லித்தான் ஆகவேண்டும் என்று ஒரு உத்வேகம்”

தன்னிலிருந்து தன்னை விடுவித்துக்கொள்ளவே எழுத்து சாதனமாகிறது என்று உணர்ந்து கொள்ளும் நகுலன், எழுத்தின் சாத்தியப்பாடுகளாக அறிவது:

“எழுத்து எங்கெல்லாம் நம்மை அழைத்துச் செல்கிறது. தட்டின கதவுகளெல்லாம் திறக்கும் போலும். ஊசி வழி நூல் செல்லும் என்பதுபோல மனம் வழி எழுத்துச் செல்லும் போலும். மனம் ஆசை வழி செல்லும் போலும். ஆசையால் அறையலுற்றேன் என்றான் கம்பன். சொன்னால்தான் சத்தியம் வெளிப்படும்; சாத்யங்கள் சிவசத்யங்கள் ஆகும். அன்றிருப்பதை இன்றும் காண்கையில் காலமே காலாதீதமாகி விடுகிறது”

“இவர்கள்” நாவலில் கதை சொல்லி தன்னுடன் தானே பேசுவதாக, உரையாடிக்கொள்வதாக பின்னொரு கட்டத்தின் தனி மொழியுரைப்பதாக அமைகின்றது.

முன்னிறுத்திப் பேச நவீனனும், இகர முதல்வியும் பேனாவும் இருக்கவே செய்கின்றனர்.

எழுத்துக்கும் பேச்சுக்கும் இடைவெளி இருக்கலாகாது என்ற அக்கறையுடன் தொடங்குகிறது இந்நாவல். இந்த அக்கறை எழுத்துடனான உரையாடலாகவும் போய்விகிறது. ஒருபுறம் பேனா எழுதிக்கொண்டே போகிறது. பிரக்ஞை நிலையிலுள்ள மனம், அதனைத் தாண்டிய அடிமனம் என மனம் பேதப்படுவதற்கு முன்னிருந்த ஆதிமனத்திலிருந்தே நகுலனின் பேச்சு/ எழுத்து தொடங்கிவிடுகிறது. பெக்கெட்டைப் போல, ஜாய்ஸைப் போல. அப்போது மொழியில் நூதனங்கள் கிடைக்கின்றன. அரட்டை, வெளிப்பாடு என்னும் ரூபங்களில் எழுத்து நுங்கும் நுரையுமாகப் பாய்ச்சல் கொள்கிறது.

கதை சொல்லிக்கு உகப்பான ராமனாதனையும் (கநாசு) நல்ல சிவன் பிள்ளையையும் (மௌனி) சுற்றிச் சுற்றி வருகிறது பேச்சு. அங்கங்கே பசுவய்யா தலையிலும் தருமு தலையிலும் குட்டிவிட்டுப் போகிறது.

பிடித்தவர்களை வேறு பெயர்களில் இடம்பெறச் செய்யும் நகுலன், பிடிக்காதவர்களை அவர்தம் புனைப்பெயர்களிலே தந்து விடுவது சுவராஸ்யமானது.

“...இந்த ஒத்தரை ஒருத்தர் காக்கற விஷயம், இந்த ஒத்தர் ஒத்தரோட பேசற விஷயம் – இதில் எல்லாமே அடிலெ ஒடறது என்னன்னா நமக்கு நம்மோடேயே பேச முடியாதங்கறதுதான் – என் உள்ளே இருக்கிறது வெளிலே வர்றதுக்கும் உன் உள்ளே இருக்கிறது வெளிலே வர்றதுக்கும் நாம்ப ஒத்தரை ஒத்தர் பாக்கர மாதிரியும், பேசறமாதிரியும், உள்ள பாவனையிலெ இறங்கவேண்டியிருக்கே...”

பேசுவதுபோலவே எழுதினால்தான் சிந்தனைப் போக்கை அப்படியே தருவதாக அமையும் என்று எண்ணுகின்ற நகுலன் தன் எழுத்தின் பெரும்பகுதியை அப்படியே எழுதிப்பார்த்திருக்கிறார். இதுதான் எழுத்தில் அவரது விசுவாசத்தையும் தீவிரத்தையும் அறிந்து கொள்ள உதவுவது. இந்தப் பேச்சு தனிமொழியில் உச்சத்தை அடையும்போது அடிமனத்தின் எழுத்தாகி விடும். அதனைத்தாண்டிய பயணம் கவிதை உலகிற்குள் கொண்டு சேர்க்கும். அங்கே தாயுமானவர், பத்திரகிரியார், திருமூலர் வழிவந்த தமிழ் வளங்காட்டும் தன்னை அந்நியனாக, அநாமதேயமாக, பறையனாக உணர்ந்து கொள்ளும். சுசீலாவைத் தேடும், பரவசத்தைப்பாடும். மலர்களோடும் நட்சத்திரங் களோடும் குழந்தைகளோடும் விருட்சங்களோடும் கிளிகளோடும் உரையாடும், ஒன்றிப்போகும்.

எல்லாவற்றினின்றும் விலகி வேறுபட்டு சோதியில் ஒன்றிவிடப் புறப்பட்ட பயணம் திசைமாறி அலைந்து திரிந்து புறப்பட்ட புள்ளிக்கு வந்து சேரும். இப்போது அந்த ஜீவி அந்நியமானதல்ல, அநாமதேயமல்ல. அது இந்தப் பிரகிருதியுடன் இணக்கம் காண்பது. இந்த உறவில் களிப்படைவது. ஏனெனில் அது உருமாற்றமடைந்துவிட்டது. அது ஒளியால் குதூகலத்தால் பாடலால் ஆன ஜீவியாகும்.

தத்துவ ஞானியும்,கலைஞனும் எப்படி வேறுபடுகின்றனர்? என்பதை ''ரோகிகள்'' நாவலில் ஓரிடத்தில் விவாதிக்கிறார்:

'தத்துவஞானி தன் அடிப்படை ஸ்தானத்திலிருந்து நகராமல் எல்லாவற்றையும் பாகுபாடு செய்கிறான்; கலைஞன் ஸ்தானத்தை மாற்றி விதவிதமாகப்பாகுபாடு செய்கிறான்'

'யாத்திரை' குறுநாவலில் அச்சுதன் என்னும் நாய்க்கும். நவீனனுக்குமிடையேயான உறவு அசாதாரணமாக இருக்கிறது.

நாய்களும் பூனைகளும் பறவைகளுமான உலகில் நகுலனின் கதை சொல்லிகளால் இயல்பாக இருக்கமாகமுடிகிறது: இணக்கம் கொள்ள முடிகிறது.

குழந்தைகள் அருகில் இருக்கையில் குதூகலப்படமுடிகிறது: கொண்டாடமுடிகிறது. ராமகிருஷ்ணர் மாதிரியான ஞானியரின் இருப்பு தரிசனம் தருவதாய் அமைகிறது: பல விஷயங்களைச் சொல்லாமல் சொல்லிவிடுகிறது.

''என் கவிதைகளை அப்பாவும் வாசித்தார். அவருக்குப் புரியாமலிருக்க வசமில்லை. ஆனால் அவர் இயற்கைக்கேற்ப அதை அவர் அசட்டை செய்தார். அம்மாவுடைய வியாதியே மருந்தாகும் என்று பேசாமலிருந்து விட்டாள்''

நவீனனுக்கும், தாய் – தந்தைக்குமிடையேயான உறவின் போக்கை இப்படிச் சுட்டிக்காட்டுவார். எழுத்தில் நிறை வேற்றவேண்டியது எது என்ற பிரச்சனையை அவர் அலசுவார்.

''... என்னையும் உன்னையும்தாண்டி நிற்கும் அவனையும் ஏனென்றால் நாம் காணும் இவ்வுலகம் நான்–நீ–அவன் என்ற தொடரில்தானே இயங்குகிறது. வெற்றிகரமாக உருவங்கண்டு உருவாக்குவதில் ஒரு கலைஞன் தன் மகத்தான வெற்றியைக் காண்கிறான். இதனால்தான் இன்று தமிழில் எழுதிப் பிரசித்த பெற்ற சில ஆசிரியர்களின் உலகுகூட வீட்டுச் சுவர்களில் அடைபட்டு வாழும் பிரகிருதி பூதாகிருத ஆகிருதிகளாக ஒரு தவிர்க்க முடியாத சக்தியாக வளர்ந்து விட்ட தோற்றமாகக் காட்சி அளிக்கிறது''

நவீனனுக்கும் அவனது தந்தைக்குமான உறவின் விவரிப்பே "யாத்திரை" என்று கூறலாம். ஒருவகையில் இது காஃப்காவின் "தந்தைக்கு கடிதம்" போன்றது. "யாத்திரை" அடிப்படை இதுவாயிருந்தாலும், இதில் பெரும்பகுதி நாய்களைப் பற்றின சம்பவங்களும் மனப்பதிவுகளும் இடம்பெற்றுவிடும் – இதில் நுட்பமான சித்தரிப்புகளுடன் கூடவே வேடிக்கையான விளையாட்டுகளும் சேர்ந்து கொள்ளும். லிஸ்ஸி, ஜிம்மி, வால்டர், அச்சுதன், ஸாம் என்று அய்ந்து நாய்கள் இடம்பிடித்துக்கொகின்றன. "நாய்கள்" என்ற பெயரிலேயே ஒரு நாவல் இருக்க, இதிலும் நாய்கள் ஆக்கிரமித்துக் கொள்வது நூதனமானது.

"அவன் (நவீனன்) வாழ்க்கையில் ஒரு ஐந்து நாய்கள் குறுக்கிட்டன. குறைந்தது ஒரு ஐம்பது மனிதர்களாவது இதே முறையில் அவனுடன் தொடர்பு பெற்றிருந்தனர். இதே ரீதியில் ஒரு 10 பெண்கள்தான் அவன் நினைவிற்கு வந்தனர்."

ரோகிகளைக்கூட நகுலன் நாவல் என்றே குறிப்பிடுவதால் "யாத்திரை"மட்டுமே குறுநாவல் என்று சொல்லக்கூடியதாக அமையும்.

தமிழ்அமிழ்தம்/சன–மார்ச் 2001.

19. நகுலன் சிறுகதைகள்

அன்பின் அர்த்தத்தையும் அர்த்தமின்மையினையும் உணர்த்தும் தாகூரின் 'போஸ்ட் மாஸ்டர் கதையைப் பற்றிய பிரஸ்தாபத்துடன், அதே தலைப்பில் ஒரு சிறுகதை தொடங்குகிறது.

'காக்கை, குருவி எங்கள் ஜாதி' என்னும் பாரதியின் வரியைத் தலைப்பாக கொண்டு இன்னொரு கதை அமைகிறது.

புதுமைப்பித்தனது சிறுகதையின் தலைப்பாகவும் இந்தியத் தத்துவமரபில் அத்வைதத்தை உணர்த்தும் வாசகமான 'கயிற்றரவு' என்பதை தலைப்பாக கொண்டுள்ளது வேறொரு கதை.

தாகூரும், பாரதியும், புதுமைப்பித்தனும் மரபில் வேரூன்றி நின்று புதிய உலகங்களைக் காணப்புறப்பட்டவர்கள். மரபின் மறுபரிசீலனை களை அவர்களிடம் காணலாம்.

நகுலனிடம் மரபு பற்றிய மறுபரிசீலனை இல்லை.

ராமகிருஷ்ணரிடமும் ரமணரிடமும் கிருஷ்ணமூர்த்தியினிடமும் மரியாதை கொண்டிருக்கும் நகுலன் 'சிறியன சிந்தியாது' உன்னதமாய் திகழ்ந்தவர்கள் என்று இவர்களை அடிக்கடி குறிப்பிடுவார்.

அவரது 'ஒருநாள்' ராமகிருஷ்ணரை மையமாக வைத்தே எழுதப்பட்டது. அவரது ஆசிரமத்திற்கு மூன்று வருடங்களாக வந்து போகும் கடைக்கார குமாஸ்தாவான தோதாபுரி, ஆசிரமத்தில் பூஜா காரியங்களில் உதவிக் கொண்டிருக்கும் தன் மகன் நவீனனை இறந்து போன தன் மனைவி சொற்படி மேற்படிப்பு படிக்க வைத்து நல்ல பதவியில் அமர்த்தி முன்னேற்ற வேண்டும் என்று விரும்புகிறார். இதற்காக, ராய் மஹாசயர் என்ற செல்வந்தரைப் பார்க்க

ராமகிருஷ்ணருடன் போகிறார். மூன்று மணி நேரம் நிகழும் அச்சந்திப்பின் போது ராமகிருஷ்ணர் தியானத்தில் ஆழ்ந்திருப்பவராகவே தோன்றுகிறார்.

படித்து என்ன பயன்? நான் படித்தா முன்னேறினேன்? ராமகிருஷ்ணர் படித்தா ஞானியானார்? கல்கத்தாவில் இருக்கும் தாசி ரோஜாமணியின் காரியங்களை கவனிக்க நவீனன் இருக்கட்டும் என்றவாறு ராய் மஹாசயர் கூறிவிடுகிறார்..

மறுநாள் தட்சிணேசுவரத்தின் காளி கோயில் பூசாரியாக நவீனன் மாறியிருக்கிறான்.

இக்கதையில் மிகவும் அழகான இடம், ராமகிருஷ்ணரின் எதிர்வினை:

“... இந்த மூன்று வருஷங்களில் நீ என்னிடம் கற்றுக் கொண்டதைவிட, மஹாசயர் உனக்கு மூன்று கற்றுக் கொள்ளத் தவறியதை, ராய் மூன்று மணி நேரத்தில் கற்றுக் கொடுத்திருப்பார். நாம் இருவரும் அவரை வணங்குவோம். இப்பொழுது நான் உன்னுடன் வந்ததின் தாத்பரியம் உனக்குப் புரிந்திருக்கும்.”

இக்கதையில் வரும் சிறுவன் பாத்திரத்தின் பெயரான ’நவீனன்’ என்பது பின்னர் நகுலனின் இன்னொரு அகத்தை சுட்டும் பெயராக அமைகிறது.

‘தங்கக்குடம்’ என்னும் கதை படர்க்கையில் ஆசிரியரின் கதை சொல்லலில் ரமணியைப்பற்றியும் அவனது தாயைப்பற்றியும் ஆரம்பிக்கிறது. பின்னர் அக்கதையில், ரமணியே சொல்லத் தொடங்கிவிடுகின்றான். தன்னைப் பற்றிய குடும்பத்தைப்பற்றிய சுற்றியுள்ள உலகத்தைப்பற்றிய எண்ண ஓட்டம் இப்படிப் போகின்றது:

“எனக்கு வேறு ஒருவரையும் தெரியாவிட்டாலும் என் தங்கையைத் தெரியும். அப்படித் தான் நேற்றுவரையில் நினைத்துக் கொண்டிருந்தேன். போனவாரம் என்றுதான் சொல்லவேண்டும் போல் தோன்றுகிறது அவளுக்குப் பலரறிய மணம் நடந்தது. அடுத்தவாரம் அவள் வருகிறாள், முதல் பிரசவத்திற்கு!

நேற்று, போனவாரம், அடுத்த வாரம் என்பதெல்லாம் கடந்த வருஷத்தில் நடந்தது தான். ஆனால் நினைவு என்னும் நதியில் நாம் முக்குளி இடுகையில் இன்றும் நாளையும் அகல, நேற்றும் சென்று கடந்த, மடிந்து மாய்ந்து மறையாத நாட்களும், வாரங்களும், மாதங்களும், வருஷங்களும் தானே மணமான பெண்களைப் பேலப் பூரண எழிலுடன் நம் முன் வந்து நிற்கின்றன. யாரைப் பற்றி எழுதுகின்றேன்? கடந்துபோன நாட்களைப்பற்றியா? தங்கையைப் பற்றியா? அல்லது மாலதியைப்பற்றியா? அல்லது என்னைப்பற்றியே தானா?

“இவைகள் எல்லாவற்றையும் பற்றிதான். ஆனால் குறிப்பாக, சூட்சுமமாக நான் எழுதுவதெல்லாம் என்னைப்பற்றித்தான்.”

பூனைகளைப்பற்றி நாய்களைப்பற்றி நுட்பமாகப்பேசும் நகுலன் பறவைகளைபற்றி பேசும்போது குழந்தையின் மனநிலையில் பாடல்களைக் கட்டுகிறார். அவ்வாறு கட்டுவது எதற்கு? அப்பாடல் களுக்குள் சுசீலாவைக்வெளியிட முடியாத நிலையில் தத்தளிக்கின்றன’ ‘அனுபவத்தின் பிரத்தியட்ச நிலையிலிருந்து தப்பத்தான் மனிதன் தான் தோன்றிய காலந்தொட்டுத் தீர்த்த யாத்திரை செய்கிறான்.’

‘...இத்தகைய அர்த்தகர்ப்பமான கட்டங்களில் வார்த்தைகள் தலைகுனிகின்றன. வாக்கியங்கள் பின்னமடைகின்றன.’

‘வாக்கியம் என்பதற்கே சொல் தமிழில் இல்லையென்றால், தமிழில் பல பிரத்தியட்சங்கள் தென்படுகின்றன என்பதுதான் என் அனுமானம்.’

‘தத்துவ ஞானிகள் ஒன்றுக்கும் விடை சொல்வதில்லை.’

‘சிப்பி’ கதையில் தந்தை ஹிப்பி என்று சொல்வதை குழந்தை சிப்பி என்று கருதி சிப்பியைப் பற்றி விவரிக்கின்றது. இந்த இடத்தில் கதை அடுத்த தளத்துக்குப் போய்விடுகிறது.

“இந்திரா அவனைப் பார்த்தாள். அவன் என்ன சொல்வான்? அவளைப் பார்க்கும் ஒவ்வொரு கணமும் அவன் ஒரு சிப்பியாகப் பரிமாணம் அடைகிறான் என்றால் அவள் என்ன சொல்வாள்.”

“திரை தள்ளும் சாகரத்தில் சிப்பியாகப் புரண்டு முத்துப் பெறுவதற்கு அது சகிக்கும் வேதனை.” உலகியல் தளத்தில் நிகழ்கின்ற நடவடிக்கையிலேயே அதனைத் தாண்டிய விகசிப்புகள் கிடைத்து விடுகின்றன.

“அநாமதேயமாக இருப்பதில் பல சௌகரியங்கள் இருக்கின்றன” என்று ‘ஆட்டோ’ சிறுகதையின் ஆரம்பத்தில் தொடங்கும் நகுலன், ஆட்டோ டிரைவர் தன் எதிரில் அம்மாவின் படத்தை ஒட்டி வைத்திருப்பதும் நியாயமான கூலி பெற்றுக்கொள்வதும் ஆச்சரியம் அளிக்கவே, மனிதர்கள் ஆட்டோக்களாக மாறிக் கொண்டிருக்கும் நிலையில், ஆத்மா உள்ள ஒரு ஆட்டோவைக் கண்டது அவனுக்கு ஒரு மன நிறைவைக் கொடுத்தது என்று குறிப்பிடுவார். கூடவே போர்ஹேயின் வரி ஒன்றை ஞாபகப்படுத்திக் கொள்வார்: ‘ஒரே பக்கம் உள்ள நாணயம் ஒரு இடத்திலும் இல்லை.’

“பேசுவதை விடக் கேட்பது, தன்னுள் இருப்பதை விட வெளியில் வந்து நிற்பது, உலகத்தையும் தெரிந்து கொள்ள வேண்டிய நிர்ப்பந்தம், தனியாக இருந்தாலும் ஏதோ ஒன்று வந்து தன்னை இணைக்கிறது அது?”

என்று விசாரம் நிகழ்கின்ற “நிலக்கடலையும் பீடித்துண்டுகளும்”, சிறுகதையில் கிழவன் ஒருவன் தற்கொலை செய்து கொண்ட விபரீதம் இடம் பெறுகின்றது. அவன் இறந்து கிடந்த இடத்தில் பீடிகளும் நிலக்கடலை தோல்களும்

நகுலனின் கவிதைகள்

சிறுகதைகளையும் நாவல்களையும் எழுதும்போது தேகத்துடனான ஜீவி என்ற நிலையிலேயே எழுதவேண்டிய நிர்ப்பந்தம். தேகம் என்றால் நிழல் பரப்பும். நிழல் கவிதையில், பின்தொடர்கையில் ஜீவி முற்றிலும் தனித்திருக்க முடிவதில்லை. அறுதியாயும் இறுதியாயும் தனிமைப் பட்டாலொழிய நித்திய சொரூபியை தரிசிக்க முடியாது. அதற்கு கவிதைகளே காரணமாகும். அப்போது அடர்கருப்பில் பதுங்கியிருக்கும் நித்திய சாபத்தையும் தழுவிக்கொள்ள நேரலாம்.

அச்சத்தை ஊட்டுவதான இத் தனிமைப் பயணத்தில் தன் பெயரையும் மறந்து போய்விடலாம். தேகத்தை கோட்ஸ்டாண்டில் நிரந்தரமாக தொங்கவிட்டுப் போய்விடலாம். என்றாலும் பூர்வ வாசனை முற்றிலும் சற்று ஒட்டியிருப்பதால், மீண்டும் நிழலைத் தேடும் சபலம் வாய்க்கும். அது ஒரு சில சந்தர்ப்பங்களே. தீவிரப்பயணம் நிகழ்ந்து கொண்டேயிருக்கும். இங்கே இலக்கை விட பயணம் பிரதானமானது. கவனம் குவிக்கத்தக்கது, லயிக்கத்தக்கது. கனவுகளில் கரையலாம். தீக்கனவுகளில் அலைப்புறலாம். இருந்தாலும் என்ன? சதா ஓயாது ஒழியாது அலைகளை வாரிஇறைத்துக் கடலோரமாய் நிற்கக் கொடுத்துவைத்தால் போதும். இருண்ட அலைகள்மோதி மோதி வெண்நுரைத்துகள்களாய் சிதறி கரைந்து இல்லாது போகும். கடற்காகங்கள் அங்கங்கே சப்திக்கும். தொலைவில் கட்டுமரங்கள் அசைந்தாடி வருவது தெரியும். வெண் நுரைகள் கரையோர மணலில் படிந்து சித்திரம் வரைந்துவிடும். அங்கங்கே கிளிஞ்சல்கள் கிடக்கும். இவற்றில் ஆழ்ந்திருக்கையில் கனவாய் எழும் நிலவு.

பயணம் நிகழாத தருணங்களில், வீட்டிலிருக்கையில் நிகழ்வது தீக்கனவும் மிகை யதார்த்த படிமமும் ஒன்று கலந்திட்ட அனுபவம்:

...அருகில்
தரையில்
ஒரு பாம்பு
சுருண்டு கிடக்கிறது
காலம் கண்ணாடியாகக் கரைகிறது
ஒரு நதியாக ஒரு ஜலப்ரளயமாகச்
சுழித்துச் செல்லுகிறது
விரைந்த கண்களுடன்

பாரசீகத்து சூஃபிக் கவிஞர் ஒருவர் இன்னொரு வகையில் இச் சொல்லாடலைத் தருகிறார்;

'பிரியமானவளின் இடத்துக்கு வந்து கதவு மூடியிருக்கக் கண்டேன்; கதவை நான் தட்டவும் 'யாரது?' என்னும் குரல் உள்ளிருந்து கேட்டது. 'நான், என்றேன். கதவு திறக்கவில்லை. இரண்டாவது முறை

அங்கு வந்து கதவைத்தட்டிய போது 'யாரது' என்னும் குரல் உள்ளிருந்து வந்தது. 'நான் இன்னார்' என்றேன். கதவு திறக்கவில்லை. மூன்றாவது முறையாக அங்கு வந்து தட்டியபோது 'யாரது?' என்ற அதே குரல் கேட்டது. 'என் அன்பே நான் நீ தான்' என்றேன். கதவு திறந்தது.

"எறும்பும்
கழுகும்
எனது இலைகளும்
பறவைகளுமாக
நான்
கனவு காண்பேன்
விறகு வெட்டி!
என் நிழலை வெட்டு;
எனக்கு
நானே ஒரு மலடியாகப் போகும்
நிலைமையைப் பார்த்துக் கொண்டிருக்கும்
அவஸ்தையிலிருந்து
என்னை விடுவி"

வாத்ஸஸ்யமிக்கதாய், சித்தம் பேதலித்த தந்தை, பாசமிகு தங்கையர், தம்பி, தம்பி பிள்ளைகள் என்னும் நெகிழ்ச்சி தரும் பந்தங்களிலிருந்து விலகி,

உலக நடவடிக்கைகளிலிருந்து தன்னைக் கத்தரித்துக்கொண்டு,

அடிமன ஆழங்களுக்குள் யாத்திரை போவது எளிதான காரியமல்ல. தீக்கனவுகளைத் தாண்டிப் போனால் படைப்பியக்கமற்ற ரூபியாக சிருஷ்டிக்க இயலாததாக ஆகி விட்ட அவலம். இதற்கா இந்த யாத்திரை, இந்த அவஸ்தை.

தரிசனம் வேண்டி, தரிசனம் கிடைத்ததும் அகத்தின் விகசிப்பில் மாந்தரையும் பிரகிருதியையும் ஒரேசேர வாரி எடுத்துக் கொள்ள வேண்டும், ஒளி வெள்ளம் பாய்ச்ச வேண்டும், குழந்தைகளுக்கும் விருட்சங்களுக்கும், நட்சத்திரங்களுக்குமான ஓர் புவிப்பரப்பை நிர்மாணிக்க வேண்டும் என்பதல்லவா வேட்கை நோக்கம்.

"ராத்திரியில்
ஒவ்வொரு நட்சத்திரமும்
என்னை பிரசவிக்கிறது"
என்று கண்டு கொள்ளும்

"I will gather
the thorns
you can
take the Rose"

தான் முட்களை எடுத்துக் கொண்டு, அவனை/ அவளை மலரினை எடுத்துக்கொள்ளுமாறு எப்படி அனுமதிக்கமுடிகின்றது?

மலர் வேண்டும் என்று தானே புறப்பட்டது! முட்களுடன் நின்றுவிட்டால் என்னாவது? முட்களாவது கிடைத்ததே என்னும் ஆசுவாசமா? மலர் கிடைக்காது போனால் என்னாவது என்னும் பீதியா? முள்தானே மலராகும் என்ற நம்பிக்கையா? முள்வேறு மலர்வேறு என்ற பேதமற்ற உணர்வா?

'பிறப்பினை விட்டுச் சென்றால் எதிர்நோக்க வேண்டியது சாவினைத்தானே' என்னும் போதமா? 'ஜமாய்க்காவுக்கு கிளம்பினேன், அண்டார்டிகா வந்தடைந்தேன், என்பது பரிகாசமா முரண்சுவையா?

"One said:
The cat has its claws
The rat has its teeth
Even the bird has its beak
What have you?
The other said:
Flesh wedded to the mind
subject to the school of suffering and survival"

பூனையின் நகங்கள், எலியின் பற்கள், பறவையின் அலகு போல, இருத்தலுக்கும் அவஸ்தைக்கும் கட்டுப்பட்ட நிலையில் மனத்துடன் பிணைக்கப்பட்டுள்ள தசைக்கோளம் இருப்பதை எப்படிக்கொள்வது? இது வரமா சாபமா?

தொகுப்பிலுள்ள பதினைந்தாம் இலக்கமிடப்பட்ட கவிதையில், வீட்டுக்குள் ஒரு பறவை வந்து அங்குமிங்குமாக திரிகையில் வீடு வாசல் சாளரம் அறைகள் எல்லாம் இல்லாதுபோய் கவிந்த வானின் கீழேயான காற்று மட்டுமே காணக் கிடைக்கிறது.

“கவிதை உட்செவியில் எப்பொழுதும் ரீங்காரமிட்டுக் கொண்டிருக்க வேண்டும்” என்று கருதும் நகுலனின் கவிதைகள் பிரக்ஞைப் பரப்பில் உண்டு பண்ணும் சலனங்கள் பதிவுகள் அனந்தம்.

வினாக்களுக்கு விடை தேட முனைகின்றார். ஏற்கனவே உள்ள வினாக்கள் போதாதென்று புதிதாய் வினாக்கள் எழ வைக்கிறார். புதிர்கள் விடுபடவில்லை. மர்மம் போகவில்லை. மாயம் அவிழவில்லை. வினாக்கள்பெருகுகின்றன.

உறவுகளிலிருந்து விலகி நிற்க முயன்று, பற்றற்று

நகுலனின் பிறபடைப்புகள்

இராமயணத்தை நகுலன் மறுவாசிப்பு செய்யும் போது எதிரும் புதிருமான விஷயங்களை பரிசீலிக்கிறார். சாதகம் புரிவது, யோகத்தில் ஆழ்வது, தன்னை அறிவது என்பதான வேதியர் போக்குக்கு மாறான, வேறான வழிமுறைகளைக் கண்டு அதிசயிக்கிறார். ஒருவர் கதைக்கு எதிர்கதை போடப்படுவதைப் பார்த்து பரவசப்படுகிறார். சபரியையும் கும்பகர்ணனையும், இராவணனையும், விராதனையும், குகனையும் பேசவைத்துக் கேட்கிறார்.

சதா நகுலனும் நவீனனும் பேசிக் கொண்டிருந்தது நிறுத்தப்பட்டு, வேறு குரல்கள் ஒலிக்கப்படுகின்றன. வேறு அணுகுமுறையில் புரிதல் உண்டாகிறது.

“அடிப்படையில் நான் ஒரு அரக்கன். நிழல்கள் எனக்குத் தேவையில்லை. ஸ்தூலத்தைச் சூச்சுமமாக்கும் வித்தையை நாங்கள் வெறுக்கிறோம். ரத்தமும் சதையுமாகத்தான் நாங்கள் இந்த உலகைத் தர்சிக்கிறோம் ஸ்பர்சிக்கிறோம் சுவைக்கிறோம், உணர்கிறோம். தலைவிரித்துக் கொண்டு நிற்கும் மரங்கள், சிறகிரண்டையும் விரித்துக் கொண்டு அந்தரத்தில்அம்மணமாகப் பறக்கும் பறவைகள், நிலத்தை

ஈரம்பண்ணிக் கொண்டு ஒடும் நதிகள் இவைகளெல்லாம் எங்கள் தீராத தாகத்தைத்தூண்டிவிடுகிறது''.

என்று வீடணனிடம் பேசும் கும்பகர்ணன், ''சீதையைக் கண்டு மோகமுற அண்ணன் மிகவும் புண்யம் செய்திருக்க வேண்டும்!''

என்றுகூட அதிர்ச்சி தரும் வகையில் குறிப்பிடுவான். எல்லாம் மாயை என்று ஒதுக்குவதற்கு, புறக்கணிப்பதற்கு மாற்றாக இந்நிலைப்பாட்டை முன் வைக்கிறான் நகுலனின் கும்பகர்ணன்.

மதங்கரும் சீடரும் வேதங்கள் கற்று யோகங்கள் பயின்று தவங்கள் இயற்றியும் இராமனைத் தரிசிக்கும் முன்பே மடிந்து போக நேர்கிறது. அவர்களுடனிருந்து சபரி என்னும் வேட்டுவப் பெண்ணை இராமன் தேடி வந்து தரிசனம் தருகின்றான். கற்றறிந்த யோகியர் தேடிச் சென்றும் தரிசனம் கிடைக்காது நடைப்பிணமாக தவிக்கையில், சபரியைத்தேடிவருகிறான் இராமன்.

மதங்கர் வேதம் ஒதியதையும் புலன்கள் மயங்கிய நிலையில் நூலெழுதியதையும் யோக நிலையில் அரூபமானதையும் பார்த்த அளவில்தன் மனத்தை

"நிச்சலனம்,
ஒமகுண்டம்,
புண்யதீர்த்தம்"

ஆக்கிக் கொண்டதுதான் சபரியின் மாட்சிமை.

"தான் தனியாகத்
தன் மயமாக"

இருக்கக் கற்றுக் கொண்டது தான் சபரியின் பக்குவம். சபரியின் நிலை மட்டுமல்ல, எழுதுவதும் அத்தகைய காரியம் தான் என்கிறார் நகுலன். ''எழுதுவது என்பதுகூட என்னுடன் இருப்பதற்கு நான் காத்திருப்பது என்பது தான் என்பதை நான் கண்டு கொண்டேன். நமது பிரக்ஞை இயல்பாகவே ஒரு அரைவட்டம்: அது முழு வட்டமாக ஆவதற்கு இந்தக் காத்திருத்தல் ஒரு தத்துவம்...''

சாபத்தால் அரக்கனாய்ப் பிறந்த விராதன், சீதையைக் கவர முற்படும் போது இராம, இலக்குவரால் வீழ்த்தப்படும் போது இப்படி உரைக்கின்றான்:

“சற்று முன்னர்
என்னை நானென்று அறிந்த நானும்
இவ்வமயம்
நானறிந்த நானும்
வேறொருவன் என்றுணர்வது ஏனோ?
ஐயனே!
யார் யாரென்று யாரறிவார்?
....என்னை நான் காண
நின்னுருவம் தேவை...?”

தன்னையே அழித்துக்கொள்வதில் ஆனந்தம் கொண்டு நிற்கையில் பிரம்மம் இடைவெளியில் நின்று பிரகாசிக்கிறது. இதனால் தான் இவரது அரக்கர்கள் ஸ்தானத்தைச் சூக்குமமயமாக்கும் வித்தையை எதிர்க்கிறார்கள். 'ரத்தமும் சதையுமாக இந்த உலகை நேசிப்பது இவர்களுக்கு இஷ்டம்'.

என்று ப.கிருஷ்ணசாமியும் அரக்கர்கள்பால் நகுலன் கொண்ட ஈடுபாட்டை விவரிப்பார்.

நகுலனின் எழுத்து ஒரு கருத்திழையை வளர்த்தெடுத்து உச்சத்திற்கு கொண்டுபோகும் வகையினது இல்லை. பாத்திரங்களை உருவாக்கி சம்பவங்கள் மூலம் நகர்த்திச் செல்வது இல்லை. கதை சொல்வதில்லை. கருத்தியல் சார்புகளை வாதப் பிரதிவாதம் செய்வதில்லை. ஒரு நிலைப்பாட்டை ஆதரித்து இன்னொன்றை மறுதலிப்பதில்லை. மையக்கருத்து ஒன்றைஇருவருமே தங்கள் உலகில் ஏகாதிபத்தியச் சக்கரவர்த்திகள்'' என்று நகுலனே சாட்சியம் அளிக்கிறார்.

‘‘நவீனன் டயரி’’யில் 3.10.73 நாளின் நாட்குறிப்பாகத் தருவதிலும் இதனைக் காணலாம்’’

“நேற்று அடியோடியுடன் இலக்கியத்தைப் பற்றிப் பேசினது. அவர் நான் கவிதை பற்றிச் சொன்னதை ஆமோதித்து விட்டு அவர் சொன்னது. ஆனால் ஒரு வரிமாத்திரம் கவிதை ஆகாது நான் ஒவ்வொரு கவிஞனும் தன்னைத்தான் எழுதுகிறான் என்றதும் இது மிகவும் சாதாரண விஷயம் (?) என்று சொல்லவிட்டு எலியட்டின் கடைசி “நான்கு கூறுகள்” என்ற கவிதையில் ல்ங்ழ்ள்ா்ய்ஹப் ய்ா்ற்ங் அதிகம் என்றும் சொல்லிவிட்டு ஒவ்வொரு நாற்காலி அல்லது மேஜையிலும் அதைச் செய்பவனது சொரூபம் இருக்கிறது என்றார்”.

தன்னைப்பற்றியது எழுத்து என்றுள்ள நகுலன் தன்னைப் பற்றி எழுதுவதில் அல்லது அறிதலில் மூன்று நிலைகள் இருப்பதை பரிமேலழகர் உரையிலிருந்து எடுத்துக்காட்டுவார்.

“ஒரு மனிதனின் மூன்று வகையான உறவுகளுக்கு ஆட்பட்டவன்... தன்னுடன், பிறருடன், இவைகளைத் தாண்டிய ஒரு அணுக முடியாத அதீத சக்தியுடன், இந்த மூன்று நிலைகளும் தனிப்பட இயங்குவதில்லை.” யதார்த்தமே பல அடுக்குகள் கொண்டுள்ளதாகத் தான் இருக்கிறது. இதனைச் சரிவர கணக்கில் எடுத்துக் கொள்ளாதது தான் யதார்த்தவாதம் சென்று தேய்ந்து இற்றதுக்கான முக்கிய காரணம். மேற்பரப்பில் நிகழ்வதை, பிறர் சொல்ல கேட்பதை அப்படியே நீர்த்துப்போன மொழியில் பதிவு செய்வதில், என்ன சாதிக்க முடியும்? மொழி எதிர்கொண்ட சவால் என்ன? எடுத்துரைத்தலில் கதையாடலில் கையாண்ட புதுமை என்ன? மறுபரிசீலனைக்கு உள்ளாக்கப்பட்டது எது? என்னும் கேள்விகளுக்கு விடை ஒன்றுமில்லை.

யதார்த்தம் என்பது தட்டையானதில்லை. இதனைச் சுட்டிக்காட்ட நமது மரபிலேயே ஒரு நிகழ்ச்சி இருக்கிறது.

பெரிய தர்க்கவியல்வாதியான வாசஸ்பதி மிஸ்ரா ஒரு நாள் மாலையில் யதார்த்தம் பற்றிய தனது கோட்பாட்டை ஆராய்ந்து கொண்டிருக்கிறார். அந்தி நெருங்கிவிட்டதை திடீரென அறிகின்றார். அடுத்த கணம் அறை இருட்டிவிருகிறது. அப்போது அங்கு விளக்கு ஒன்று ஏற்றப்படுகிறது. ஒரு தட்டில் உணவு எடுத்து வைக்கப்படுகிறது.

யாரோ ஒருவரின் இருப்பையும் உணர முடிகிறது. பனை ஒலைச்சுவடிகளிலிருந்து நிமிர்ந்து பார்க்கும் மிஸ்ரா அழகான ஒரு யுவதி தன் முன் நிற்பதைக் அடைவதற்கான சாதனம். அது சுசீலாவைச் சென்று சேர்ந்ததா? இக்கேள்விக்கு இடமில்லை சுசீலாவே வார்த்தையாயிருக்கும் போது.

"...என்றாலும் உன் உருவம் என்னை வசீகரிக்கிறது; உன் புன்னகை ஒரு புதிர்; உன்னைப்பற்றி படரும் தருணம் தான் வார்த்தை பிறக்கிறது.; நீ என்ன சொன்னாலும் வார்த்தைதான் இவ்வையத்தைக் காத்து நிற்கும். உன் தொடர்பு கைப்பைத்தான் சுரக்கிறது; ஆனால் அதன் அடிப்படையில் மாதுர்யம் உன்னைப் புரிந்து கொண்டு தான், உன்னுருவம் என்னுள் உருத்தெரியாமல் உருவாகும்பொழுதுதான் வார்த்தை பிறக்கிறது"

என்னும் நகுலனின் சொல்லாடல் இத்தளத்தில் நிகழ்வது. இதன் தொடர்ச்சியாய்,

"உன்போல்
தன்னைக்கண்டு
தன்மை மறந்தவர்
இங்கு நின்னைத்தவிர
வேறு யார்?"

என்று கேட்பது.

ஆதாரங்கள்

1. நகுலன் கதைகள், காவ்யா –பெங்களூர் 1998.
2. நாய்கள் டி.கே. துரைசாமி திருவனந்தபுரம். 1994.
3. நிழல்கள் தமிழ்ப்புத்தகாலயம் –சென்னை. 1965
4. நவீனன் டயரி,இலக்கியச் சங்கம், சென்னை. 1978.
5. வாக்குமூலம் –முன்றில், சென்னை. 1992.
6. நினைவுப்பாதை.

7. இவர்கள் –நர்மதா, சென்னை. 1983.
8. கோட் ஸ்டாண்ட் கவிதைகள் –ழ வெளியீடு. 1981.
9. சுருதி தாரணி பதிப்பகம். கள்ளக்குறிச்சி. 1987.
10. மூன்று கவிதைகள் –டி.கே. துரைசாமி, திருவனந்தபுரம். 1979.
11. ஐந்து கவிதைகள், டி.கே. துரைசாமி – திருவனந்தபுரம். 1987.
12. இருநீண்ட கவிதைகள் –விருட்சம், சென்னை. 1991.
13. மற்ற நூல்கள். Non - being/
14. வேளை வந்துற்ற போது – நகுலன் கட்டுரை,தீபம் கட்டுரைகள், தொகுப்பு – நா.பா. –கலைஞன் பதிப்பகம், சென்னை. 1985.
15. Times of India - Bangalore Edition 15.12.1999 & 2.1.99.
16. The Asian Age - 5.12.99.
17. திருவாய் மொழி –நம்பிள்ளை ஏட்டின் தமிழாக்கம், சென்னை பல்கலைக்கழகம்.
18. Selections from the complete works of Swamy Vivekanandar/ Advaida Dharma/ Calcutta. 1991.
19. The Ploughshares, vol.4 No:1. 1977.
20. Selected poetry and prose of William Blake/ The modern Library/Newyork, 1953.

20. நகுலன் : ஒரு தேவதை அருவி

"தம்மைப் பார்த்து சிரிக்கத் தெரியாதவர்களை
நம்ப வேண்டாம். தீவிரங்கொண்ட
கவிஞர்கள், நகைச்சுவையற்ற பேராசிரியர்கள்,
சீறியெழவும் சினங்கொள்ளவும்
மட்டுமே தெரிந்துள்ள தீர்க்க தரிசிக
ளெல்லாம் ஆபத்தானவர்கள்" - ராபர்ட் ஃப்ராஸ்ட்.

எழுத்தாளர்கள் இறந்துவிடும்போதுதான் தமிழ்நாட்டு வாசகர்களும் ஊடகங்களும் தம் அனுதாபத்தையும் அக்கறையினையும் தெரிவித்து மாய்ந்து போகின்றனர். இதுவரை நகுலன் பெயரை உச்சரிக்கக் கூடத் தயங்கியவர்கள் இப்போது,– அஞ்சலி செலுத்தும் வரிசையில் நிற்கின்றனர்.

இதற்கிடையே, மலையாளக் கவிஞர் அய்யப்பன் குறித்து கோழிக்கோடு பல்கலைக் கழகம் செய்துள்ள பங்களிப்பைப் பற்றி அறிய முடிகின்றது. "குழந்தைப்பருவத்திலிருந்து தனிமையுணர்வாலும் கைவிடப்பட்ட உணர்வாலும் அலைக்கழிக்கப்பட்டு வந்த அவர், அதே சூழலில் இறந்து போனார்" என்று அப்பல்கலைக்கழகத்தின் மலையாளத் துறை அக்கவிஞரைக் குறித்து குறிப்புத் தயாரித்து மாணவர்களுக்குக் கற்பிக்கின்றது. இவ்வளவுக்கும் உயிரோடுள்ள அய்யப்பனுக்கு நெருங்கிய நண்பர்கள் அப்பல்கலைக்கழகத்திலேயே உண்டு.

கவிஞன் உயிரோடு இருந்தால்தானே அவனைப் பற்றி அக்கறை காட்ட வேண்டும், அவனது கவிதைகளை வாசிக்க வேண்டும் என்பது போன்ற பிரச்சினைகளையெல்லாம் அவன் இறந்துபோனால், இறந்து போனவனாக ஆக்கிவிட்டால், சமூகத்திற்கு எந்தத் தொல்லையும் இல்லை.

இதனால்தான், உயிரோடுஇருக்கின்ற கவிஞனை இறந்து போனதாக அறிவிப்பதும், இறந்துவிட்ட நகுலன் போன்றவர்களுக்கு அஞ்சலி செலுத்த வரிசையில் நிற்பதும்....

தமிழ் ஆன்மிகச் சிந்தனை மரபினை நன்கறிந்திருந்த நகுலன், ஆங்கிலத்தில் நான்கு கவிதைத் தொகுதிகள் வெளியிட்டுள்ளார். தன் ஆங்கிலக் கவிதைகளை, கவிதைகளுக்கான குறிப்புகள் என்று குறிப்பிடுவார் நகுலன். மேற்கத்தைய சிந்தனைப் பரிச்சயத்துடன் தமிழ் ஆன்மிக மரபிலிலிருந்து தொடங்கும் நகுலனின் இக்கவிதைகள், பிரம்மாண்ட அருவியின் தெறிப்புகளாக – பாய்ச்சலாக வெளிப்பாடு கொள்கின்றன. பக்திமரபின் தொடர்ச்சியாக, சித்தர்கள் குரல்களின் எதிரொலியாக, சூஃபிகளின் சிலிர்ப்புகளாக உருக்கொள்கின்றன; புதிய குரலாக – எண்ணவோட்டமாக உருமாறவும் செய்கின்றன.

"சதையைப் பழிக்கிறேன்
என என்னிடம் கூறாதே
நீ பழிப்பதில்லை
சதை உனக்கு என்ன செய்கின்றதோ அதை
நீ பழிக்கின்றாய்
சதையெல்லாம் புற்களே
விட்மன் அறிவார்"

பெண் என்றால் தொலைவிலிருந்து காணப்படவேண்டும். அப்போதுதான் அழகு. அப்போதுதான் அற்புதம். ஸ்பரிசிக்கும் போது இவை போய்விடுகின்றன என்பதுதான் நகுலனின் நிலை. இங்கேதான் அவர் சுசீலா என்னும் கற்பிதப்பாத்திரத்தை காதலியாகவும், எழுத்துக்கான உத்வேக தேவதையாகவும் கருதுவதை எண்ணிப் பார்க்க வேண்டும். அத்துடன் கொல்லிப் பாவையின் நினைவு மீட்டலையும்.

"முத்தமிடு"

என்றாள்.

அது ஸர்ப்பத்தின் சீறல்.

நெருங்கும்போது ஆபத்தானது என்றும் எண்ணுவார். இன்னோரிடத்திலும் இதனை வற்புறுத்துகிறார்.

“என்னைத் தொடு”

என்றாள்.

“என் விரல்கள் எரிந்துபோகும்”

என்றேன்.

இன்னொரு கவிதை, ஆசிரியன்–வாசகன், காதலன் காதலி, குரு–சீடன், கடவுள் – பக்தன் ஆகியோருக்கிடையிலான உரையாடலாக எண்ணத்தக்கவையில் உள்ளது.

‘நான் முட்களை
எடுத்துக் கொள்வேன்
நீ ரோஜாவை
எடுத்துக் கொள்ளலாம்.’

ஒவ்வொருவரும் தனியே நடக்க வேண்டும். என்னால் இன்னும் கா ளரின் terrible northingness-னை உணர முடிகின்றது எனினும் அது என்னை மருட்டுவதில்லை – மரணம், பிறப்பு, வாழ்தல், மடிதல், கீர்த்தி மற்றும் சாம்பல் என்பவற்றின் பின்னே இருப்பது அதுதான். டைலனின் வரிகளுடன் ஆயாசமளிக்கும் இக்கதைக்குத் திரையிட விடுங்கள்:

‘Goodbye, good-luck, struck
the sun and the moon,
To the fisherman lost in the land.
He stands alone at the door of his house,
with his long-legged heart in his hand'.

சம்பவங்கள்– நிகழ்வுகள் நிறைந்த யதார்த்த வாழ்க்கை அபத்தமாகத் தோற்றமளிப்பதைக் கண்டு, பொறுமையை எதிர்கொள்ளும் நகுலனின் எழுத்து, உள்ளீடற்றதாகத் தொடங்கி, அவரின் ஆன்மிகச் சிந்தனைத் தெறிப்புகளையும் பகடியையும் சேர்த்து வளமாகி அடியாழங்காண முடியாத உலகத்திற்குள் பயணிக்கின்றது. அப்போது கொல்லிப்பாவை சிரிக்கின்றாள், நவீனன் நினைவுப்

பாதைக்குள் இறங்குகின்றான், சுசீலா வசீகரிக்கின்றாள், நாடோடி நகைத்துப் போகின்றான். விட்மனும் டைலன் தாமஸும் சாட்சியமாக நிற்கின்றனர்.

உலகின் மிக உயரமான அருவி வெனீஸுலாவில் உள்ளது. அந்நாட்டவர் அதனை Angel Falls என்கின்றனர். எளிதாக அடைய முடியாத சூழலில் பாறை முகடுகளிலிருந்து பாய்ந்து வரும் அது, புகை கவிழ்தலாய், பாலின் ஒழுக்காய், வசீகரக் கனவாய் இருக்கின்றது. நகுலனை நாம் தேவதை அருவி என்போம். கெக்கலிக் கொட்டிச் சிரிப்பதும், சிலிர்த்துச் சிதறுவதும், கொட்டி முழங்குவதும் தேவதை அருவி இல்லாமல் வேறென்ன?

ஆதாரங்கள்:

1. ஃப்ராஸ்டின் மேற்கோள்: On poets and others / ocatvio paz / Indus, 1992, New Delhi.

2. அய்யப்பன் மறைவுச் செய்தி: Deccan Chronicle, 13.06.07.

3. நகுலனின் கவிதைகள் Non-Being (May, 1986) தொகுப்பிலிருந்து கட்டுரையாளரால் தமிழாக்கம் செய்யப்பட்டவை.

4. Words for the Wind / T.K. Duraisamy / A writers Workshop GreenBird Book, Calcutta, 1973.

– புது எழுத்து – 16/2007

21. தமிழின் முதல் தலித் பெண் குரல்

பாமாவின் **கருக்கு** வெளிவந்து 25 ஆண்டுகள் ஆகியிருப்பதைக் கொண்டாடுவது தமிழுக்குப் பெருமைதான். மலையாளம், தெலுங்கு ஆகிய திராவிட மொழிகளிலும் ஆங்கிலம், பிரெஞ்சு, ஜெர்மனி என்னும் மேற்கத்தைய மொழிகளிலும் ஒலித்துக் கொண்டிருப்பது இத்தமிழ்க் குரல்.

அமெரிக்காவில் ஆப்ரோ அமெரிக்க எழுத்தும் மராத்தியில் தலீத் எழுத்தும் அது போலவே கன்னடத்தில் தலீத் எழுத்தும் ஒலிக்கத் தொடங்கியது சுயசரிதங்கள் வழியாகவே, அடிமைப்பட்டவனுக்கு அடையாளம் இல்லாதவனுக்கு மற்ற விஷயங்களைப் பேசுவதைவிடவும், தனது குமுறல்களையும் கொந்தளிப்புகளையும் பேசுவதுதான் முதன்மையானதாக அவசரமிக்கதாக இருக்கிறது. அதைப் பேசிவிட்டாலே மற்றவை தானாக விளங்கி விடும் என்பதைப் போல.

அதனையொட்டி தமிழில் வெளிப்பட்ட முதல் சுயசரிதமாக பாமாவின் கருக்கினைக் கொள்ளலாம். பாமாவின் எழுத்து வரலாறாகவும் சுயசரிதையாகவும் நாவலாகவும் அமைகிறது என மாற்கு குறிப்பிட்டாலும் அது சுயசரிதக்குறிப்புகளே. ஒரு பெண்ணின் சுயசரிதமாக அது அமைந்திருப்பது கூடுதல் சிறப்பும் கூட. தலீத் எழுத்துக்களில் பெண்களின் வெளிப்பாடு மிகவும் குறைவு என்பதால்.

தன் சுயசரிதத்தை **கருக்கென்று** அழைப்பதற்கு, பாமா சில விஷயங்களைக் கவனப்படுத்துகிறார். தனது இளமையில் விறகுக்காக பனங்கருக்கு சேகரித்து, அதனை வைத்து விளையாடுகையில் தோலைக் கீறிக் கொண்டது. புத்தகத்தின் கருவும் அதுவாயிருப்பது என.

“வாழ்க்கையின் பல நிலைகளில், பனங்கருக்குப் போல என்னை அறுத்து இரணமாக்கிய நிகழ்வுகள், என்னை அறியாமையில் ஆழ்த்தி முடக்கிப் போட்டு மூச்சுத் திணற வைத்த அநீதி சமுதாய அமைப்புகள், இவற்றை உடைத்தெறிந்து அறுத்தொழித்து விடுதலை பெற வேண்டும் என்று எனக்குள் எழுந்த சுதந்திர பிரளயங்கள், இவை சிதறிடிக்கப்பட்டி சின்னா பின்னமாக்கப்பட்ட சந்தர்ப்பங்களில் எனக்குள் கொப்பளித்து சிந்திய குருதி வெள்ளங்கள் எல்லாம் சேர்ந்ததுதான் இப்புத்தகத்தின் கரு.

“என் போன்ற் இன்னும் பிற தலீத் நெஞ்சங்கள் நீதியும், சமத்துவமும், அன்பும் நிறைந்த புதியதொரு சமுதாயம் அமைக்க வேண்டும் என்ற வேட்கையுடன் இருக்கின்றனர். நொறுக்கப்பட்ட இவர்கள் இருபுறமும் கூரான கருக்குப்போல இருந்து, இவர்களை நொறுக்குபவர்களை அறுத்துக் கொண்டிருக்கிறார்கள்”.

கருக்கின் வேர்ச் சொல்லான **கரு** தாய் வயிற்றல் தோன்றும் கருவையும் மூலக்கருத்து / மையக் கருத்து என்பதையும் புதியது என்பதையும் குறிக்கும். இக்குரல் தமிழுக்குப் புதியது என்பதையும் குறிப்பதாக அமைந்துள்ளது.

“இறைவனின் வார்த்தையை புனித சின்னப்பர் இருபுறமும் கூர்மையான வாள்போன்றது என்று கூறினாலும் பிறரை அடிமைப்படுத்தி, அடக்கிச் சுகந்தேடும் பலரது இறுகிப்போன இதயங்களில் அது எந்தவித தாக்கத்தையும் ஏற்படுத்துவதில்லை” என்றும் பாமா குறிப்பிடுகிறார்.

ஆக இறைவனின் வார்த்தையும் கருக்குதான். ஆனால் கருக்கு, தன் பணியை ஆற்ற முடியா திருப்பதுதான் கிறித்தவத்தின் சூழலாகிவிட்டது என்பதுதான் பாமாவின் காயத்தை இன்னும் வேதனைப்படுத்துகிறது.

தன் வாழ்க்கையில் கண்ட நிஜத்தை குறியீடாக்கி, குறியீட்டை போராட்டக்கருவியாக மாற்ற நினைக்கும் போது, மீண்டும் ஏமாற்றமும் தோல்வியும் காண நேர்வது தான் **கருக்கு** முன்வைக்கும் அவலம்.

கதையாடலை தன் கிராமத்து பேச்சு வழக்கில் நிகழ்த்தியிருப்பது இன்னும் ஒரு குறிப்பிடத் தக்க அம்சம். இது எழுத்திலக்கியம் போன்றில்லாத வாய்மொழிக்கதைகளில் மொழி போன்றது. இது பொதுவாகக் கையாளப்படும் வட்டார வழக்கில்லை. வட்டாரவழக்கில் எழுத முயன்றவர்கள் எல்லாம் மொழியின் சிக்கலிலேயே மாட்டிக் கொண்டார்கள். மொழிமட்டும் கைக்கொள்ள வாய்த்தது அவர்களுக்கு, விஷயம் கை நழுவி போய்விட்டது. ஆனால் பாமாவின் பேச்சுவழக்கு, விஷயத்தை நழுவவிடாமல், சுதந்திர கதியில் இயங்குவது தான் இச்சுயசரிதைக்கான கூடுதல் பலம். வாய் மொழிகதைகளில் அழுத்தமாக ஒலிப்பது பெண்ணின் வலியும் வேதனையுமே. அதனை நவீன இலக்கியப்பரப்பில் சாதித்திட பேச்சு மொழி பாமாவுக்குத் துணை புரிந்துள்ளது என்று கூற முடியும்.

மூன்றாவது விஷயம், தீண்டாமையை எடுத்த எடுப்பிலேயே தீவிரமாக அணுகாது, முதலில் பரிக சித்து விட்டுப்பின்னர் தீவிரம் காட்டுவது. ஒரு நாயக்கருக்கு பறையர் சாதிப் பெரியவர் வடை வாங்கிக் கொண்டு வரும் இடத்தில், அதை வேடிக்கையாக கண்டு சிரிக்க முடிவது தான் கலகச் செயல்பாட்டின் தொடக்கம்.

நான்காவது, துறவு மடத்திலிருந்து வெளியேறும் இடம். ஏழை எளியவர்களுக்குச் சேவை புரியும் உத்தேசத்துடன் துறவுப் பெண்ணாகி விடும்போது, மடத்துவாழ்க்கை அதற்கேற்றதாக இல்லாது போகிறது.

“உள்ளுக்க எல்லா வசதியும் இருக்குது. வெறுந்தீவனந் தின்னுக்குட்டு, துணிமணி கட்டிகிட்டு ஊர் ஊரா சுத்திக்கிட்டு இருக்கனும்னா மடத்துக்குள்ள இருக்கலாம். எனக்கு மடத்துல சேந்தப்பிறகு சீ இம்புட்டுத்தானா இந்த கன்னியாஸ்திரிகளோட வாழ்க்கைன்னு ஆகிப் போச்சு. இதுல எங்குட்டுக்கூடி வறுமையைப் போக்கிறது?”

அய்ந்தாவது அம்சம். கிறித்தவத்தின் நடைமுறையில் ஏற்பட்டுள்ள ஒரு பிசகு அல்லது விலகல், மக்களிடம் எதை வற்புறுத்த வேண்டுமோ அதை வற்புறுத்தாது மௌனம் சாதிப்பது. ஒரு பக்கத்தை மட்டும் மக்களுக்கு தெரியப்படுத்தி மறுபக்கம் குறித்து பேசாதிருப்பது.

கடவுள் அன்பானவர், இரக்கமானவர், சாந்தமானவர், பாவங்களை மன்னிப்பவர் பொறுமையானவர், மென்மையானவர், தாழ்ச்சி உள்ளவர்! கீழ்படிதல் உள்ளவர் இப்படியே தான் சொல்லித் தந்தாங்க. கடவுள் நீதியானவர், நேர்மையானவர், அநீதி கண்டு கோபப்டுபவர், போலித்தனத்தை எதிர்ப்பவர், ஏற்றத்தாழ்வு காட்டாதவர் இப்பிடிப்பட்ட எதுவுமே அதுவரையில் யாரும் சொல்லித்தரல.....

மக்களை அப்படியே அடிமைகளாக அடங்கி இருப்பவர்களாக வைத்துவிட்டால் மதத்துக்குப் பாதுகாப்பு என்பதுதான் இந்த நடைமுறையின் பின்புலம்.

எந்த நாள் ஒரு மனிதனை அடிமையாக்குகிறதோ அந்த நாள் அவனிடமிருந்த நற்பண்பில் சரி பாதியை எடுத்துக் கொள்கிறது என்றார் ஹோமர்.

ஆக தொடர்ந்து விடுதலைக்கு வழிகாட்டாமல், போலியாக கிறித்துவம் பரம்புரை செய்து என்ன சாதிக்கும்! தத்துவம் ஒன்றாயும் நடைமுறை இன்னொன்றாயும் இருப்பதை நோக்கித்தான் செலுத்தும். எனவேதான் கிறித்தவத்திற்கு மாறினாலும் இஸ்லாமுக்கு மாறினாலும் அடித்தட்டு மக்களுக்கு விடுதலை கிடைக்கவில்லை. விடுதலை இருக்கட்டும், அது பெரிய விஷயம், தீண்டாமை கூட விலகவில்லை. இஸ்லாத்திற்கு மாறிய மீனாட்சிபுரம் பள்ளர் சாதியினர். அங்கும் தீண்டாமை கண்டு விரக்தி அடைவதைத்தான் கருப்பாயி என்ற நூர்ஜஹான் முன்வைக்கின்றது.

“சுதந்திரம் என்பது பெயர் மாற்றத்தினாலோ பண்பாடு கலாச்சாரங்களை மாற்றிக் கொள்வதாலோ வருவதில்லை என்பதன் ஆகப் பெரிய படிப்பினை தான் இந்த நாவலுக்கான மூலக்கரு” என்கிறார் அன்வர் பாலசிங்கம்.

“கடவுள் ஏழையாகப் பொறந்தாரு, வாழ்ந்தாரு ஏழையாகவே செத்தாருன்னு, கோயிலுக்குள்ள அவ்வளவு பக்திப் பரவசத்தோட பேசறாங்க, ஆனா மடத்துக்குள்ளேயோ பள்ளிக் கூடத்துக் குள்ளேயோ தப்பித் தவறி ஏழை எளியவக வந்துட்டா சள்ளுப் புள்ளுனு வெறிநாய்க்

உளுந்தமாறி உளுதுங்க. அந்நியாரமெல்லாம் எனக்கு ஒருவனோட தோற்றத்தைக் கொண்டு அவன நடத்தினா பாவம் ங்ற வரிதான் நெனப்புக்கு வரும்.....''

என்னும் பாமாவின் குரல் தொடர்ந்து ஒலிக்க வேண்டியதாயிருக்கிறது....

ஆதாரங்கள்

1) கருக்கு, பாமா, சமுதாய சிந்தனை செயல் ஆய்வு மையம், மதுரை (1992, 94).

2) Karukku – Second Edition, Trby Lakshmi Holmstrom, OUP, 2012.

3) கருப்பாயி என்கிற நூர்ஜஹான், அன்வர் பாலசிங்கம், கங்கைப்பதிப்பகம்.

22. சக்தி ஜோதியின் கவிதைகளும் கட்டுரைகளும்

சக்தி ஜோதி தனித்துவமான பெண்ணெழுத்தை முன்வைப்பவர். பெண்ணிய அரசியல் சொல்லாடல்களுக்குள் செல்லாமலேயே பெண்ணின் குரலை ஒலிக்க வைப்பவர். சங்க இலக்கிய மரபிலிருந்து இன்றைய கவிதையின் இயங்குதளம் வரை ஒர் இடையாத பெருக்கு ஒடுவது போல அதில தன்னை ஒரு கண்ணியாகவும் பிணைத்துக் கொண்டிருப்பவர். இதனை அவர் தன் கவிதைகளை விடவும் கட்டுரை களின் தொகுப்பான "சங்கப்பெண் கவிதை"களில் சாதித்துக் காட்டியுள்ளார். பெண்ணின் ஒடுக்குமுறைக்கும் இதர இழி நிலைகளுக்கும் ஆணே காரணம் என்று குற்றம் சாட்டாமல் அதன் பன்முக வேர்களை அடையாளங்காணும் தேடலில் ஈடுபடுபவர்.

"...நவீன காலத்திலும் பெண்ணின் வாழ்வென்பது ஒற்றைப் புள்ளியில் சுழலுவதாகத் தோன்றுகிறது. ஒரே வாழ்வையே எல்லாப் பெண்களும் திரும்பத்திரும்ப வாழ்கிறார்கள். அல்லது ஒரே பெண்தான் திரும்பத் திரும்ப வாழ்ந்து கொண்டிருக்கிறாள் எனத் தோன்றியது" (மூங்கிலரிசி வெடிக்கும் பருவம், டிஸ்கவரி புக் பேலஸ், 2016)

இன்னொரு குறிப்பையும் தருகிறார்:

"ஒரு பெண் தன்னை ஆளுமை மிக்கவளாக உயர்த்திக் கொள்ளும் போது அவள் சமூகத்தால் ஒடுக்கப்படுகிளாள். அவளின் ஆளுமை நம்பகத்தன்மையற்றது என்று கேள்விகளுக்கு உட்படுத்தப்படுகிறது. அவள் மனதாலும் உடலாலும் சிதைக்கப்படுவது உலகம் முழுக்க உள்ள பொதுப்பண்பு. அந்தப் பெண்ணையே என் கவிதைகள் பிரதி நிதித்துவப் படுத்துகின்றன." (தீ உறங்கும் காடு / வம்சி, 2012, பக் .19)

தன் அணுகுமுறையை இப்படி முன்வைக்கும் சக்தி ஜோதியின் கவிதைகள் என்னவெல்லாம் பேசுகின்றன, எப்படிப் பேசுகின்றன?

கவிதையாகும் தருணங்களுக்காகக் காத்திருந்து, அத்தருணங்கள் வாய்க்கும் போது கொண்டாடி விடுகிறார்.

"...மரங்கள்
பூக்கள்
பறவைகள் என
ஒவ்வொன்றாய் அறிந்து கொண்டன
அவளது ரகசியத்தை
இப்போது
கட்டவிழ்ந்த ஆன்மாவை உணர்கிறாள்
இது அவளுக்குத்
தாங்கவியலாத உடலைப் பரிசளிக்கிறது."

(கட்ட விழ்ந்த ரகசியம்)

ஆன்மாவை உணர்தல், உடலைப் பரிசளிக்கிறது என்பது புதிதான ஒன்றைப்பேசுகிறது. உடலைப் புறக்கணித்து ஆன்மாவைப் போற்றும் மரபில், உடலைப் பரிசளிக்கும் ஆன்மாவைப் பேசுவது நிச்சயம் புதிய குரல்தான், புதிய பார்வைதான்.

'பெருமழைக்குப் பின்னால்' என்னும் கவிதை தரும் அனுபவம் இப்படி

"...முன்னுரை இயலாத திருப்பங்கள் நிறைந்த
ஆற்றின் சுழலில் இறங்கிறேன்
கடலுக்கும் ஆகாயத்திற்கும் இடையே
நெடுச்தொலைவு பயணிக்கிறேன்
திருப்பங்களுக்குள் காணாமல் போகலாம்
மிதந்து கடல் சேரலாம்
வாழ்வின் சாத்தியங்கள் அறிந்தேனில்லை"

அடுத்து வரும் பதிவு, வெள்ளி வீதியார் என்னும் சங்கக் கவிஞரிலிருந்து இன்றைய பெண் வரை யாரையோ தேடித்தீராது அலைவதை உணர்த்துகிறது.

> "...ஈராயிரம் ஆண்டுகள் கடந்து
> இன்றும் இந்நகரின் வீதியில்
> ஆற்றுப்படுத்துவோர்
> யாருமின்றி
> எதையோ
> தேடியலைந்து கொண்டிருக்கும்
> இவளைக் காணும்போது
> மனம் பதைக்கிறது".

> காலந்தோறும்
> சித்தங்கலங்கி அலைந்து
> கொண்டிருப்பவர்களின் பெயரை
> தெருக்களுக்கு வைப்பதென்றால்
> இவ்வையம் போதாது   (தேடித் தீராத தெரு)

"பறவை தினங்களை பரிசளிப்பவள்" தொகுப்பில். முந்தின நாள் மாலை வீடுதிரும்பாத பள்ளிச்சிறுமி வல்லுறவுக்குள்ளாகி தற்கொலை செய்து கொண்டதை அறிந்து பதைக்கும் தாயின் பதற்றத்தைச் சொல்கிறது. ஆனால் இந்தத் தகவல் அளவிலேயே கவிதை நின்று விடுகிறது. தொடங்கிய புள்ளியிலிருந்து பயணிக்கவே இல்லை. ஏன்? கவிதைக்கான தருணங்கள் அழகிய / நெகிழ்ச்சியான வரம்புகளுக் குள்ளேயே அடையாளங்காணப்பட்டு வரும் தன்மையாக இருக்குமோ என்று தோன்றுகிறது. வெள்ளி வீதியார், காரைக்காலம்மை போன்ற ஆளுமைகள் வருமிடங்களில் கவிதை சற்று பயணிக்கிறது. வேங்கை மலர் கண்ட யானை ஒரு நுண்ணிய சித்தரம்தான், சந்தேகமே இல்லை. சங்கத்தலைவி ஒருத்தியின் மறு எழுத்தாக்கம்தான்.

> "...மழைக்காலம்
> காற்றுக்காலம்
> பனிக்காலம்
> ஒன்றும் இல்லை அவளுக்கு
> ஆசீர்வதிக்கப் பட்டிருக்கிறது அன்பின் காலம்"

என்னும் போது, கவிதைத்தளம், சுடுகின்ற பூமிப்பரப்பில் நிகழ்கிறதா சுகமான கனவுலகிலா என்று கேட்கத் தோன்றுகிறது.

நம்பிக்கையினையும் ஆறுதலையும் தருவதில் தப்பில்லை. அது போலிமையாகிவிடக்கூடாது. எதிர் கொள்ள வேண்டியவை ஆயிரம் இருக்க, நமக்கென்று படைத்துக் கொண்ட கற்பிதத்தை நிஜமாக்கிவிடக்கூடாது.

கட்டுரைகளில் இப்பிரச்சனை இல்லை. அங்கே ஒன்றிலிருந்து இன்னொன்றாக அடுக்குகள் விரிகின்றன். தமிழ் மரபு, வடமொழி மரபு, உலகப்போக்கு எல்லாம் அருகருகே வைக்கப்படுகின்றன. இலக்கியப் பதிவு வரலாற்று ஆவணம், அரசியல் நிலவரம் எல்லாம் ஒருங்கே கூடுகின்றன. வாசகனுக்கு கூரிய விழிப்புணர்வு கிடைக்கிறது.

பெருங்கோப்பெண்டு பற்றிய கட்டுரை, கவிஞரின் சிநேகிதி விஜயலட்சுமி பற்றிய குறிப்பிலிருந்து தொடங்குகிறது. நெருங்கிப் பழகிய தோழி விஜயலட்சுமி, தன் அழகை சதா பராமரித்து அதில் பெருமிதமும் கொண்டிருந்தவள். எதையும் சீராக வைத்திருத்தல், படிப்பில் முதலிடம், தேர்வு முடிந்ததும் புத்தகங்களைத் தந்துதவுதல் இப்படியான பண்புகள் உள்ளவள். கணவன் இன்னொரு பெண்ணுடன் கொண்டுள்ள சிநேகிதத்தை அறிந்த மாத்திரத்தில் தீக்குளித்து இறந்து விட்டாள் – இவ்வளவும் சிறு காயத்திற்குக் கூட துடித்தப் போய்விடும் பெண்.

''இச்சூழலில் அவனிடம் கேட்க நினைத்து இவனிடம் குவிந்து கிடக்கும் கேள்விக்கும் தன்னுடைய நிலையைப் பற்றிய தவிப்பும் கொண்டவளாகிறாள். எனவே அவளை குற்றவுணர்ச்சிக்கு ஆளாக்குவதாக நினைத்து அல்லது அவனுக்குத் தண்டனை தருவதாக நினைத்து தன்னுடலை சிதைத்துக் கொள்ளத் தொடங்குகிறாள். இறுதியில் தன்னையே தீயில் கருக்கி இறந்து போகும் நிலைக்கு வந்து விடுகிறாள்''

சங்கப் புலவர் பெருங்கோப்பெண்டு உடன் கட்டை ஏறியவர். அவர் சொல்லும் காரணம் தன்னை சதா வருத்திக் கொள்ளும் கைம்மை நோன்பினை விட தீப்பாய்தல் இனியது என்கிறார். ஆக இயல்பாக உடன்கட்டை ஏறுதலை அவர் தெரிவு செய்யவில்லை, பொதுவாக மன்னர்களோ தளபதிகளோ இறந்து விட்டால் அவர்தம் மனைவியர் உடன்கட்டை ஏறியமைக்குப் பல காரணங்கள் இருந்திருக்கின்றன. வெற்றி பெற்ற மன்னர்கள் / தளபதிகளால் சிறைவைக்கப்பட நேர்வதிலிருந்து தப்பிக்க இருந்திருக்கலாம். சில

நேர்வுகளில் உதாரணமாக கிழவன் சேதுபதி மரணமடைந்த போது வலுக்கட்டாயமாக அவனது மனைவியர் சிதையில் தள்ளப்பட்டதை ஏசுசபை துறவியர்களின் பதிவுகள் உறுதி செய்கின்றனர். நம் காலத்தில் ராஜஸ்தானத்தில் நடந்த சதிச் சம்பவம் வரை, கட்டாயச் சிதையேற்றமாக / கொலையாகவே இருந்து வருகிறது...

"ஒவ்வொரு பெண்ணிற்குள்ளம் ஒரு விஜயலட்சுமி இருக்கிறாள். ஒவ்வொரு விஜயலட்சுமிக்குள்ளும் ஒரு தீப்பாஞ்சமாலை இருக்கிறாள்".

இப்படி வெள்ளிவீதியார் தொடங்கி ஔவையார் வரை 45 பெண்கவிஞர்களை முன்வைத்து சமூகத் தளத்தில் பெண்சார்ந்த மன உலகினை அலசி ஆராய்ந்து எழுதியுள இக்கட்டுரைகள் இன்றைய பெண்ணுக்கு மட்டுமல்லாது ஆணுக்கும் கூட மனத்திறப்பை ஏற்படுத்துபவை.

சுமார் 2300 பாடல்கள் உள்ள சங்க இலக்கியத்தில் 519 தான் புறப்பாடல்கள். 1862 அகப்பாடல்களில் 1461 பாடல்கள் தோழி கூற்றாக நாயகி கூற்றாக தாய் கூற்றாக அமைந்துள்ளன். 401 பாடல்களே ஆண்களின் பார்வையில் ஆண்களை மையமிட்டு அமைந்திருப்பவை. ஆக பெண் சார்ந்து உரையாடல் நடத்த நமது நீண்ட இலக்கிய மரபில் நிறையவே கொட்டிக் கிடக்கின்றன எனலாம்....

உரைநடை, புனைவு மற்றும் உரைநடை புனைவுகளுக்கு இடைப்பட்ட வடிவம் இவை பற்றிப் பேசும் போது, கலையினூடே கடந்து வரும் யதார்த்தம் உருமாற்றமடைகிறது. இடை நிலைக்காலத் தருணத்தை நாடக பூர்வமாக்கிவிடுவது. இடைப்பட்ட வடிவமாகும் என்பார் தாஸ்தாயெவ்ஸ்கி, உருமாற்றமடையும் யதார்த்தம் வாசகனிடத்தே ஆற்றலுடன் தாக்கத்தை ஏற்படுத்தும் என்பதற்குச் சங்கப் பெண்கவிதைகள் சாட்சியம்.

ஒரு மைய நீரோட்ட ஊடகத்தில் இவ்வளவு சாதிக்க முடியுமானால், இன்னும் தொடர்ந்து அதில் இயங்குவது பெரும் பங்களிப்பை நிகழ்ந்த வாய்ப்பளிக்கும். தஸ்லீமா நஸ்ரீன் பெற்ற செல்வாக்கு அவரது பத்தி எழுத்துகளிலிருந்து தான்.

10.03.18

23. சமயவேல்

நிறுவனங்களின் கவனிப்புக்கும் அங்கீகாரத்திற்கும் இது வரையில் வராத எழுத்தாளர்களுக்கு விளக்கு விருது வழங்கப்பட்டு வருகிறது. 2018 இல் ராஜ் கவுதமனுக்கும் சமயவேலுக்கும் இவ்விருது வழங்கப்படுவது, மகிழ்ச்சியானதும் கொண்டாட்டத்திற் குரியதுமானதுமாகும்.

கவிஞர் சமயவேல் நீண்ட நாளைய நண்பர். 1980களில் நாங்கள் வேலைதேடி சென்னையில் இருந்த நாட்களிலிருந்து. வண்ண நிலவன் இல்லத்திலும் அந்தோணிதாசின் இல்லத்திலும் உண்டு உரையாடி கழித்த நாட்களிலிருந்து.....

கோவிப்பட்டி எழுத்தாளர்கள் என்னும் நிறப் பிரிகையிலிருந்து வெளிப்பட்டு, தோழர் எஸ்வி.ஆர். கவிஞர் பிரமிள், தா.மணி, என்னும் ஆளுமைகளைக் கவனித்து உத்வேகம் பெற்று, இயங்கத் தொடங்கியவர். வாழ்க்கையின் நெருக்கடிகளிலிருந்தும் குடும்ப உறவுகளின் துயரிலிருந்தும் அறிவுலக வாழ்வின் நெருக்கடிகளி லிருந்தும் அரசியல் சார்ந்த கண்காணிப்பிலிருந்தும் அழுந்தி அபத்தத்தை கண்டு பீதியுற்ற நிலை. இங்கிருந்து தொடங்குகிறது சமயவேலின் கவிதை, கதை, விமர்சனம் என்னும் இயக்கம்.

ஒரு கண்மாய்க்கரையில் கொக்குகள் கூட்டமாக வந்திறங்குவது, காகங்கள் கூடிக்கரைவது, மைனாக்களும் குருவிகளும் கச்சாளம் அடிப்பது என கலவரத்துக்கு ஒப்பான மாலைப்பொழுது.

'சும்மா நிற்பதன் இனிமை
பறவைகள் நிரம்பிய முன்னிரவாய்
நிறைகிறது.'

'அந்தத்தருணம்' என்ற தலைப்பில் மகத்தான தருணம் ஒன்றை விவரிக்கிறார்.

'...என் விரலிடுக்கில் புகையும் சிகரெட்
என்னிடம் உரையாடத் தொடங்கியது
தன் கங்குத் கண்களைச்சிமிட்டி சிமிட்டி
ஒரு ரகசியம் கூறட்டுமா என முணுமுணுத்தது
எப்பேர்ப்பட்ட மகத்தான தருணம் அது
கீழே உட்கார்ந்து கொண்டேன்
சொல்லுப்பா சொல்லுப்பா என பேராவலுடன்
அதன் கண்களைப் பார்த்தேன்.....

ஒரு கூச்சல் ஒரு வீறிடல் ஒரு அழுகை ஒரு கைதட்டல்
மூலம் அந்த சிறப்பான தருணத்தை
நானோ நீங்களோ அழிக்க முடியாது ஏனெனில் அது ஒரு
மகத்தான தருணமாக மகத்தானதாக இருந்தது.'

இம் மகத்தான தருணத்தை எளிமையாகத் தொடர்புறுத்த முடிவது சமயவேலின் பலம்.

'காக்கனத்திக் காடுகளில் காடைகள் இல்லை' என்னும் கவிதை சமயவேல் மட்டுமே எழுத முடிகின்ற கவிதை. இக்கவிதையில் காக்கனத்திக் கொடிகள், சங்குப்பூக்கள், மொச்சிப்புதர், தட்டாம்பயறுச் செடிகள் அரசமரங்கள், சோளக்காடு ஒரு புறம். உள்ளே நல்லபாம்பு, பசி கொண்ட காடைக்குஞ்சுகள். ஊருக்குள் ருதுவாகியுள்ள ராசாமணி இன்னொரு புறம். மிதுக்கங்கொடிகளின் பூக்கள் பழங்களாக, ராசாமணியும் ருதுவாகி ரகஸ்யங்களோடு இருக்கிறாள். ரகசியமும் அமானுஷ்யமும் கொண்டுள்ள நல்லபாம்பு, ருதுவாகி மணம் பரப்பும் பெண், மலர்ந்து கனிகள் தாங்கும் மிதுக்கங்கொடி, பசி என்னும் சொல்லை உச்சரிக்கும் காடைக் குஞ்சுகள், அதையும் கவ்வி எங்கோ திரியும் காடைகள் என ஒரு நுண்ணுலகை துன்பியல் சித்திரமாக உருவாக்கிக் காட்டும்....

அர்த்தமின்னையை எட்டிவிட்டால் வேறெந்த உலகிற்குள்ளும் புக முடியாது போய்விடும். சதா அதனையே புலம்பித்தீர்க்க நேரும். ஆனால் சமயவேல், அர்த்தமின்மை தொட்டு விடும் வெறுமையை, அர்த்த முள்ளதாக மாற்றி விடுகிறார்.

'... கேள்விகளும் கேள்விகளின் கேள்விகளும்
ரம்பமாய் உள்ளிறங்கி கடைசி அணுவையும்

பிறந்து பார்த்த போது

முடிவற்ற அகண்ட பெருஞ்சூன்யம்
பேரிருட்டாய் மின்னி ஒளிர்ந்து அதிர்ந்தது

கரைகள் உடைந்து வெள்ளம் வடிந்து
ஈரம் சொட்டச் சொட்ட எங்கோ
ஒதுங்கிக் கிடந்தேன்
பிரம்மாண்டமான காலைச் சூரியனோடு
அளவற்ற அர்த்தத்துடன் ஒளிர்ந்து
கொண்டிருந்தது பூமி...'

அர்த்த நிலையை அடைந்தடன், அதனையும் தாண்டி, அர்த்தமின்மை அர்த்தமுள்ளமைகளைத் தாண்டி, ஜென் நிலையை நோக்கிப் பயணிக்கிறார்.

இந்தப்பாடல்

இப்பொழுது
நம்மில் எவரும்
ஒரு வார்த்தைகூடப் பேச வேண்டியதில்லை.

நம் எல்லோருக்குமாகச் சேர்த்து
பெரும் பேரழகுடன்
பேசிக் கொண்டிருக்கிறது
அதிகாலை

இதன்
இதமும் குளிர்ச்சியுமான இனிய பாடல்
முழுசுமாக நம்முள் புகட்டும்

உஷ்ணம் மிக்க பகல் முழுதும்
இந்தப்பாடல் நம்முடன் இருக்கட்டும்

இத்தருணம் / இம்மலர்ச்சியின் இன்னொரு விவரிப்பு

'ஆகுதல்' கவிதை.

பார்வையை மடக்கி உண்ணும்
பிரம்மாண்ட நீலம்

ஓயாத அலைச் சப்தம்
நான் கடல் முன் நிற்கிறேன்

எதையோ யாசிக்கும் அலைகளின் பாடல்
மனசின் சுவர்களை மோதுகிறது
மெதுவாக அலைக்குள் இறங்குகிறேன்

கால்கள் நனைய நனைய நானும்
பிரம்மாண்டத்தின் ஒரு அங்கமாகிறேன்
திசையற்ற அலைப் பாடலோடு
என் பாடலும் சேர்கிறது
எல்லாம் நிறைந்த
கடல் ஆகிறேன் நான்.

காதலின் நிறேவேறாமைகூட கனிய வைத்து விடுகிறது. எவ்வளவு நிராசைகளை அடைந்தாலும் வாதனைகளுக்குள் உழன்றாலும் எதிர்மறைகளை எதிர் கொண்டாலும் நம்பிக்கையுடன் நடைபோடத் தெரிந்தவனின் வாசகங்கள் சமயவேலின் கவிதை வரிகள். தோற்று வெறுத்து நிராகரித்தாலும் கூட

'எனக்குள் விகசிக்கும்
அன்பையும் பரிசுத்தத்தையும்
காற்று மண்டலம் முழுவதும் கலப்பேன்'

என்று கூறக் கூடியவை.

சிறுகதைகள்

'இனிநாள் டைகர் இல்லை' என்னும் சிறுகதைத் தொகுப்பு, புதுப்புது வடிவங்களில் எடுத்துரைப்புகளில் 16 சிறுகதைகளை முன்வைக்கின்றது.

கட்டுரை வடிவில் ஒரு கதை, அறிவியல் புனைவாக ஒரு கதை, அழகான கனவாக ஒரு கதை, மிகை யதார்த்த விவரிப்பாக ஒரு கதை, மாய நிகழ்வாக ஒரு கதை, நாவலின் பரிமாணத்தில் ஒரு கதை என்றெல்லாம் சமயவேல் எழுதிப்பார்க்கிறார். எல்லாம் இரண்டு மூன்று பக்கங்களில்.

'திரும்புதல்' என்னும் கதை வசீகரக்கனவாக அமைந்திருக்கிறது. இதன் பிரதானப் பாத்திரம் மீனாகிப் பின் இயல்பு நிலைக்கு வருவதும், வடிவாம்பிகை என்னும் பெண்ணை தேவதையாக்க் கண்டு அதிசயிப்பதும், இறுதியில் தன் மனதைக் கழற்றி எறிந்துவிடுவதுமாகிப் பரவசம் கொள்கிறது.

தலைப்புப் கதையில் வரும் டைகர் நாய், மனிதனுக்கு அடிமையாக இருக்கப் பிடிக்காமல் காட்டு நாயாக சுதந்திரத்துடன் உலவித்திரிய வேண்டும் என்ற வேட்கை கொள்ளும் போது வெறிநாய் என முத்திரை குத்தப்பட்டு சாகடிக்கப்படுகிறது. "விடுதலையைப் பற்றி உங்களில் நிறையப் பேருக்கு எதுவும் தெரியாது என்பதற்காகவே இந்தக் கதையைக் கூறினேன்" என்னும் வாசகத்துடன் இக்கதை முடிவுறுகின்றது.

இது தொடர்பான இன்னொரு சொல்லாடல் 'மற்றும் ஏழு நாய்கள்' கதையில் வருகின்றது. "விடுதலையை மிகுந்த வீர்யத்துடன் வழங்க இயற்கை எப்பொழுதும் தயாராக இருக்கிறது" என்றொரு வாசகத்தை அக்கதை முன்வைக்கின்றது.

இத்தொகுப்பின் முன்னுரையில் சமயவேல் குறிப்பிடும் கருத்து, எழுத்தாளனுக்கு இருக்கவேண்டிய அக்கறைகள் / பொறுப்புணர்வுகள் பற்றியது.

"ஒவ்வொரு நொடியும் தன்னை ஆத்ம பரிசோதனைக்கு உட்படுத்திக் கொள்ளும் அந்தரங்க சக்தி உள்ள கதைக்காரனே பெரும் படைப்பாளியாகவும் மாற முடியும். சமூக அக்கறை, அரசியல் பொறுப்பு, கலாச்சாரப் பொறுப்பு, மொழி அக்கறை, வடிவ நேர்த்தி என்னும் எல்லா அலகுகளையும் உள்ளடக்கி விடும் ஆற்றலை கலைஞன் இப்படித்தான் பெறுகிறான்"

விமர்சனம்

'ஆண் பிரதியும் பெண் பிரதியும்' என்னும் கட்டுரைத் தொகுப்பு நாவல்கள், சிறுகதை மற்றும் கவிதைத் தொகுப்புகள் குறித்த விமர்சனக் கட்டுரைகளைக் கொண்டது. டெரக் வால்காட், ஹேன்காங், பாவிச், யுகியோ மிஷிமா போன்ற பிறமொழி எழுத்தாளர்களது

தமிழாக்கப் பிரதிகளை அறிமுகப்படுத்துவது. ந.முத்துச் சாமி, யு.ஆர். ஆனந்தமூர்த்தி, எஸ். ராமகிருஷ்ணன், பெருந்தேவி, சோ.தர்மன், அய்யப்ப மாதவன் என்பவர்களின் எழுத்துக்களை விவாதிப்பது. முக்கியமாக, அ.ரோஸ்லின், ப.தியாகு, சந்திரா, இளங்கோ கிருஷ்ணன், வெய்யில், செந்தி, செல்வராஜ் ஜெகதீசன் என்னும் அடுத்த தலைமுறைக் கவிகளின் கவிதைகளைப் பேசுபவை. சமயவேலின் இந்த அக்கறையே, தொடர்ந்து புதிய எழுத்தாளர்களுடன் உரையாடச் செய்து அவர்களது எழுத்தினைவளம் பெற வைக்கிறது என்று சொல்லலாம். **உயிரெழுத்**தில் கவிதைப்பிரிவு ஆசிரியராக இருந்த போதும் இப்பணியை அவர் செய்துள்ளார்.

கவிதை விமர்சனம் கவித்துவ வரிகளால் நிரம்பியுள்ளது. விமர்சனத்தின் மையமாக எது இருக்கவேண்டும் என்ற பிரக்ஞையும் சமயவேலிடம் கூர்மை கொண்டுள்ளது. "படைப்புகளின் ஆத்மாவை, மொழியின் சொற்களின் மேலே பற்றிப் பரவுகிற அதன் சூட்சும இயக்கத்தைக் கண்டடைய முடியாத எந்தக் கட்டுரையாலும் அந்த மொழியின் படைப்புத் தளத்திற்கோ வாசகத் தளத்திற்கோ எந்தப் பயனும் இல்லை..." (பக் .57)

'ஆறுமுகக் கிழவனி'லிருந்து சமீபத்தைய 'கருந்தொப்பி முதியவர்' வரை சமயவேலால் அரிய / அபூர்வ ஆளுமைகளைத் தரிசிக்க முடிகிறது.

போலந்தின் அன்னா ஸ்விரினை அறிமுகப்படுத்திய சமயவேல், இன்னும் தொகுப்பே வெளிவராத ஸ்பானியக் கவிஞரின் கவியைப் பேசுவது, கபீர்பாடல்களைத் தமிழில் கொண்டு வருவது, தீவிரம் குன்றாத பிரக்ஞையின் பதிவுகளாய் நாவல் எழுதுவது என்று நிறைய அக்கறைகளை நெஞ்சில் பட்டியலிட்டு வைத்திருக்கிறார்.

சமயவேல் அறிமுகப்படுத்தும் கொரிய நாவலாசிரியர் ஹேன் காங்கின் மையப் பாத்திரம் **இயாங்ஹை** மாமிசம் உண்பதை நிறுத்துகிறாள். குடும்பம், உறவுகளிலிருந்து விடுபடுகிறாள். உடலைக் கடந்து போகிறாள். தன்னை ஒரு தாவரமாக உணரத் தொடங்கி விடுகிறாள். அவளது மறுப்பும் நிராகரிப்பும் இழப்பும் நேர்மறையான தாக்கத்தைத் தருபவை.

சமயவேலின் பயணமும் எழுத்துப் போக்கும் வாழ்க்கைப் பார்வையும் அத்தகையவை. இன்னொரு வகையில், **ஜோஹானா ஸ்பைரி**யின் பாத்திரம் **ஹெய்டி** போல, தனது நல்மனத்தை அவள் சந்திக்கிற எல்லாருக்கும் எல்லாவற்றிற்கும் பகிர்ந்தளித்தபடி அவளுக்கு நேர்கிற எல்லாத் துயரங்களையும் நீந்திக் கடந்து விடுபவை.

முக்திபோத் என்னும் இந்திக் கவிஞரது 'நான் எடுத்துவைக்கும் ஒவ்வொரு காலடியும்' என்னும் கவிதை, சமயவேல் என்னும் ஆளுமையை இலக்கிய வாதியை பிரஜையை தொகுத்துக் கூறுவதாக இருக்கிறது.

இந்தி கவிதையுலகில் பெரும் ஆளுமையான முக்திபோத் (1917–1964) தின் பிறந்த நூற்றாண்டு வட இந்தியாவில் சமீபத்தில் கொண்டாடப்பட்டது. பரிசோதனைப்பிரிவு, முற்போக்கு இயக்கம், நவீனத்துவம், புதிய கதை இயக்கம் என இந்தி நவீன இலக்கியத்தின் ஒவ்வொரு மாற்றப் போக்குகளிலும் முன்னோடி அவர். **நயாகுன், வசுதா** என்ற இலக்கியப் பத்திரிகைகளுக்கு ஆசிரியர். அவரது நீள்கவிதையிலிருந்து ஒரு பகுதி...

நான் எடுத்து வைக்கும் ஒவ்வொரு காலடியும்

ஒவ்வொரு காலடியிலும்
குறுக்கீடுகளைக் காண்கிறேன்
விரிந்த கரங்களால் என்னை வரவேற்பதை.

முன்னோக்கி அடியெடுத்து வைக்கவும்
நூறுபாதைகள்
திறக்கின்றன்.
அவற்றிலெல்லாம் நடக்கவிரும்புகிறேன்
அவற்றின் அனுபவங்களை நேசிக்கிறேன்
என் கனவுகளெல்லாம் நனவாகக் காண்கிறேன்.
விசித்திர ஏக்கம் எழுகிறது என் இதயத்தில்
நான் காணநேரும் ஆழ்ந்த அதியத்திற்குள்
இறங்க விரும்புகிறேன்
ஒவ்வொரு கூழாங்கல்லும் மின்னிடும்
வைரத்தினைக் கொண்டுள்ளது எனும் மயக்கம் எனக்கும்

ஒவ்வொரு இருதயத்திலும்
தேடிடும் ஆன்மா.

ஒவ்வொரு புன்னகையும் அவிழ்க்கிறது
பரிசுத்த நித்ய நதியை
ஒவ்வொரு சப்தமும்

இதிகாச வேதனையை ஒளித்து வைத்துள்ளது எனும் மயக்கம் எனக்கு

இமைப்பொழுதில் இவற்றினைக்
கடந்து விட விரும்புகிறேன்.
இவ்விதம் திரிதலெல்லாவற்றையும்
எனக்களித்துவிடும் என.

விசித்தரமானது இவ்வாழ்க்கை
முட்டாளென நிரூபணம் செய்யப்படுவதில்
கண்டபடி திரிகிறேன்

காட்டிக் கொடுக்கப்படுவதைக் காண்பது வேடிக்கையா யிருக்கிறது.

சந்தோஷமான முட்டாள் அமர்ந்திருக்கிறான்
என் இதய ஆழத்தில் கண்ணீர் ததும்ப
ஆனந்த போதையில் நகைக்கிறான்,

இவ்வுலகம் இறையாண்மை மிக்கதாகிறது என.....

ஆதாரங்கள்

1. இனி நான் டைகர் இல்லை, உயிரெழுத்து பதிப்பகம்.
2. உயிரெழுத்து, ஆகஸ்ட் 2017.
3. அடவி, பிப்ரவரி 2018.
4. ஆண்பிரதியும் பெண்பிரதியும், மணல்வீடு 2017.
5. பறவைகள் நிரம்பிய முன்னிரவு, மலைகள், 2014 6.
6. அரைக்கணத்தின் புத்தகம், உயிர்மை, 2007.

24. கு.அழகிரிசாமி; சில குறிப்புகள்

கு.அழகிரிசாமி (1923– 1970) இடைசெவலில் பிறந்தவர். கி.ரா.வின் அண்டைவீட்டுக் காரர். ஆசிரியராக வாழ்க்கையைத் தொடங்கி, சார்பதிவாளர் அலுவலக எழுத்தராகி பின் சென்னை சென்று **பிரசண்ட விகடன், தமிழ்மணி, சக்தி, நவசக்தி** முதலான இதழ்களில் பணியாற்றியுள்ளார். காந்தி நூல் வெளியீட்டுக் கழகத்தில் இருந்துள்ளார். மலேசியாவில் ஒரு தினசரியில் பொறுப்பு வகித்திருக்கிறார். கி.ரா. வைப் போலவே இவருக்கும் விளாத்திகுளம் சுவாமிகளின் இசையில் லயிப்பு, மயக்கம். அவரின் கரகரப்பிரியா ராகத்தை ஏழு ரிகார்டுகளில் பதியவேண்டும் என்பது கனவாக இருந்திருக்கிறது.

புதுமைப்பித்தன் பற்றி உன்னத நிலையிலிருந்து எழுதுகிறார்.

“தமிழ் இலக்கிய வானில் இவ்வளவு பிரகாசமான நட்சத்திரம் சமீபத்தில் உதயம் செய்ததில்லை. இதைத்தவிர அநேகமாக மற்ற நட்சத்திரங்களெல்லாம் துர்ச்சகுனம் காட்டும் வால் நட்சத்திரங்களாகவே இருக்கின்றன. நம் போன்றோர் இரவும் பகலும் ஸ்மரித்துக் கொண்டிருந்த ஒரு பெயர் தமிழகத்தில் ஊனும் உயிருமாய் இனி எவ்வளவு காலம் உலாவுவதற்கு தவம் செய்திருக்கிறோமோ? காதம்பரியில் அவர் எழுதியுள்ள கயிற்றரவைப் படித்தாயா? படிக்கத் தவறிவிடக் கூடாத கதை”

தாய் வயிற்றில் 11 மாதம் இருந்ததாகச் சொல்லப்படும் அழகிரிசாமியை வீட்டில் செல்லையா, செல்லப்பா என்றழைத்துள்ளார்கள். ஒருகை சூம்பியிருந்ததால், **இர்வி**னுக்கும் அப்படி இருக்கவே, லார்டு இர்வின் என்று கேலிக்குள்ளாகி இருக்கிறார்.

கு. அழகிரிசாமியும் கி.ராவும் கொண்டிருந்த நட்பு காவிய நட்பாக கனபரிமாணம் கொண்டு விடுகிறது. அது காதலை விடவும் நெருக்கமானதாய் இருக்கிறது. ஒருவர் வளர்ச்சியில் இன்னொருவரது அக்கறை, பரஸ்பரப் பரிமாற்றங்கள் என வசீகரமாயுள்ளது. இருவர்கண்ட ஒரே கனவு என்பது இங்கு பொருத்தமாயுள்ளது எனலாம்....... கு. அழகிரிசாமி எழுதிய ஒரு போர்னோகிராபி சார்பான நாவல் **டாக்டரா விபச்சாரியா** வெளிவந்து தோல்வி அடைந்தது என்று தஞ்சை ப்ரகாஷ் குறிப்பிடுகிறார்.

கு.அழகிரிசாமியில் சிறுகதைகளின் வெளிப்பாடு நுட்பமானது, வறுமையின் கோரத்தையம் பஞ்சத்தின் சீற்றத்தையும் பார்த்தவர். உறவுகளில் விரிசலையும் விரிசல்காரணமான பண்பு நலன்களின் கோணல்களையும் அறிந்தவர். தேவ வாழ்க்கை தெரிந்திருந்தும் இக்காலகட்டத்தில் அதற்குச் சாத்தியமே இல்லையே என்று விசனப்படுபவர். கடந்த காலச் சித்திரங்கலில் ஆறுதலடையப் பின்னோக்கிப் போய்விடுவார். அது தியாகய்யரின் இசை வியாபகத்தில் விரியும் புனைவுலகமாயிருக்கும் (அ) விலைமாதர் குலத்தைச் சேர்ந்திருந்தாலும் பண்பு நலனால் மேன்மை கொண்டுள்ள வல்லியை திருவொற்றியூரி கண்டு கொள்ளும் கம்பரின் மேன்மையாயிருக்கும்.

முறைப்படி கர்னாடக இசை கற்று கீர்த்தனங்கள் இயற்றும் திறமை பெற்றிருந்தவர். கவிகள் புனைந்தவர். கம்பராமாயணத்தில் ஈடுபாடு உடையவர். மறுபுறம், நவீன இலக்கியம் சார்ந்து சிறுகதைகள் எழுதியவர். பல்வேறு பத்திரிகைகளில் பணியாற்றியவர். பத்திரிகையாளன் பணிதான அவருக்கு மிகுதியும்.

காவிய மனதுடன் நவீன உலகத்தைச் சித்தரிக்கும் ஓர் இலக்கியவாதியின் வெளிப்பாடு தான் அழகிரிசாமியினுடையது. பாதிப்பை சீற்றத்தை ஆவேசத்தை எதிர்ப்பை உரிய பாத்திரங்களின் வெளிப்பாடாக ஆக்கிவிடுவதில்லை அவர். துணைப்பாத்திரங்களும் மூன்றாம் நிலையில் உள்ளவர்களும் சாட்சியமாக இருப்பவர்களும் தான் எதிர்வினையாற்றுகிறனர். இந்த எதிர்வினை ஆறுதல் தரும்

நிலையில் உள்ளவை. எனவே பு.பி. கதைகளில் கனலும்கோபமும் கண்டனமும் விளாசலும் வெளிப்படுவது போல, அழகிரிசாமி கதைகளில் வெளிப்படுவதில்லை. வேதனையின் விம்மலையும் வருத்தத்தின் ஈனஸ்வரத்தையும் ஆறுதல்படுத்தும் மிருதுவான வார்த்தைகளுமே வெளிப்படும்

'இருவர் கண்ட ஒரேகனவில்' பிரதானமாகப் பாதிப்புக்குள்ளாகி உடுத்த உருப்படியான சேலை கூட இல்லாது கந்தலில் முடங்கி மடிந்து போகும் வெள்ளையம்மா எதிர்வினை யாற்றியிருந்தால் அது மூர்க்கமாயிருக்கும். **வெறும் நாயின்** முனிசாமி எதிர்வினையாற்றி யிருந்தால் டாக்டர் நிலைகுலைந்து போயிருப்பார். அழகம்மாளோ அவள் கணவனோ தம்மை வெளிப்படுத்தியிருந்தால் உள்ளக்கிடக்கை வெளியாகி மற்றவர்களை உறைய வைத்திருக்கும்.

ஆனால் 'இருவர்கண்ட ஒரே கன'வில் சிறுவர்களின் பார்வையும், தவிப்பும் தான் பிரதானம். **வெறும் நாயில்** கணவனைப் பொருட்படுத்தவே செய்யாத மனைவியின் பார்வைநிலை பதிவாகிறது. **அழகம்மா**ளில் படிக்கும் மகனின் பார்வைநிலைக்கு கதை போய்விடுகிறது. **திரிபுரத்**தில் பஞ்சம், வறுமை காரணமான நிர்கதியும் சீர்கேடும் வலுவாக வெளிப்பட்டிருக்கிறது ஆனால் கதை முடிகையில் காவிய மனதின் வெளிப்பாடாகிவிடுகிறது. அது தகிக்கும் உக்கிரத்தைத் தணித்து, தார்மிகக் கோபமாக மட்டும் முரண்நகை சார்ந்த விவரிப்பாக்கி விடுகிறது.

பசியில் துடித்து அலைந்து திரிந்து மயங்கிக் கிடந்து, பின் தாயினாலேயே நிர்பபந்தப்படுத்தப்பட்டு விலைபோய்விடும் வெங்கட்டம்மா சித்தம் பேதலித்தவளாகச் சிரிக்கின்றாள்.

"உரக்கக் சிரித்தாள், விட்டுவிட்டுப் பலமுறை சிரித்துவிட்டாள். அந்தச் சிரிப்பு எதற்கு என்று அவளுக்கே புரியவில்லை. பாண்டியனிடம் சிலபிரான் வாங்கிய பொற்பிரம்படியைப் போல், அவள் சிரித்த சிரிப்பு எங்கெல்லாம் பிரதிபலிக்க இருந்ததோ, அவளுக்கே தெரியாது. அவள் மனிதன் கட்டிய ஒழுக்கத்தை நோக்கிச் சிரித்தாள். ஒழுக்கக் கேட்டை நோக்கிச் சிரித்தாள். நாகரிகத்தையும் அநாகரிகத்தையும் பார்த்துச்

சிரித்தாள். பணக்காரர்களை ஏழைகளை ஆண்களை பெண்களை பஞ்சத்தை இப்படி எத்தனையோ அடங்கிய உலகத்தையே நோக்கிச் சிரித்தாள்....

"சிவன் சிரித்துத் திரிபுரத்தை எரித்தான்; இவள் சிரிப்பு என்ன செய்யப் போகிறதோ?"

25.சிவசங்கர் எஸ்.ஜே.யின் சிறுகதைகள்

கடந்தை கூடும் கேயாஸ் தியரியும் (நியூசெஞ்சுரிபுக்ஹவுஸ், 2012) என்னும் தலைப்பிலான சிலசங்கரின் 14 கதைகளும் புதிய வடிவத்தையும் கதையாடலையும் கொண்டுள்ளன. கிடைத்த / செவிமடுத்த / படித்த விஷயங்களை / அனுபவங்களை அப்படியே கதையாக்கும் பிரச்சனை இவரிடம் இல்லை. புனைவாக, மிகையதார்த்த விவரிப்பாக, மறு எழுத்தாக்க மாக எழுதிக் கொண்டே போகிறார்

2007லிருந்து எழுதிவரும் சிவசங்கர் தற்காலச் சிறுகதை, உலக இலக்கியப் பரப்பில் எவ்வடிவில் கையாளப்படுகிறது என்னும் பிரக்ஞையுடன் எழுதுவது அவருக்குப் புதிய சாளரங்களைத் திறந்து காட்டுகிறது.

'ஒரு குப்பி வார்த்தைகள்' கதையில் இடம் பெறுபவனுக்கு ஒரு சிக்கல், திடீரென்று அவனுடைய வார்த்தைகள் தீர்ந்து போகின்றன சொல்ல வேண்டிய வார்த்தை சொல்ல வேண்டிய தருணத்தில் கைகொடுக்க மறுக்கிறது. இவ்வளவுக்கும் அவன் அதுவரை வார்த்தைகளைச் சேகரதில் வைத்திருப்பவன். ஆனால் அடுத்தவேளை கிடைக்கும் சிவான வார்த்தைகளுக்கு இறக்கைகளை ஒட்டி, மிதக்க விடுகிறான பறக்க விடுகிறான். வான்காவின் ஓவியங்களைப் பார்க்க முற்பட்டால், வண்ணங்கள் எழுத்துக்களாய் மாறியிருக்கின்றன எழுத்துகள் புதிர்களாய் தோன்றுகின்றன. சிற்பங்கள் சிற்பமாவதற்கு முந்தைய நிலையில் இருந்து ஒழுங்கின்மையும் வரைவுகளுமுமாய் காட்சித்தருகின்றன. புத்தகத்தின் பக்கங்கள் வெற்றுத்தாள்களாகி விடுகின்றன.

'அவன் ஒரு' சிறுகதை, கிளி, கடிகாரமுள், மீன், மிதியடி, கார்பொம்மை, பயணப்பை, ஈஸிசேர், வாயிற்கதவு, மெமரி கார்ட், முரசு என எதுவாயினும் ஓர் அமைப்புக்குள் அடங்கி விடும் போது, அடக்கப்படுதலும் ஒடுக்கப்படுதலும் நேர்வதை அங்கதமாக்குகிறது. மையம் அவனைத் தாங்கி நிற்பதைத் தவிர அவன் மீதான உபரி அதிகாரம் எதையும் செலுத்தியதில்லை என்று கதையாடலைத் தொடங்கும் சிவசங்கர், "... மெல்ல மெல்ல அவன் தீண்டப்படாதவன் ஆனான். புனிதங்களுக்கும் தீட்டுக்கும் அவன் உடம்பில் சுற்றியிருக்கும் கயிறுகள் போல ஒரு சூட்சுமம் இருப்பதை அவன் அறிந்த நாளில் அவன் ஒலி எழுப்பும் வலுலை இழந்திருந்தான்" என்றே முடிக்கிறார்.

'ஒரு நகரின் இருகதைகள்' கால்வினோ பாணி கதையாடலாய், ஒரு நகரின் மரங்கள் நாய்கள், சுவர்கள், சாலைகள், பறவைகள், கிணறுகள், என்று சொல்லாடல்களை அடுக்கிக் கொண்டே போய் இப்படி முடிகிறது "நகரின் அகதிகள், அழுகைகள், அநீதிகள், கோபங்கள், விளக்குகள், சிலைகள் என ஏராளம் கதைகளை நகரம் ஒளித்து வைத்திருக்கிறது. கள்ளச்சாவி ஒன்று கைகூடும் நாளில் நகரம் தன் சுவர்களின் ஈர மூலைகள் ஒரு தேரையைப்போல் பதுங்கியிருக்கும் கதைகளை இழக்கும்..". அப்போது மற்ற நகரங்களின் அகதிகளுக்கு ஒரு அடைக்கல பட்டணமாகவும் நகரம் மாறியிருக்கும் இதுவும் கதையின் இறுதியில் வரும் அடிக்குறிப்பாக அமைக்கப்பட்டிருக்கிறது.

அறிவியலின் முன்னேற்றம் அணுமின் சாரத் தயாரிப்பு வரை பாய்ச்சலைப் பெற்றிருப்பினும், உதட்டுப் பிளவால் தர்மசங்கடத்தை கொண்டிருக்கும் கதை சொல்லிக்கு, கடந்தை வண்டுகளின் கூட்டில் எட்டு அறைகள் இருக்கவே, பிறக்கும் குழந்தைக்கு ஆறு விரல்கள் அமைந்துள்ளன என்று, தர்ஹாவுக்குப் போய் நேர்ச்சை செய்ய, தென்னம்பிள்ளையுடன் கிளம்புகிறான். "நம்பிக்கை அறிவியல் பேரழிவு அச்சம் இவை நான்கும் சந்திக்கும் தங்க நாற்கர சாலையின் பேருந்து நிறுத்தத்தில் நான் காத்திருந்தேன் கையில் ஒரு தென்னம் பிள்ளையோடு".

பல்லிடுக்கில் சிக்கிய இறைச்சித் துணுக்கினை எடுக்க முற்பட்ட நாக்கு, நாலாகத் துண்டிக்கப் பட்டு வயிற்றுக்குள போய்விடுவதும். ஆனைவிழுங்கி, சர்ப்ப வணங்கி என்னும் விநோதப் பெயர்களால் உண்டாகும் சுவராஸ்யங்களும் இரண்டு கதைகளில் விஷமங்கலந்த விநோதமாக்கப் படுகின்றன.

அச்சநந்தி தேவரின் திருமேனியை வடிக்க முற்படும் சமணச் சிற்பி. நிழல் என்பது என்ன என்னும் தத்துவ விசாரணையில் இறங்கி, நிழலில்லாது இருக்க முற்படுவதை 'நிழல்' கதையில் விவரிக்கிறார். கூடவே ஒரு வரலாற்று விமர்சனத்தையும் தவறாது முன்வைத்து விடுகிறார். "அமாவாசைக்கு இன்னும் நான்கு நாட்கள் இருந்தன. அமாவாசைக்கு அவர்கள் வரக்கூடும். எனக்குள் எந்தச் சலனமுமில்லை. சாலைப் பற்றியோ, கழுவேற்றப் படுவதைப் பற்றியோ எந்த பயமுமில்லை".

பைபிளில் இடம் பெறும் காயீன் ஆபேல் கதை, சிசிஃபஸ் தொன்மம் மற்றும் கோடரியை தொலைக்கும் தச்சரைப் பற்றிய வாய்மொழி கதை ஆகியவற்றின் மறுஎழுத்தாக்கங்களாக மூன்று சிறுகதைகளை சிவசங்கர் தந்துள்ளார்.

'கொலை ஒரு பாவமல்ல' கதை பைபிள் கதையின் மறு எழுத்தாக்கம்.

ஆதாம் ஏவாளின் முதல் பிள்ளை காயீனும் இரண்டாம் பிள்ளை ஆபேலும் தம் காணிக்கைகளை கர்த்தருக்குப் படையலாக்குகின்றனர். காயீன் தனது நிலத்தில் விளைந்த தானியங்களையும், ஆபேல் தன் மந்தையிலிருந்து சில ஆடுகளையும். ஆடுகளை ஏற்று கொள்ளும் கர்த்தர். தானியங்களை நிராகரிகிறார். வருத்தத்திற்குள்ளான காயீன், ஆபேலை நிலத்திற்குக் கூட்டிச் சென்று கொன்றுவிடுகிறான். இனி உன் பூமி விளைச்சலைத் தராது, நீ அலைந்து கொண்டிருப்பாய் என்று கர்த்தர் சபித்து விடுகிறார். அலைந்து திரிகையில் யாரும் அவனைக் கொன்று விடலாகாது என்பதற்காக, காயீனின் கழுத்தில் ஒரு அடையாளம் இடுகிறார்.

இப்பைபிள் கதையினை காயீனின் பார்வாயில் விவரித்து விட்டு இப்படி முடிக்கிறார். ஆசிரியர். “நிகழும் ஒவ்வொரு துர்மரணத்திலும் சூட்சுமமாய் என்னை நீங்கள் விரும்னால் சந்திக்காலம். என் தழும்பை வைத்து என்னை அடையாளம் கண்டு சந்தோஷப்ப்படலாம். என் பெயர் காயீன்”.

இப்பைபிள் கதையை யாரும் நவீன எழுத்துப் பரப்புக்கு கொண்டு வரவில்லை என்றே கருதுகிறேன். கதையில் பூடகமிருப்பதால், காயீன் வஞ்சிக்கப்பட்டது வெளித் தெரியாமல், மறைக்கப்படுகிறது. ஆபேலின் காணிக்கையை ஏற்கும் கர்த்தர், காயீனின் காணிக்கையை மறுதலித்திட என்ன காரணம்? பாவம் புரிந்தவன் காயீன் என்று மட்டும் கர்த்தர் சொல்கிறார். ஆதிப்பாவம் காயீனைத் தொடர்ந்தால், ஆபேலையம் தொடர வேண்டும். அதுதானே நியதி. அப்படியில்லை. வேளாண்மை செய்தவனுக்கு ஒரு நீதியும் மேய்ச்சல் செய்தவனுக்கு ஒரு நீதியும்தான் வழங்கப்பட்டிருக்கிறது. உண்மையில், வேளாண்மை செய்தவனுக்கு அநீதிதான் செய்யப் பட்டிருக்கிறது.

கர்த்தரால் வஞ்சிக்ககப்பட்டவன், தம்பியை வஞ்சிக்கிறான். எல்லாம் வல்லவரே அநீதி இழைக்கையில், அற்பமான மானுடன் வேறென்ன செய்ய முடியும்? இந்த விமர்சனங்களெல்லாம் சிவசங்கரால் கோபமோ, ஆத்திரமோ இல்லாது உணர்வுபாவமற்றுள்ள மொழியில் எளிய கதையாடலாக முன்வைக்கப்படுவது. அவரைத் திறன்மிக்க கதையாசிரியராக்குகிறது. அகல்யை கதையைக் கொண்டு சாப விமோசனம் எழுதிய புதுமைப்பித்தன் போல ஒரு படைப்பைத் தந்திருக்கிறார் சிவசங்கர்.

‘சிசிஃபஸ்கள்’ கதையில் ஒரு பறவையின் பார்வையில் சொல்லப்படும் கதையில் சிசிஃபஸ் தொன்மம் மறு எழுத்தாக்கமாகிறது அபத்தத்தன்மையை எடுத்துக்காட்ட ஆல்பர் காம்யு சிசிபஸ் தொன்மத்தைக் கையாண்டார். தன் குஞ்சுகளுடன் ஆனந்தமாக இருக்கும் ஒரு பறவைக்கு தூரத்திலுள்ள மலைக்குப் போக வேண்டும் என்பதுதான் ஆசை/ குறை. ஒரு நாள் அங்கு போய்விடும் அப்பறவை

அங்கே மலையுச்சிக்குப் பாறைகளை உருட்டிச் செல்வதும் திரும்புவதுமாக மனிதர்கள் குதூகலமாய் இருப்பதைப் பார்க்கிறது. அது விதிக்கப்பட்டதா / விளையாட்டா என்று புரியவில்லை. “நான் விதைப்பதுமில்லை, அறுப்பதுமில்லை” என்றும் வார்த்தைகளுடன் திரும்புகிறது

ஆனால் இந்த விவிலிய வாசகம், தொன்மத்தை மேலும் திறந்து காட்டாமல், மூடிவிடும் காரியத்தையே செய்கிறது.

‘மொழியின் வாழ்க்கைக் குறிப்புகள்’– மொழியின் சரிதத்தை, இயேசுவின் சரிதமாக ஒரு வாழ்க்கை வரலாற்றின் வடிவில் எழுதிப் பார்க்கும் முயற்சி. மொழி என்றால் அன்பு, மொழி என்றால் உணவு, மொழி என்றால் உயிர், மொழி என்றால் நம்பிக்கை மொழி என்பது கோபம், மொழி என்பது வாஞ்னை என்று வரிசையாக அடையாளப் படுத்தப்படுகிறது. அவ்வளவும் இயேசுவுக்குப் பொருந்துவது. இந்தக் கதையாடல் மிகவும் நுணுக்கமிக்கது. சவால் நிறைந்தது.

‘பிம்பம்’ கதையில் கிரெம்ளின் அரண்மனை வாசலில் உள்ள கண்ணாடியின் மாய ஆற்றல் சொல்லப்படுகிறது. இதுவரை அதில் படிந்த பிம்பங்களெல்லாம் காட்சி வரிசையாக இருக்க கதை சொல்லியின் நண்பர்கள் விளாடிமிர். செக்கோவ் ஆகியோர் பிம்பங்கள் நழுவி விட, அவற்றைத் தேடுவதான ஒரு மாயப்புனைவு. இக்கதையில் விளாடிமிர், செக்கோல் ஆகியோரின் பெயர்களைச் சொல்லிவிட்டு அப்படியே விட்டு விடுகிறார். இவர்களுடனான உரையாடல் சேர்ந்திருந்தால் அல்லது இவர்களின் பார்வைகளும் பதிவு செய்யப்பட்டிருந்தால் கதை இன்னும் செழுமை பெற்றிருக்கும்.

‘வாலறுந்த பல்லிகள்’ கதை, ஓர் அறையில் அடைப்பட்டிருப்பவன், கிலுகிலுப்பை, வானொலி, தொலைக்காட்சி என அடுத்தடுத்த பொழுதுபோக்கு சாதனங்கள் கிடைத்தாலும் மேலும் அதிருப்தியை நெருக்கடியை உணர்வதை மிகையதார்த்தத் தளத்தில் விவரிக்கிறது. அந்த அறைக்குள் நுழையும் ஒரு பாவை, தம் மரபினர் ஆயிரக் கணக்கான ஆண்டுகளாய் காத்து வந்த ஒளித்துண்டு திருடு போனதைச் சொல்கிறது. அடுத்து “வன மழியும், மழை அழியும்.

காற்றழியும், அருவியழியும். எம் ஒளி எங்கே?" எம் ஒளி எங்கே? உங்கள் குலமழியும் உங்கள் குடல்கள் பட்டினியாயிருக்கும் என் ஒளி எங்கே?.... என்று சபிப்பதாயும் கேள்வி கேட்பதாயும் பேசுகிறது.

ஆனால் இதன் பிறகான கதை, இப்புள்ளியின் கவனக் குவிப்பைத் தொடராமல், வேறெங்கோ போய்விடுகிறது.

சிவசங்கரின் மிகப்பெரிய பலம் வடிவம். அடுத்து கதை சொல்வதில் அநாயச மானதன்மை. தன் ஓவியங்களில் எல்லா வற்றையும் கலைத்துப் போட்டு கெக்கலி கொட்டிச்சிரிக்கும் சால்வடார் டாலி போல சிவசங்கர் பரிகசித்தும் நையாண்டி பண்ணியும் கலகம் விளைவித்து விடுகிறார் இரண்டு பக்கங்களில் கூட வலுவான கதையை தந்து விடமுடிகிறது அவரால்.

மறு எழுத்தாக்க முறை இவரிடம் நன்கு கைகூடியுள்ளது. காயீன் ஆபேல்கதையின் இவரது மறு எழுத்தாக்கம் **கொலை ஒரு பாவமல்ல** தமிழின் மிகச்சிறந்த கதைகளுள் ஒன்றாகும் திறனுடையது.

தமிழுக்குப் புதியதொரு சிறுகதையாளர் சிவசங்கர்....

✦✦✦